कृष्णमयी मीरा

मंजुश्री गोखले

सकाळ प्रकाशन

Krushnamayee Meera
©Manjushri Gokhale, 2024

कृष्णमयी मीरा
© मंजुश्री गोखले, २०२४

प्रथम आवृत्ती	:	फेब्रुवारी २०२४
प्रकाशक	:	सकाळ मीडिया प्रा. लि.
		५९५, बुधवार पेठ,
		पुणे ४११ ००२
संपादन	:	ऐश्वर्या कुमठेकर
मुखपृष्ठ	:	संदीप देशपांडे
मांडणी	:	गौरी खराडे
मुद्रणस्थळ	:	विकास प्रिंटिंग ॲण्ड कॅरिअर्स प्रा. लि.
		प्लॉट नं. ३२, एमआयडीसी, सातपूर, नाशिक
ISBN	:	978-81-968004-0-6
संपर्क	:	०२०-२४४० ५६७८ / ८८८८८ ४९०५०
		sakalprakashan@esakal.com

ज्यांचं खरं नावही श्रीकृष्ण आहे
आणि आयुष्यभर जे माझ्या पाठीशी श्रीकृष्णासारखे राहिले,
तो माझे पती श्री. नंदकुमार गोखले यांना सप्रेम.

प्रस्तावना

भक्तीच्या महासागरातील एक अनमोल रत्न म्हणजे संत मीराबाई. पहाटेच्या साखरझोपेत विधात्याला पडलेले आणि सत्यात उतरलेले सुंदर स्वप्न म्हणजे कृष्णभक्त मीरा. खडतर भक्तिमार्गाची आयुष्यभर वाटचाल करणारी स्त्री म्हणजे कृष्णमयी मीरा. कृष्णभक्तीसाठी सर्वस्वाचा त्याग करणारे एक अलौकिक व्यक्तिमत्त्व म्हणजे संत मीरा. भारत आणि त्यातही महाराष्ट्र ही अनेक संतांची भूमी. राजस्थान, भारतातील एक राज्य. या राज्याच्या अनेक भागांत पाण्याचे दुर्भिक्ष. अशा या भूमीत कृष्णभक्तीचा निर्झर उगम पावला आणि त्याने संपूर्ण भारताला कृष्णभक्तीने अगदी चिंब भिजवून टाकले. हा निर्झर म्हणजे संत मीराबाई. मीरेच्या हृदयरूपी गाभाऱ्यात सदैव त्या कृष्णसख्याचे वास्तव्य होते.

सोळावे शतक; भारत यावनी अमलाखाली होता. पती हेच स्त्रीचे सर्वस्व या वैचारिक पगड्याखाली प्रत्येक स्त्री जगत होती. एकदा एका लग्नाची वरात पाहताना आणि वरातीविषयी नेमकी माहिती समजून घेताना पाच-सहा वर्षांच्या मीरेने आपल्या आईला सहज प्रश्न केला, ''आई, माझा पती कोण?'' मीरेच्या आईने तितक्याच सहजपणे देवघराकडे नेत देव्हाऱ्यातील कृष्णाच्या मूर्तीकडे बोट दाखवत 'हा तुझा पती', असे सांगितले. त्या क्षणापासून कृष्ण हाच आपला पती या विचाराने मीरेच्या मनाचा ठाव घेतला. तो अगदी कायमचा. पण त्या काळच्या जनरीतीप्रमाणे लौकिक आयुष्यात मीरेचा विवाह राणा-संग याचा मुलगा युवराज भोजराज याच्याशी झाला. एकांतातील प्रथम भेटीत 'माझे पती भगवान श्रीकृष्ण आहेत. माझ्या आईनेच मला तसे सांगितले आहे. पती म्हणून मीही त्यांना मनोमन स्वीकारले आहे. त्यामुळे पती म्हणून तुम्हाला मी स्वीकारू शकत नाही', हे सांगण्याचे धाडस आणि बंडखोरी मीराकडे होती. त्या काळी विवाहासमयी वधूच्या उजव्या बाजूला तलवार ठेवली जात असे, मीरेने मात्र तिच्याबरोबर सदैव असणारी

भगवान श्रीकृष्णाची मूर्ती तलवारीबरोबर ठेवली होती. मीरेच्या आयुष्याशी निगडित एक ना अनेक चमत्कार वाचले आहेत. अनेक चमत्कारांची मालिका म्हणजे संत मीराबाईचे आयुष्य असे म्हटल्यास निश्चितच अतिशयोक्ती होणार नाही.

हे एकविसावे शतक. संगणक आणि विज्ञानयुग. ज्याला भगवान शंकराच्या मस्तकावर स्थान देत देवत्व दिले, त्या अंतराळातील दगड-मातीने बनलेल्या चंद्रावर चांद्रयान उतरवणारा आपला भारत. अशा काळात संत मीराबाईच्या अनेक चमत्कारांनी व्यापलेल्या जीवनाचा उलगडा करणारी कादंबरी लिहिणे, हे निश्चितच एक धाडस आहे असा विचार माझ्या मनात येत राहिला. लेखिका मंजुश्री गोखले यांनी या अनेक चमत्कारासह कादंबरी लिहिली असेल का, अशी शंकेची पाल मनात चुकचुकत असताना कादंबरीचे पहिले पान उघडले. कादंबरीची सुरुवात नायिकेच्या जन्मोत्सवाने किंवा तिच्या समृद्ध बालपणातील एखाद्या प्रसंगाने होईल अशीच अपेक्षा होती, पण प्रत्यक्षात फारच आगळीवेगळी आणि सुरेख सुरुवात आहे, असेच म्हणावेसे वाटते.

मीरेचे बालपण, तिचा निरागस स्वभाव, मीरेचे वडील रतनसिंह यांनी केलेलं मीरेचे कोडकौतुक, सर्व प्रकारचे व्यावहारिक शिक्षण, लेखन, वाचन विविध शस्त्रे चालविणे, घोडेस्वारी यातून मीरेच्या व्यक्तिमत्त्वाचे पैलू उलगडत जातात. मीरेचा जीवनवृक्ष 'श्रीकृष्ण आपला पती आहे' या बीजातून आकार घेतो, बहरत राहतो. हे मूळ बीज कायम ठेवत लेखिकेने कादंबरी अधिक रंजक करण्यासाठी केवळ लग्नाच्या वरातीचा प्रसंग न घेता मीरेच्या मावशीच्या लग्नसोहळ्याचा प्रसंग खूपच खुबीने वापरला आहे. श्रीकृष्ण आपला पती आहे ही मीरेच्या मनातील भावना दृढ करणारे आणि त्याच वेळी एक आई म्हणून मीरेच्या मनातील ही भावना कमी करण्यासाठी पूरक ठरणारे अनेक प्रसंग खूपच छान मांडले आहेत.

भक्ताची आपल्यावरील भक्ती, भक्ताचा आपल्यावरील दृढ विश्वास यांची कसोटी पाहण्यासाठीच जणू काही भगवंतच भक्ताची परीक्षा घेत राहतो. यासाठी संकटही तोच आणतो आणि भक्ताला त्यातून पारही तोच पाडतो. मारणारेही त्याचेच रूप आणि तारणाराही तोच! या साऱ्यामुळे भक्त तावून सुलाखून निघतो आणि त्याची भक्ती परमोच्च स्तरावर जाऊ लागते. मारणाऱ्यापेक्षा तारणारा श्रेष्ठ ठरतो आणि या तारक-मारकांच्या झटापटीतच चमत्कार जन्माला येतात. अशाच काही मोजक्या चमत्कारांचाही उल्लेख करणे निश्चितच अनाठायी होणार नाही.

- मीरेला विषाचा प्याला दिला. तिने कृष्णाचे नामस्मरण करत ते विष प्राशन केले. मीरेला काही झाले नाही, पण कृष्णमूर्ती काळी-निळी झाली.
- फुलांच्या टोपलीतून फुले आणि हाराबरोबर नाग पाठविला. नागाचाही हार झाला.

- बिछानाभर चादरीखाली असंख्य टोकदार खिळे उभे ठेवले. जणू त्या खिळ्यांचीही फुले झाली, ज्यावर मीरा सुखेनैव निद्रेच्या अधीन झाली.
- तिचा मृत्यूही एक गूढ आणिआगळावेगळा चमत्कारच म्हटला पाहिजे, असे वाटते.

हे सारे प्रसंग कादंबरीत आहेत. प्रत्येक प्रसंगाला वास्तवाचे बेमालूम कोंदण गुंफले आहे. गोंधळलेल्या मनाला जणू दृष्टिभ्रम होतो, ज्यामुळे अंधारात साप दोरीसारखा किंवा दोरी सापासारखी दिसू लागते, असा मनोभ्रम आणि वास्तव लेखिकेने इतके छान गुंफले आहेत की तुमचा रसभंग टाळण्यासाठी हा प्रत्येक प्रसंग तुम्ही कादंबरीतूनच वाचा, असे आग्रहाने सांगावसे वाटते. रामभक्त संतश्रेष्ठ तुलसीदास आणि मीरा यांच्या पत्रातून झालेल्या भेटीचा प्रसंगही आपल्याला भारून टाकतो. 'पायो जी मैने राम-रतन धन पायो' हे शब्द आपल्याही मनाचा ठाव घेतात. या भजनामुळेच तानसेन आणि सम्राट अकबर वेष बदलून संत मीरेचं दर्शन घेऊन गेले आणि अकबराच्या भेटीने उठलेले वादळ हेही प्रसंग खूप उठावदार झाले आहेत.

थोड्या कालावधीनंतर मीरेचा पती भोजराज युद्धात मारला गेला. पाठोपाठ मीरेच्या सासऱ्यांचाही मृत्यू झाला. राणी कर्णावती सती गेली. भोजराजाचा सावत्र भाऊ विक्रमादित्याने हाती सत्ता येताच मीरेला महालात बांदिवासात, अगदी कड्याकुलपात ठेवलं. एक दिवस अकल्पितपणे मीरा बंदिवासातून मुक्त झाली आणि माहेरी मेडतियाला आली. वडील नाहीत, आजोबा नाहींत. सत्ताधारी काकाने आश्रय दिला, पण जेमतेम पाचच वर्षांत काकाने सत्ता गमावली. मीरा अगदी निराधार, एकाकी झाली. तिने सारा साजशृंगार उतरवला. एखाद्या जोगिणीप्रमाणे हाती एकतारी, चिपळ्या, गळ्यात, दंडात रुद्राक्ष माळा आणि अंगावर केसरिया वस्त्रे परिधान करून मीरेने आधी वृंदावनला आणि तेथून द्वारकेला जाण्याचा निश्चय केला. वृंदावनपर्यंतच्या वाटचालीत अपार कष्ट सहन करत, तहान-भूक विसरून गिरिधर गोपालाची भजने गात अनेक वेळा रस्त्याने मीरा नाचत जात असे. यामुळे लोक तिला नावे ठेवत. हसून तिची चेष्टा करत. काही वेळा तर कोणी तिला खडेही मारत. पण यातील काहीच कृष्णमय झालेल्या मीरेपर्यंत पोचत नसे. पाच-सहा महिन्यांच्या खडतर प्रवासानंतर मीरा वृंदावनला पोचली. सर्वत्र कृष्णभक्तीचा महासागर पसरला होता. जागोजागी कृष्णमंदिरे होती. अनेक साधू-साध्वी कृष्णभजन गात, नाचत रस्त्यावरून जात होते. मीरा आनंदात होती; पण इथेही मीरेचा पुतण्या राणा प्रतापसिंह याने मीरेची घेतलेली भेट तिला मनस्ताप देऊन गेली. मीरेने श्रीकृष्णाच्या आदेशाने द्वारकेला जाण्याचा निर्णय घेतला. वृंदावनवासीयांनी जड अंतःकरणाने तिला निरोप दिला.

द्वारकेला आलेल्या मीरेला आता कोणी हसणारे, चेष्टा करणारे नव्हते. तिच्या कृष्णभक्तीला महापूर आला. मीरेची भजने ऐकताना सर्वजण भक्तिरसात चिंब होऊ लागले. मीरा आकंठ तृप्त होती. हे सारे वाचताना विझण्यापूर्वी दिवा मोठा होतो, तसे तर हे नाही ना, असे वाटत राहते. मीरेच्या अंतिम प्रवासाची कादंबरीतील शेवटची तीन प्रकरणे वाचताना मीरेच्या जीवनातील कृष्णभक्तीच्या साफल्याचीही परिपूर्ती आहे, याचे निश्चित समाधान मिळते.

मीरेच्या जीवनातील विविध प्रसंगात अगदी चपखल बसतील, अशा भजनांच्या निवडीबद्दल लेखिकेला दाद द्यावी तेवढी कमीच आहे. कादंबरीमध्ये मीरेच्या बहुसंख्य भजनांचा वापर अगदी खुबीने केल्याचे मुद्दाम नमूद करावेसे वाटते. कादंबरीची भाषा साधी आणि रसाळ आहे. लहान लहान वाक्ये आणि आशयघन शब्दांमुळे प्रत्येक प्रसंग मनापुढे साकार होत राहतो. मंजुश्री गोखले यांच्या संतजीवनावरील कादंबऱ्यांप्रमाणे ही चरित्रात्मक कादंबरीसुद्धा वाचकांना निश्चितच आवडेल, याची खात्री आणि शुभेच्छा!.

- कमला हर्डीकर

कोल्हापूर

मनोगत

नमस्कार. महाराष्ट्रातील अग्रगण्य प्रकाशन संस्था असलेल्या सकाळ प्रकाशनाकडून संत मीराबाईंच्या जीवनावर चरित्रात्मक कादंबरी लिहून देता का, अशी विचारणा झाली. मी होकार दिला. संत मीराबाईंना मला शब्दांत गुंफायचेच होते. कृष्णभक्त मीरा ही मीरेची प्रमुख ओळख असली तरी मीराबाईंची फक्त तेवढीच ओळख नव्हती. तिच्या व्यक्तिरेखेला अनेक छटा होत्या, आणि त्यातली प्रत्येक छटा जशी महत्त्वाची होती, तशीच ती मीरेच्या जीवनावर मोठा परिणाम करणारीही होती. तिच्या व्यक्तिरेखेला असलेले हे अनेक कंगोरे मीरेला कृष्णभक्तांकडे घेऊन जाणारे होते; हे जरी खरे असले तरी ते कंगोरे अधोरेखित होणे, हे ही तितकेच महत्त्वाचे होते. मीरा जशी इतिहासातून कळते, त्यापेक्षा अधिक ती तिच्या भजनांतून कळते, हे अभ्यासाअंती लक्षात आले. राजस्थान, मेवाड या प्रांतातील असल्याने जरी तिची काव्यभाषा राजस्थानीमिश्रित ब्रज भाषा असली तरी ती हिंदीला जवळची होती. त्यामुळेच राजस्थानच्या सीमारेषा ओलांडून मीराबाई सगळ्या भारतभर पोचली. तिच्या भजनांचा तोंडावळा हिंदी भाषेचा असल्यामुळे मीरेला भाषिक मर्यादा पडली नाही आणि ती संपूर्ण भारतभर प्रिय झाली. भारताच्या कानाकोपऱ्यात तिची भजने आणि त्यासोबत तीही पोहोचली. संगीतात, साहित्यात, चित्रपटात, संशोधनात, टीव्हीवर आणि या सगळ्यांमुळे लोकांच्या मनात मीराबाईंचे एक वेगळे स्थान आहे. आज ७००-८०० वर्षे झाली, पण मीराबाई आणि तिची भजने यांचे हे स्थान अबाधित आहे.

कृष्णभक्ती हा मीरेच्या संपूर्ण जीवनाचा मुख्य पैलू असला तरी तिचे सरदारकन्या असणे, तिचे राजस्नुषा होणे, भक्तीतले तिचे बेभानपण, त्या पायी राजपरिवाराकडून तिचा झालेला छळ, तिच्यावर झालेले जीवघेणे प्रयोग, त्यातून तिचे तरून जाणे, श्रीकृष्णाला पती मानल्यावर त्याच्याशी एकनिष्ठ राहणे, त्यासाठी केलेला संघर्ष,

लोकापवादाची पर्वा न करता कृष्णभक्ती करणे, बेभान होऊन नाचणे, कृष्णभक्तीपुढे राजपरिवाराच्या अब्रूची पर्वा न करणे, हा लोकापवाद आयुष्यभर सोसणे आणि हे सगळे शब्दांत गुंफून श्रीकृष्णाला ऐकवणे, अशा अनंत छटा मीरेच्या आयुष्याला होत्या. तिचे हे सगळे जीवन शब्दांत बांधत असताना मला जाणवली, या सगळ्या पलीकडची जिद्दी मीरा. आपण घेतलेला ध्यास, ठरवलेले ध्येय पूर्ण करण्यासाठी येणाऱ्या कुठल्याही प्रसंगाला धैर्याने तोंड देण्याची तिची विजीगीषु वृत्ती. त्या वृत्तीला सलाम!

आजच्या काळात जगणे सोपे झाले आहे, असे म्हणताना आपल्या सर्वांना आणि विशेषत: स्त्रियांना अनेक संकटांच्या प्रसंगांना तोंड द्यावे लागते. अगदी घरातल्या कुरबुरीपासून सामाजिक अपवादांपर्यंत सगळ्या संकटांना सामोरे जावे लागते, स्वतःला सिद्ध करताना! अशा परिस्थितीत मीरेचे संघर्षाने भरलेले आयुष्य मार्गदर्शकाचे काम करते. तिने जसा कृष्णावर विश्वास ठेवला होता, तसाच ती करत असलेल्या भक्तीवरही ठेवला होता. तिची भक्ती ही तिची ढाल होती. आज आपले आयुष्य घडवताना मीरेप्रमाणे आपली जिद्द ही आपली ढाल झाली पाहिजे. तरच यशाचा, कीर्तीचा 'श्रीकृष्ण' आपल्याला प्राप्त होईल. मीरेचे हे जिद्दीने कृष्णभक्ती करणे, हे तिची ओळख बनले तसे जिद्दीने केलेले प्रयत्न ही आपली ओळख बनली पाहिजे. एवढ्या तेवढ्या संकटांना घाबरून मागे फिरणाऱ्यांना मीरेचे नाव घेण्याचा, तिची भजने गाण्याचा अधिकारच नाही. मला वाटते, जिद्दीने कृष्णभक्ती करणारी मीरा ही मीरेची खरी ओळख आहे आणि म्हणून आज ८०० वर्षे झाली तरी ती कायम आहे.

प्रत्येक वेळी *मीरा के प्रभु गिरिधर नागर* असे ती म्हणते. प्रत्येक वेळी ती श्रीकृष्णाला प्रभू म्हणते. प्रभू म्हणजे ईश्वर, स्वामी, मालक. हीच भावना तिची श्रीकृष्णाबद्दल आहे. तिची भक्ती भाबडी नाही. ती निरामय आहे. तिला श्रीकृष्णामध्ये विलीन व्हायचे नाही. उलट त्याच्यासोबत आनंदाने जगायचे आहे. तिचा श्रीकृष्णावर जसा विश्वास आहे तसाच आपल्या भक्तीवरही आहे. हीच मीरा मला भावली. तिच्या भजनांतूनही ती तशीच उलगडली, आणि तशीच मी शब्दांत गुंफली.

'कृष्णमयी मीरा' ही कादंबरी सकाळ प्रकाशनातर्फे प्रसिद्ध होत आहे. याचा मला आनंद आहे. या प्रकाशनाच्या माध्यमातून ही कादंबरी सर्वदूर पोहोचेल, असा मला विश्वास आहे. या कादंबरीला देखण्या रूपात प्रसिद्ध करण्यासाठी सकाळ प्रकाशनाचे आशुतोष रामगीर यांनी खूप परिश्रम घेतले. मी त्यांचे आभार मानते. ऐश्वर्या कुमठेकर यांच्या मार्गदर्शनामुळे व संपादनामुळे कादंबरी अधिक चांगली झाली. त्यांचेही मी आभार मानते. माझ्या इतर कादंबऱ्यांप्रमाणेच माझे वाचक याही कादंबरीला उत्तम प्रतिसाद देतील असा विश्वास मला वाटतो. खरे तर, Don't judge the book by its cover असे म्हणतात. पण सुंदर मुखपृष्ठाशिवाय कादंबरीला शोभा नाही.

'कृष्णमयी मीरा' या कादंबरीचं सुंदर आणि चपखल मुखपृष्ठ रेखाटणारे संदीप देशपांडे यांची मी खूप आभारी आहे. या कादंबरीची प्रस्तावना माझी मार्गदर्शक, माझी प्रथम वाचक, अत्यंत अभ्यासू, व्यासंगी आणि विख्यात व्याख्याती असलेली माझी ज्येष्ठ मैत्रीण कमल हर्डीकर हिने लिहिली. त्यामुळे या कादंबरीची उंची वाढली. तिच्या ऋणातच राहणे मला आवडेल. ही कादंबरी देखण्या रूपात प्रसिद्ध होण्यासाठी ज्या ज्ञान-अज्ञातांचे हात या कादंबरीला लागले, त्या सर्वांचे मी ऋण व्यक्त करते आणि एवढेच म्हणते,

काचा, खडे, सागरगोटे, घेऊन आले तुम्हांपाशी
तुमच्या स्पर्शाने त्याच्या, बनल्या रत्नांच्या राशी!

– मंजुश्री गोखले

१

स्वर्गात मोठी गडबड सुरू झाली होती. मुख्य देव-देवता सोडल्या तर सगळे देव कामात दंग होते. एरवी देवमंडळाचा कारभार नीट चालतो की नाही, ते पाहणे आणि दरबार भरवून अप्सरांचे नृत्य पाहणे, यामध्ये रममाण असलेले देवराज इंद्रही काम करताना दिसत होते. स्वर्गाच्या प्रवेशद्वाराच्या सजावटीवर देखरेख करण्याचे काम श्रीविष्णूंनी त्यांच्याकडे दिले होते. स्वर्गाच्या बागेतील सुगंधी फुलांच्या माळा, सोन्या-चांदीच्या किनारीचे रत्नजडित पडदे, हिरे-माणकांनी नटवलेली दीपदाने, हिरे जडवलेले गालीचे, सुवर्णाच्या तारांमध्ये चांदण्यांची फुले ओवून सोडलेल्या झिरमिळ्या, चांदीच्या, रत्न जडवलेल्या झुंबरातून तेवत असलेले अत्तराचे दिवे आणि या सगळ्यावर वरकडी म्हणून पंचपक्वानांचा दरवळ... हे सगळे देवराज इंद्र बारकाईने तपासत होते. यात कुठेही गुंजेएवढीही चूक होता कामा नये, अशी श्रीविष्णूंची सक्त ताकीदच होती.

या सगळ्यावर कळस म्हणजे श्रीविष्णूंचा महाल अत्यंत देखण्या सजावटीने सजवला होता. हिरे-माणके-रत्ने, सोने-चांदी, सुगंधी फुले यांच्या देखण्या सजावटीबरोबरच विष्णूंच्या महालात एक खास सजावट केली होती. ती म्हणजे द्वापरयुगातील त्यांच्या कृष्णावतारातील गोकुळ, वृंदावन, द्वारका या तिन्ही ठिकाणचा सगळा माहौल तिथे उभा केला होता. यमुना नदी, समुद्र यांच्या सोबतच सुवर्णाची द्वारका नगरी तिथे उभी केली होती. गोकुळात असलेले नंद-यशोदेचे घर, ते अंगण, ती यमुना, ते गोधन, तो कदंब वृक्ष, हे सगळे जसेच्या तसे त्या महालातील एका दालनात उभे केले होते. तर दुसऱ्या दालनात वृंदावन, श्रीकृष्णाचा महाल, वेणू हे सगळे दालनात उभे केले होते. तिसऱ्या दालनात संपूर्ण सोन्याची द्वारका नगरी उभारली होती. द्वारकेतील श्रीकृष्णाचा सुवर्णमहाल तिथलीच प्रतिकृती वाटावा, असा उभा केला होता. एवढेच नव्हे तर या तिनही दालनात वावरणारे देव-देवता, यक्ष, किन्नर, गंधर्व, अप्सरा, सेवक-सेविका गोप

बालक-बालिकांच्या वेशात होते. या तीनही ठिकाणी मयूरपंखांचीही विशेष सजावट केली होती, खास मयूरपंखांची! असे वाटत होते की, स्वर्गात गोकुळ, वृंदावन आणि द्वारकाच अवतरली आहे. अर्थात या सगळ्या सजावटीमागे कारणही तसेच होते.

कारण एक महान कृष्णभक्त आज स्वर्गात येणार होती. तिच्या स्वागतासाठी ही सगळी तयारी होती. ती होतीच तशी मनस्विनी. ना तिला मृत्यूचे भय होते ना स्वर्गाची इच्छा. तिला फक्त ध्यास होता श्रीकृष्णाचा. आणि स्वर्गात आल्यावरसुद्धा तो जर भेटला नाही तर ती तडक परत गेली असती, अगदी कशाचीही पर्वा न करता! लोक स्वर्ग लाभावा म्हणून तडफडतात. पण ही त्यातली नव्हतीच मुळी. ना तिला स्वर्गाशी मतलब होता ना मोक्षाशी. तिचा ध्यास एकच होता - श्रीकृष्ण! आयुष्यभर, अगदी लहान असल्यापासून तिने श्रीकृष्णाचा ध्यास घेतला तो अगदी मृत्यूपर्यंत. तसा मृत्यू तिच्या जवळ दोन-चारदा येऊनही गेला होता. पण श्रीकृष्णाचा तिचा ध्यास बघून तोही परतून गेला. आपल्या जीवनावर, आयुष्यावर, तनामनावर, श्वासांवर, शब्दांवर, प्रतिमेवर, स्वरांवर, उच्चारांवर, हालचालींवर श्रीकृष्णाची मोहर लावून ती जगत राहिली होती. दोन-चार वेळा हुलकावणी घेऊन गेलेला मृत्यू खरोखर जेव्हा आला तेव्हा आपल्या अंतरात्म्यावर उमटलेली श्रीकृष्णाची मोहर तशीच ठेवून, केवळ देहाचा त्याग करून ती स्वर्गात येणार होती. आणि म्हणूनच स्वर्गातही सगळ्या सजावटीवर श्रीकृष्णाचे अस्तित्व रेखाटले होते; तिच्या स्वागतासाठी! स्वतः श्रीविष्णूही आपले द्वापरयुगाचे श्रीकृष्णरूप घेऊन प्रतीक्षा करत होते. प्रतिहारीने वार्ता आणली, 'केसरिया रंगाचे, उत्तरीय पृथ्वीवरून तरंगत स्वर्गाकडे येत आहे.'

वार्ता ऐकली आणि श्रीविष्णूंचा चेहरा उजळला. ती आली होती, जिची प्रतीक्षा करत होते, द्वापरयुगानंतर. प्रिय राधेच्या भेटीनंतर एवढी टोकाची कृष्णभक्त त्यांना या युगात तिच्या रूपात भेटली होती. ती जिवंत असताना तिने फक्त आणि फक्त कृष्णभक्ती केली होती. पण ती मनुष्यजन्मात असल्याने मनात असूनही श्रीकृष्णाला तिला सामावून घेता आले नव्हते. पण आता ती देहमुक्त झाली होती आणि आता श्रीकृष्णाला सहज शक्य होते तिला आपल्यात सामावून घेणे. पण हे शक्य होते श्रीकृष्णांना, श्रीविष्णूंना नव्हे. हे लक्षात आले आणि विष्णू गडबडीने उठले. आपल्या खासगी दालनात जाऊन त्यांनी वेष बदलला. त्या दालनातून ते बाहेर आले तेव्हा ते साक्षात श्रीकृष्ण होते. माथ्यावरील किरीटात मोरपीस होते, चार हातांऐवजी दोनच हात होते. शंख, चक्र, गदा, पद्म जाऊन एका हातात सुदर्शन चक्र आणि दुसऱ्या हातात बासरी होती. चेहऱ्यावरील गांभीर्य जाऊन तिथे मिस्कील पण स्नेहार्द्र हास्य उमटले होते. खासगी दालनात जाताना श्रीविष्णू एकटेच होते. पण ते कृष्णरूपात बाहेर आले तेव्हा त्यांच्या पाठोपाठ पाच-सहा लहान रूपे होती. त्यातच एक होता गोपालकृष्ण! दही, दूध, लोणी चोरणारा.

श्रीकृष्णाच्या रूपात असलेल्या श्रीविष्णूंनी एकदा सगळ्या जामानिम्यावर नजर टाकली आणि त्यांच्या चेहऱ्यावर समाधान उमटले. तिच्या स्वागताची सगळी तयारी झाली होती. तिला त्या क्षणी हव्या असलेल्या रूपात श्रीकृष्ण भेटणार होते. पाहिजे तर बालरूप, पाहिजे तर किशोररूप आणि पाहिजे तर तिने ज्याला प्रियतम मानला ते कृष्णरूप. श्रीकृष्णाचे रूप घेऊन श्रीविष्णू अत्यंत आतुरतेने तिची प्रतीक्षा करत होते.

• • •

राधेनंतर त्यांची इतकी निरामय भक्ती करणारी भक्त तिच्या रूपात त्यांना भेटली होती. त्यांच्यासाठी तिने अनंत मरणे झेलली होती, अनेकदा ती मृत्यूचा सामोरी गेली होती. मृत्यूही अनेकदा तिला स्पर्श करून माघारी फिरला होता. अनेक प्रकारचा छळ, अनेक प्रकारचा जाच, त्रास तिने श्रीकृष्णासाठी सोसला होता. पण तरीही श्रीकृष्णावर असलेले तिचे प्रेम, तिची भक्ती, तिची श्रद्धा, तिचा विश्वास जराही ढळला नव्हता. तसूभरही हलला नव्हता. किंचीतही कमी झाला नव्हता. प्रेमाच्या, श्रद्धेच्या, भक्तीच्या कसोटीवर ती खरी उतरली होती. आता तिच्या प्रेमाच्या कसोटीवर उतरण्याची वेळ साक्षात श्रीकृष्णाची होती.

तिच्या जिवंतपणी तिच्या प्रेमाची परीक्षा त्यांनी अनेक वेळा बघितली होती आणि त्या प्रत्येक परीक्षेत ती यशस्वीरित्या उत्तीर्ण झाली होती. सर्वांत कठीण होती तिच्या बदनागीची तिने दिलेली परीक्षा. सगळा त्रास सहन करणे शक्य होते, पण लोकनिंदा आणि बदनामी सहन करणे, या अग्निदिव्याला सामोरे जाणे, हे फार कठीण असते आणि एका स्त्रीसाठी तर ते आणखीच कठीण! पण त्यातूनही ती तग धरून राहिली होती. त्या प्रसंगातही तिने श्रीकृष्णाची भक्ती सोडली नव्हती. तिच्या जागी कोणी सामान्य असते तर त्याने श्रीकृष्णाचे नावही टाकले असते. पण तिने नाही टाकले. ना तिनं श्रीकृष्णाचं नाव टाकलं ना त्याची भक्ती सोडली. तिने एकच तर सांगितले होतं की, श्रीकृष्ण माझा श्वास आहे. त्यामुळे तो, त्याचे नाव, त्याची भक्ती हे सतत माझ्यासोबत, माझ्याजवळ राहणार आणि जोपर्यंत माझा श्वास थांबत नाही, तोपर्यंत मी श्रीकृष्णाचे नाव घेणे थांबवणार नाही आणि त्याची भक्ती करणेही थांबवणार नाही.

तिच्या याच बाण्याने, याच भक्तीनंच तर श्रीकृष्णाला जिंकून घेतलं होते. तिच्या जीवनाचे पालुपद मुळी *मेरे तो गिरिधर गोपाल* हे होते आणि तिची ठाम धारणा होती *मीरा के प्रभु गिरिधर नागर, दूसरा ना कोई!* तिची ही भावना एवढी ठाम, एवढी विशुद्ध होती की द्वापरयुग संपल्यावर कलियुगातही श्रीकृष्णाला ती मान्य करावी लागली आणि तिची निस्सीम भक्ती बघून श्रीकृष्णानेही ती आनंदाने मान्य केली होती. भक्तांच्या वत्सलतेवर भाळणाऱ्या या श्रीकृष्णाला म्हणून तर तिचे अप्रूप होते. जिवंतपणी अनंत यातना, छळ,

जाच, बदनामी, मृत्यूची हुलकावणी हे सगळे सोसून ती आता इथे स्वर्गात येत होती. देवर्षि नारदांनी दोन दिवसांपूर्वीच ती येणार असल्याची वार्ता आणली होती. आणि आज प्रतिहारीने ती येत आहे ही वार्ता आणली होती. होय! ती येऊन पोचलीच होती, स्वर्गाच्या दारात. होय! तीच! ती कृष्णभक्त मीरा. मेवाडच्या राजवंशाची सून ही तिची ओळख पुसली जाऊन 'कृष्णभक्त मीरा' ही तिची ओळख अवघ्या परिसराला माहीत झाली होती; तीच कृष्णभक्त मीरा! द्वारकेत श्रीकृष्ण मंदिरात आपल्या नश्वर देहाचा त्याग करून मीरा विदेही स्वरूपात स्वर्गाच्या दारी आली होती. श्रीकृष्णांनी ते ओळखलं. पण अशा विदेही मीरेला त्यांना भेटायचे नव्हते आणि मीरेलाही ते आवडले नसते. अगदी लहानपणीच जिने श्रीकृष्णाला आपला पती मानला होता, त्याच्या पायी स्वतःला झोकून देण्याची, मिटवून घेण्याची, विरघळून जाण्याची इच्छा धरली होती, त्या मीरेलाही हे श्रीकृष्णाला असे विदेही रूपात भेटणं आवडलं नसतं. म्हणूनच काही काळ, काही क्षण का होईना तिच्या विदेही आत्म्याला देह धारण करायला लावून मीरेला हृदयाशी धरायचे होते. उत्पत्ती-स्थिती-लय या सृष्टीचक्रातल्या तीन अवस्थांमधील 'स्थिती' या अवस्थेची जबाबदारी श्रीविष्णूंवरच तर होती. त्यामुळे मीरेच्या विदेही आत्म्याला काही काळासाठी सदेह करणे त्यांना अवघड नव्हते. प्रतिहारीनं सांगितलं, ''मीरेचा आत्मा स्वर्गाच्या द्वाराजवळ तिष्ठत उभा आहे!''

श्रीकृष्णांनी डोळे मिटले. आणि स्वर्गाच्या दाराशी मीरेला देह प्राप्त झाला. शांत, सोज्ज्वळ, तेजस्वी, शुभ्र वस्त्रधारी मीरा स्वर्गाच्या दाराशी वाट पाहत उभी होती स्वर्गाचे द्वार कधी उघडतेय याची! आणि ते दार उघडलं. दाराजवळच फुलांच्या कोमल पाकळ्यांचा जणू गालीचा अंथरला होता. द्वाराजवळच एक प्रतिहारी उभा होता. त्याच्या सांगण्यावरून मीरेने त्या फुलपाकळ्यांच्या पायघड्यांवर आपले पहिले पाऊल टाकले. त्या कोमल स्पर्शने तिच्या रखरखणाऱ्या तळव्यांना शीतलता मिळाली. राजमहाल सोडल्यापासून ती अनवाणीच तर भटकत होती. दगड-धोंडे, काटे-कुटे, फुफाटा, तापलेली पाऊलवाट यातूनच तर तिने मार्ग क्रमिला होता. आत्ता त्या पावलांना, तळव्यांना तो मृदुमुलायम फुलपाकळ्यांचा स्पर्श झाला आणि ती अंगांगी शहारली. तो मृदुल, शीतल स्पर्श तिला मोरपिसासारखा वाटला. तिच्या श्रीकृष्णाच्या मोरमुकुटातल्या मोरपिसासारखा! त्या नुसत्या वाटण्यानेच ती आनंदली. भराभरा त्या फुलपाकळ्यांच्या पायघड्यावरून चालत ती आत गेली. एक-दोन-तीन महाल तिनं ओलांडले. ते सगळे महाल विलक्षण सुंदर होते. ती सुंदरता डोळ्यांत साठवत मीरा पुढे चालली होती आणि अचानक ती थबकली, थांबली. तिचा जणू श्वास अडकला, वरच्यावर थांबला. अंगावर रोमांच उभे राहिले. डोळे जणू स्वप्नाळू बनले. तनुला जणू कान फुटले आणि हवेतल्या दिव्य गंधावर स्वार होऊन त्या गंधाबरोबर दरवळत, रेंगाळत, तरंगत आलेल्या सुरांनी मीरेचे भान हरपले. होय! तो बासरीचा स्वर होता. जो स्वर अगदी लहानपणापासून

तिच्या अंतर्मनानं ऐकला होता; जो स्वर तिच्या श्वासाबराबर तिच्या देहातही अविरत दरवळत होता; जो स्वर तिच्या रंध्रारंध्रात सतत नादत होता; जो स्वर अव्याहत तिच्या भवतीभवती दरवळत होता, तोच तो बासरीचा स्वर...

तो स्वर ऐकला आणि मीरा बेभान झाली, कावरीबावरी झाली. सजवलेल्या त्या महालात सैरभैर होऊन इकडे तिकडे शोधू लागली. बासरीचे स्वर ऐकायला कानात तर प्राण एकवटले होतेच, पण आता ते डोळ्यांतही एकवटले. आणि त्या महालाचा कोपरा न् कोपरा मीरा निरखून बघू लागली. तो महाल सगळा शोधून ती पुढच्या महालात गेली आणि तिला तो दिसला. होय! तो गोपालकृष्ण!!

त्याच्या भोवती ७/८ गोपबाल होते. सगळ्यांचे लक्ष वर छताकडे होते. छताला टांगलेल्या झुंबराखाली एक शिंकाळे लावले होते. त्या शिंकाळ्यात एकावर एक अशी मातीच्या मडक्यांची उतरंड होती आणि त्या उतरंडीखाली उभा होता गोपालकृष्ण. पीतांबर गुडघ्यापर्यंत खोचलेले होते. माथ्यावर बांधलेल्या साफ्यात मोरपीस खोचले होते. कमरेला पीतांबराच्या कनवटीत बासरी खोचली होती. गळ्यात फुलांच्या आणि मोत्याच्या माळा होत्या. हात कमरेवर ठेवून त्या शिंकाळ्याखाली उभे राहून त्या शिंकाळ्याच्या उंचीचा अंदाज तो घेत होता. अंदाज आल्यावर त्याने गोपबालकांना इशारा केला. सगळे एकत्र जमा झाले. एकमेकांचा आधार घेऊन एकेक करत ते एकमेकांच्या खांद्यावर चढले. असे तीन स्तर त्यांनी केल्यावर सगळ्यांच्या खांद्यावर जपून पाय ठेवत कृष्ण सगळ्यांत वर चढला. आता ते शिंकाळे सहज त्याच्या हाताला येत होते. त्याने शिंकाळ्यातल्या सर्वांत वरच्या गाडग्यात हात घातला. हातात येईल तेवढा लोण्याचा गोळा काढला. अर्धा आपण तोंडात घातला. उरलेला खालच्या गोपबालांना दिला. त्यांनीही तो मिटक्या मारत खाल्ला. आता श्रीकृष्णाने एकापाठोपाठ एक अशी ती गाडगी उचलली आणि एकेकाबरोबर खाली पाठवली. सगळी गाडगी अशी खाली उतरवल्यावर त्या बालगोपालांनी श्रीकृष्णाला खाली उतरवले. मग सगळी गोल करून वर्तुळात बसली आणि त्या सगळ्या गाडग्यात हात घालून दही, दूध, लोणी यावर ताव मारला. सगळी गाडगी रिकामी झाली. कृष्णाला खांद्याखांद्यावरून पुन्हा त्या बालगोपालांनी वर चढवले. कृष्णानं ती गाडगी, मडकी पुन्हा होती तशी उतरंडीनं रचली कृष्णाला पुन्हा खाली उतरवले. मग सगळ्यांनी एकच दंगा केला, जल्लोष केला. हे सगळे त्या महालाच्या दारात उभी राहून मीरा पाहत होती.

बात क्या कहू नागर नट की। नागर नट की नागर॥धृ॥
हुं दधी बेचत जात ब्रिंदावन। छीन ली मोरी दधी की मटकी॥
मोर मुकुट पीतांबर शोभे। अती शोभा उस कौस्तुभ मन की॥
मीरा कहे प्रभु गिरिधर नागर। प्रीत लगी उस मुरलीधर की॥

डोळे मिटून मीरा गायला लागली. तिचा तो खडा पण अनुनासिक आवाज सगळ्या महालभर पसरला. महालाच्या भिंती, छत, महालातल्या इतर सगळ्या वस्तू, झुंबरे सगळ्यांनी जणू ताल धरला. मीरेनं अभंग गाऊन संपवला. डोळे उघडले. समोर कोणीच नव्हते. गोपबाल, श्रीकृष्ण सगळेच गायब झाले होते. पण तरीही बासरीचा स्वर कुठून येतोय, याचा तिला उलगडा होत नव्हता. बासरीचा तो स्वर अजूनही घुमत होता. मीरा पुन्हा भानावर आली बासरीच्या त्या सुरावटीचा कानोसा घेऊन तिने पुन्हा शोध घ्यायला सुरुवात केली. महालाची सजावट डोळ्यांत साठवत मीरा त्या सुरांचा शोध घेत पुढच्या महालात गेली. तिने त्या महालात प्रवेश केला आणि ती थक्क झाली. डोळे विस्फारून, भान हरपून ती पाहातच राहिली. त्या महालात साक्षात गोकुळ अवतरले होते. गर्द वनराई होती, यमुना वाहत होती. यमुनेच्या काठावर गोपबालक खेळत होते. गोप-गोपिका पाणी भरत होत्या. काही गोपबाला स्नानासाठी यमुनेत उतरल्या होत्या. यमुनेत त्या स्वच्छंदपणे पोहत होत्या. मीरा हे सगळे अनिमिष नेत्राने बघत होती आणि अचानक कुठूनसा श्रीकृष्ण आला. त्याने यमुनेची काठावर असलेली गोपिकांची वस्त्रे उचलली आणि झपाट्याने तो तिथेच असलेल्या कदंब वृक्षावर चढला. ती सगळी वस्त्रे त्याने कदंब वृक्षावर फांद्यावर टाकली आणि तोही तिथेच बसून राहिला. त्या गोपबालांच्या हे लक्षात आले आणि लाजेने चूर झालेल्या त्या गोपबाला हात जोडून श्रीकृष्णाची विनवणी करू लागल्या आणि भान हरपून ते बघणारी मीरा पुन्हा गाऊ लागली.

कौन भरे जल जमुना। सखी को कौन भरे जल जमुना॥
बन्सी बजावे मोहे लीनी। हरीसंग चली मन मोहना॥
शाम हटेले बडे कवटाले। हर लाई सब ग्वालना॥
कहें मीरा तुम रूप नीहारो। तीन लोक प्रतिपालना॥
चीर कदंब पर बैठे। हम जलमा नंगी उधारी॥
तुमारो चीर तो तब नहीं देदूंगा। हो जा जलजे न्यारी॥
ऐसी प्रभुजी क्यों करनी। तुम पुरख हम नारी॥
मीरा के प्रभु गिरिधर नागर। तुम जीते हम हारी॥

आता तीसुद्धा त्या यमुनेत उतरली होती. तिचे उत्तरीयही वर कदंबावर होते. खट्याळ कान्हा ही त्या कदंबाच्या फांदीवर चढून बसला होता. त्याच्या चेहऱ्यावर तेच मिस्कील हास्य विलसत होते आणि यमुनेच्या पाण्यात उभी राहिलेली मीरा हात जोडून त्या श्रीकृष्णाला विनवत होती. अचानक बासरीचे स्वर मोठ्यांदा ऐकू आले आणि मीरा भानावर आली. यावेळी कानावर पडणारे बासरीचे स्वर वेगळे होते. निराळे होते. त्यात एक वेगळी ओढ होती. एक आमंत्रण होतं. एक प्रतीक्षा होती. आतुरता होती.

मीरेला तशा भानरहित अवस्थेतही त्या सुरांतील आमंत्रण समजले, आतुरता उमगली, अधीरता उमजली. आणि पुन्हा तिने चालायला सुरुवात केली. आता मात्र तिची पावले झपझप पडत होती. आता त्या महालातल्या सजावटीकडेही तिचं लक्ष नव्हतं. आपल्या पावलांखाली पसरलेला फुलपाकळ्यांचा गालीचाही जणू काट्यांप्रमाणे तिला टोचत होता. म्हणूनच तर ती चटचट पावले उचलत होती. बासरीच्या सुरांनी आकर्षित झालेली, त्या सुरावटीकडे खेचली जाणारी मीरा पुढच्या दालनात पोचली. तिने कान आणि डोळे त्या सुरावटीचा वेध घेत होते. आणि...! तिला तो दिसला. होय! तोच तो! तिचा गिरिधर गोपाल. तिचा श्रीकृष्ण, तिचा कन्हैया!

तोच होता तो! एका विशाल कदंब वृक्षाखाली, त्या वृक्षाच्या बुंध्याला टेकून तो उभा होता. माथ्यावर मोरपिसांचा मुकुट होता, दोन्ही हात बासरीवर होते आणि बासरी ओठांवर होती. तिच्यातूनच ते दिव्य स्वर निघत होते. मात्र त्याचे डोळे उघडे होते. त्यातून ओघळत होतं मिस्किल हसू आणि डोळ्यात ओसंडत होतं आमंत्रण. मीरा धावत समोर येऊन उभी राहिलेली बघून त्याच्या डोळ्यांत चमक आली. मिस्किल हास्य उमटलेले ओठ आणखी विलग झाले. सभोवतालचे वातावरण अवघं मंत्रमुग्ध झाले होते. भारावलं होतं, भारले होते आणि तशीच मंत्रमुग्ध झाली होती मीरा! इतकी की ती जागच्या जागी थबकली. तिचा तिच्या डोळ्यांवर विश्वास बसेना. आपण बघतोय ते सत्य, स्वप्न की भास? तिच्या मनात गोंधळ उठला. तो तिच्या चेहऱ्यावरही उमटला. तो श्रीकृष्णाने वाचला. श्रीकृष्णाने बासरीवरचा एक हात काढून पसरला. तिला जवळ येण्याची खूण केली. आणि आनंदानं बेभान झालेल्या मीरेच्या पावलांना विलक्षण गती आली. तीरासारखी धावत ती श्रीकृष्णाजवळ गेली आणि भान हरपून त्याच्या बाहूत विसावली. तिला जवळ येताना बघून श्रीकृष्णानं बासरी दुशेल्यात खोचली आणि भान हरपलेल्या मीरेला आपल्या हृदयाशी घेतलं, 'मीरा, आता तू निश्चिंत राहा! आता तू तुझ्या गिरिधर गोपालाजवळ आहेस!' हे वाक्य म्हणजे त्या देही-विदेही मीरेची त्या क्षणाची शेवटची जाणीव होती. शेवटच्या क्षणी स्वतःला श्रीकृष्णाच्या पायी समर्पित करून मीरा धन्य झाली.

श्रीकृष्णाच्या महालापर्यंत मीरा पोचली की नाही, हे बघायला आलेले देवर्षि नारद समोरचे दृश्य बघून जागीच थबकले. श्रीकृष्णाच्या हृदयाजवळ श्रांत क्लांत मीरा पहुडली होती. विलक्षण कष्ट, त्रास, जाच सहन केले होते; ते तिच्या चेहऱ्यावर उमटले होते. पण त्याहीपेक्षा तिच्या चेहऱ्यावर विलक्षण समाधान, धन्यता, कृतार्थता, शांतता, निरागसता उमटली होती. चेहऱ्यावर त्रासाच्या खुणा होत्याच, पण विलक्षण समाधानही पसरले होते. एखादी निरागस बालिका आईच्या कुशीत विसावते, तशी श्रीकृष्णाच्या मिठीत निरागसपणे विसावरलेली मीरा बघून देवर्षि नारदांच्या डोळ्यांसमोर तिचा जीवनपट उभा राहिला. मीरेचा जीवनपट....

२

राजस्थानमधला मेडतिया परगणा. महाराज रतनसिंह या मेडतियाचे जहागिरदार. म्हणून त्यांना *रतनसिंह राठोड* असं सन्मानानं म्हणायचा रिवाज होता. मेडतियासारख्या विशाल जहागिरीचे ते राजे. त्यांचा मान कुठल्याही राजापेक्षा कमी नव्हता. जितके रतनसिंह शूर, पराक्रमी होते तितकेच प्रजेचे प्रेमळ पालनकर्ते होते. जितके जहागिरीच्या रक्षणासाठी दक्ष होते, तितकेच प्रजेच्या कल्याणाच्या बाबतीतही जागृत होते. म्हणूनच तर मेडतियाची सगळी प्रजा त्यांना *महाराज* म्हणायची. महाराज रतनसिंह प्रजेबाबत दक्ष होते. त्यांची एकुलती एक लाडकी लेक *मीरा* त्यांचा जीव की प्राण होती. मीरेची आई *वीरकुमारी* हिला रतनसिंहांची सक्त ताकीद होती की एक क्षणही मीरेला दृष्टीआड करायचे नाही.

मीरा अवघ्या महालात सगळ्यांची लाडकी होती. तिचे आजोबा राव दूदाजींची तर ती फारच लाडकी होती. त्याला कारणही तसेच होतं. दूदाजींच्या घराण्यात एकलिंगजींची पूजा होत असली आणि दूदाजींची एकलिंगजींवर श्रद्धा असली, तरी त्यांना श्रीकृष्ण फार आवडायचा. म्हणून मग ते वीरकुमारीला, मीरेच्या आईला मुद्दाम सांगायचे की, 'मीरेला कृष्णाचा पोशाख घाल. चिमुकल्या मीरेला श्रीकृष्णाप्रमाणं नटव-सजव.' विशेष म्हणजे मीरेलाही ते फार आवडायचं. तिचा रंग होता श्रीकृष्णासारखा सावळा, पण विलक्षण तेजस्वी. असं वाटायचं की गगनाच्या निळाईची छटा तिच्या रंगात उतरली आहे. डोळे असे टपोरे आणि बोलके की बघणाऱ्याच्या काळजाचा ठाव घ्यायचे. लाडिक पण किंचीत अपरं नाक. रुसवा तर त्यावर मुक्कामालाच आणि मनाचा निग्रह दर्शवणारी खळी असणारी टोकदार हनुवटी. या सगळ्याला सामावून घेणारा पौर्णिमेच्या चंद्रासारखा गोल चेहरा आणि चंद्राभोवती ढगांचे पुंजके जमावेत तशी तिच्या चेहऱ्याभोवती असलेली कुरळ्या केसांची महिरप. पायातल्या सोन्याच्या

तोरड्या रुणझुणत मीरा जेव्हा अवघ्या महालात फिरायची, तेव्हा तिच्यासोबत फिरायचं जणू चैतन्य. मात्र वीरकुमारी, मीरेची आई मात्र तिच्यामागे धावता धावता थकून जायची.

त्यातच आत्ताशा मीरेला एक नवीनच नाद लागला होता. महालाच्या आवाराच्या पलीकडं गर्द झाडी होती. त्या झाडीत हरणं, ससे, मोर असे प्राणी होते. एक दिवस महालाच्या सौंधावरून मीरेला दोन मोर दिसले. आषाढ महिना होता. पावसाची चाहूल होती. ते मोर पिसारा फुलवून नाचत होते. मीरेनं ते बघितलं आणि धावतच खाली आली. आली ते थेट तिनं महालाची पाठीमागची बाजू गाठली. भिंतीला ठेवलेल्या, ये-जा करण्याच्या झरोक्यातून ती तडक त्या झाडीत शिरली. नाचणाऱ्या मोरांसमोर जाऊन उभी राहिली. विशेष म्हणजे एरवी माणसांच्या चाहुलीनं झाडीत पळणारे ते मोर मीरा समोर येऊन उभी राहिली तरी तिथंच थांबले. नुसतेच थांबले नाहीत तर पिसारा फुलवून तसेच नाचत राहिले आणि मीराही आपली ओढणी त्यांच्या पिसाऱ्यासारखी मस्तकावर पसरून नाचत राहिली. मीरेच्या पाठोपाठ धावत आलेल्या, झरोक्यातून कसंबसं बाहेर पडलेल्या वीरकुमारीनं हे दृश्य पाहिलं आणि स्तिमित होऊन ती डोळे विस्फारून बघतच राहिली. ते दोन मोर ही पिसारा फुलवून नाचत होते आणि मीरा ही आनंदानं त्यांच्या समोर नाचत होती. भान त्या चौघांचंही हरपलं होतं. मोरांचं आणि मीरेचं नाचताना, आणि वीरकुमारीचं बघताना. शेवटी पावसाचे थेंब पडायला लागले तसं सगळ्यांना भान आलं. पिसारा मिटवून मोर झाडीत पळाले. तर वीरकुमारीनं मीरेला उचलून घेतलं आणि तिला घेऊन ती महालात आली. पण त्या दिवशी मीरेनं जेवताना अजिबात खळखळ केली नाही. ती मुकाट्यानं जेवली आणि वीरकुमारीनं मनोमन त्या मोरांचे आभार मानले.

रतनसिंह यांनी मीरेला मात्र एखाद्या राजकन्येसारखं वाढवलं होतं. त्यांच्या दृष्टीनं तिचा शब्द तर प्रमाण होताच, पण तिच्या सर्व शिक्षणाची व्यवस्थाही त्यांनी चोख ठेवली होती. कशीदाकारी, भरतकाम, वीणकाम, चित्रकला या कलांसोबतच तिला लेखन-वाचनही शिकवायला त्यांनी महालात व्यवस्था केली होती. त्याच बरोबर तलवार, भाला, बर्ची, धनुष्यबाण ही शस्त्रं चालवणं, घोडेस्वारी करणं या कलाही त्यांनी तिला शिकवल्या होत्या. मीरा एवढी कुशाग्र बुद्धीची होती की, या सगळ्या कला तिनं आत्मसात तर केल्याच. पण त्यात प्राविण्यही मिळवलं. तिचे शस्त्रविद्येचे गुरू मेहरूसिंग यांना तिचं फार कौतुक होतं. मीरेचं हे शिक्षण चालू असताना एकदा रतनसिंह शस्त्रशाळेत आले. मीरा तेव्हा तलवार चालवत होती. तिच्या गुरूसोबतच ती दोन हात करत होती. रतनसिंह अनिमिष नेत्रानं ते बघत राहिले. गुरू मेहरूसिंगांचं लक्ष ठाकुरजींकडे गेलं. त्यांना मुजरा करून ते म्हणाले, 'महाराज, बिटिया आता चांगली तरबेज झाली आहे. फार तर आपण परीक्षा घेऊ शकता.' मीरा एका बाजूला उभी राहून

हे बघत होती. तिनं तिथूनच रतनसिंहांना हाक मारली. ''पिताजी, घेता तलवार हाती?''
रतनसिंह हसले. त्यांच्या चेहऱ्यावर लेकीबद्दलचा अभिमान ओसंडत होता. त्यांनी गुरू
मेहरूंकडं पाहिलं. त्यांनी आपली तलवार ठाकुरजींना दिली. ठाकुरजींनी ती डाव्या
हातात घेतली. ते बघून मीरा म्हणाली, ''पिताजी, तलवार उजव्या हातात घ्या! मी
लहान नाही.'' आठ वर्षांच्या मीरेचा तो आत्मविश्वासानं भरलेला स्वर ऐकून रतनसिंह
प्रसन्न झाले. आपल्या लेकीचं त्यांना कौतुक वाटलं. उजव्या हातात तलवार पेलत ते
मैदानात आले. मीरा डावा हात आडवा धरून उजव्या हातात तलवार धरत पवित्रा
घेऊन उभी होती. तिनं घेतलेला तो पवित्राच सांगत होता की ती तलवारबाजीत किती
तरबेज आहे. रतनसिंहांनी तलवारीचा प्रहार केला. मीरेनं तो वरच्यावर अडवला. त्यांनी
दुसरा प्रहार केला. मीरेनं खाली झुकून तो चुकवला आणि डोळ्याचं पातं लवतं न लवतं
तोच वाघासारखी झेप घेऊन मीरेनं वार केला. रतनसिंहांना तो चुकवता आला नाही.
त्यांच्या दंडावरचा अंगरखा फाडत गेलेल्या त्या वारानं ठाकुरजींच्या हातातली तलवार
खाली पाडली. रतनसिंह निःशस्त्र झाले. ते बघून मीरेनं तलवार म्यान केली. आणि
धावत जाऊन त्यांना बिलगली. रतनसिंहांनी तिला जवळ घेतलं. तिच्या मस्तकावरून
हात फिरवला आणि गुरू मेहरूसिंगांना म्हणाले, ''आचार्य, आपण मीरेला चांगलीच
तरबेज केली आहे. तलवारीच्या तिसऱ्या वाराने समोरची तलवार खाली पाडणं,
त्याला निःशस्त्र करणं हे साधं काम नाही. आपली शिष्या, आमची मीरा तलवारबाजीत
चांगलीच तयार झाली आहे!'' असं म्हणत रतनसिंहांनी गळ्यातला मोत्याचा हार
काढून गुरू मेहरूसिंगांना दिला. ती भेट अदबीनं स्वीकारून गुरू म्हणाले, ''महाराज,
फक्त तलवारबाजीतच नव्हे तर इतरही शस्त्रे चालवण्यात मीरा बिटिया तरबेज झाली
आहे!'' ते ऐकून रतनसिंहांना समाधान वाटलं. म्हणाले, ''राजपूत आहे ती. तिला शस्त्रं
उत्तम प्रकारे चालवता आलीच पाहिजेत!'' गुरूंनी मान डोलावली मीरेला सोबत घेऊन
रतनसिंह प्रसन्न मनानं तिथून बाहेर पडले.

मीरा अशी मनस्वी होती. लाडकी तर ती सगळ्यांचीच होती, पण रतनसिंहांची
ती जीव की प्राण होती. तिचा प्रत्येक शब्द ते झेलत असत. तिचा प्रत्येक हट्ट पुरा
करत. मग त्यासाठी वाट्टेल ती किंमत मोजायला ते तयार असत. एकदा असेच झाले.
एक जवाहिऱ्या महालात आला. त्याच्याकडे हर प्रकारचे अलंकार होते. हिरे, मोती,
पाचू, माणिक, सोने, चांदी... वीरकुमारीनं बरेच अलंकार खरेदी केले. चिमुरडी मीरा
चार वर्षांची होती. तिनं विचारलंच, ''माँ, इतके अलंकार तू का घेतलेस?'' ''बेटा
आपल्याला मावशीच्या लग्नाला जायचं आहे ना? त्यासाठी घेतलेत!'' वीरकुमारीनं
उत्तर दिलं. ''माँ, मी पण लग्नाला येणार आहे ना? मग मला घे ना अलंकार!'' मीरेनं
धिटाईनं सांगितलं. तिचा हट्ट बघून त्या जवाहिऱ्यालाही कौतुक वाटलं. ''घे ना बेटी!

यातला तुला हवा तो अलंकार घे!'' असं म्हणत त्यांं अलंकार ठेवलेली ती सगळी पेटीच मीरेसमोर उघडली. मीरा कुतुहलानं ते सगळे अलंकार बघत होती. त्या सगळ्या पेट्यांच्या खाली. एका कोपऱ्यात एक हस्तिदंती नक्षीकाम केलेली पेटी होती. मीरेची तिच्यावर नजर पडली आणि तिचे डोळे चमकले. ''मला ती पेटी काढून दाखवा नं!'' तिनं लाडिकपणे त्या जवाहिऱ्याला सांगितलं, ''तोबा तोबा! बच्ची के निगाहों की दाद देनी पडेगी हुजूर! इन अलंकारोंमें से सबसे नायाब अलंकार चुना है बेटीने!'' असं म्हणत जवाहिऱ्यांं ती हस्तिदंती पेटी काढली, उघडली, आणि मीरेच्या हातात ठेवली. त्या हस्तिदंती पेटीत पांढऱ्या मखमलीवर एक मोरपंखी रंगांचा हिऱ्यांचा हार लखलखत होता. ती पेटी उघडल्याबरोबर गवाक्षातून येणारे सूर्याचे किरण त्या हारावर पडले आणि तो हार झळाळून उठला. त्याचं तेज मोरपंखी रंगाचे कवडसे उधळत सगळीकडे पसरलं. आणि ते बघून आनंदानं नाचत टाळ्या वाजवत मीरा ओरडली. ''मला हा हार हवा! पिताजी, मला हा हार हवा! याचा रंग मोरपिसासारखा आहे, जे श्रीकृष्णाच्या मुकुटात असत. मला हाच हार हवा!''

मीरेच्या चेहऱ्यावर पसरलेला आनंद त्या कवडशांपेक्षा तेजस्वी होता. खरोखरच तो हार अप्रतिम होता. ''सुनो! यह हार हमारी बिटिया को पसंत आया है. हा हार आम्ही खरेदी करत आहोत. याची किंमत सांगा! आम्ही आमच्या बेटीसाठी काय वाटेल ते करायला तयार आहोत. तुम सिर्फ दाम बोलो!'' महाराज रतनसिंह म्हणाले. तो जवाहिऱ्या हसला. म्हणाला, ''राजाजी, हा हार मी द्वारकेहून आणला आहे. श्रीकृष्णाच्या खजिन्यातला हा हार आहे. तो मी खरेदी केला आहे. श्रीकृष्णाच्या मूर्तीसाठी नवीन अलंकार मी घडवले. त्याच्या मजुरीच्या बदल्यात मी हा हार मागून घेतला. श्रीकृष्णाच्या खजिन्यात असले अगणित हार आहेत. त्यामुळे द्वारकेचे मुख्य पुजारी गोविंदजींनी एक हार मला दिला. मी तो प्रसाद म्हणून ठेवला आहे. मी हा हार विकणार नाही. पण बेटी मीराला हा हार फारच पसंत पडला आहे, आवडला आहे. म्हणून मी तो तसाच देईन. याचा एक पैसाही मी घेणार नाही. पण राजाजी, या हाराच्या बदल्यात आपल्याला एक करावं लागेल. ते करायला आपण तयार असलात तर हा हार तुमचा!'' त्या जवाहिऱ्यानं सविस्तर सांगितलं. तो हार श्रीकृष्णाच्या खजिन्यातला आहे हे समजल्यावर तर मीरा नाचायलाच लागली. ''पिताजी, मला तो हार पाहिजेच.'' असं म्हणत तिनं रतनसिंहांच्या कमरेला मिठी मारली. रतनसिंहांनी तिला उचलून घेतलं. ''बेटी मीरा, तो हार आपण घेतोय! तुला हवा आहे ना? मग घेतलाच म्हणून समज. व्यापारी बोला. हा हार मिळवण्यासाठी मला काय करावं लागेल? आमच्या बेटीसाठी आम्ही काय वाटेल ते करायला तयार आहोत! बोला! काय करायचं आहे?'' त्या जवाहिऱ्यालाही कौतुक वाटलं. तो म्हणाला, ''हुजूर, या हाराच्या बदल्यात तुम्ही एकच करायचंत! तुम्ही तुमच्या हातांं

मला पगडी बांधायची. ठाकुरजी, तुम्ही मला पगडी बांधून माझा सन्मान करायचा. हा सन्मान माझ्यासाठी फार मोठा सन्मान असेल. हे माझं फार मोठं भाग्य असेल. ते भाग्य माझ्या पदरात टाका आणि मग हा हार तुमचा!'' त्या जवाहिऱ्यानं आपली अट सांगितली. पण तीही अदबीनं! रतनसिंहांनी क्षणभरही विचार केला नाही. ''व्यापारी, आम्ही तयार आहोत! तुम्ही साक्षात श्रीकृष्णाच्या खजिन्यातून आणलेला हार आमच्या लेकीसाठी देताय. तुम्हाला पगडी बांधून तुमचा सन्मान करायला आम्हाला आवडेल.'' रतनसिंहांनी लगेच सांगितलं. महालाच्या दाराकडं बघत त्यांनी टाळी वाजवली. एक सेवक धावत आला. मुजरा करून उभा राहिला. ''प्रतिहारी! प्रधानजींना सांगून आपल्या वस्त्रदालनातून एक जरीची पगडी आणवून घ्या!'' रतनसिंहांनी आज्ञा केली. ''जी हुजूर'' म्हणत मुजरा करून प्रतिहारी गेला.

थोड्याच वेळात स्वतः प्रधानजी पगडी घेऊन आले. रतनसिंहांनी त्या जवाहिऱ्याला आसनावर बसायला सांगितले. राजस्थानी रिवाजाप्रमाणं रतनसिंहांनी त्याला मिठाई भरवली. मग स्वतः रतनसिंहांनी प्रधानजींच्या हातातून पगडी घेऊन ती उलगडली आणि त्या जवाहिऱ्याच्या मस्तकावर बांधली. प्रधानजी विस्फारीत नजरेनं ते दृश्य बघत होते. तर चिमुरडी मीरा टाळ्या वाजवत नाचत त्या आसनाभोवती बागडत होती. पगडी बांधून झाली. जवाहिऱ्यानं रतनसिंहांचं हात हातात घेतले. आपल्या कपाळाला लावले, डोळ्यांवर टेकवले आणि आसनावरून उठून त्यानं रतनसिंहाच्या चरणावर मस्तक टेकवलं. तेही पगडीसाकट! ''धन्य हो ठाकुरजी आप! और धन्य हूँ मैं भी! ज्याच्या मस्तकावर आपण स्वतः पगडी बांधलीत.'' असं म्हणत त्यानं रतनसिंहाच्या पावलावर ओठ टेकवले. ''अरे, हे काय करता आहात आपण? उठा बरं!'' असं म्हणत रतनसिंहांनी त्याला खांद्याला धरून उठवलं. डोळ्यांतलं पाणी पुसत व्यापारी उठून उभा राहिला. सावकाश चालत संदूक ठेवली होती तिथं गेला. ती मोठी संदूक उघडून त्यानं ती हस्तिदंती पेटी बाहेर काढली. मोठ्या अदबीनं आणि आदरानं त्यानं ती पेटी रतनसिंहांच्या हातात दिली. म्हणाला, ''ठाकुरजी, आज से यह आपकी अमानत है! इसे संभालिए! हा हार मीरा बेटीला शोभून दिसेल. तिनं गळ्यात घातल्यावर हाराचीही शोभा वाढेल.''

रतनसिंहांनी ती हस्तिदंती पेटी हातात घेतली. उघडली. आत लखलखता हार होता. खरोखरच मीराची निवड अप्रतिम होती. रतनसिंहांनी तो हार त्या पेटीतून काढला. मीरेला जवळ बोलावलं आणि तो हार तिच्या गळ्यात घातला. त्या हारातून परावर्तित झालेले किरण मीरेच्या गालावर पसरले आणि त्या हाराचीच शोभा वाढली. मात्र हार गळ्यात पडताच मीरेला जो काही आनंद झाला, तो बघूनच रतनसिंहांना सार्थक झाल्यासारखं वाटलं. त्या कवडशांइतकेच मीरेचे डोळे लकाकत होते, चकाकत होते. हार जास्त

लखलखत होता की मीरेचे डोळे असा प्रश्न जवाहिऱ्याला पडला आणि हार नेमक्या जागी गेला, याचं त्याला समाधान वाटलं. ठाकुरजींनी पगडी बांधून आपला शब्द तर पाळला होताच; पण लेकीसाठी बाप काहीही करू शकतो याचा दाखलाही दिला होता. रतनसिंहांच्या महालातली जवाहिऱ्याची फेरी अशी सत्कारणी आणि समाधानी ठरली होती. महालातील खरेदी आटोपल्यावर जवाहिऱ्या बाहेर पडला ते हृदयाच्या कुपीत हा प्रसंग साठवूनच.

चारच दिवसांनी वीरकुमारी आपल्या परिवारासह माहेरी बहिणीच्या लग्नासाठी गेली. मीराही सोबत नटून थटून होती. वीरकुमारीची बहीण पद्माकुमारीचा विवाह होता. वीरकुमारीचा सगळा गोतावळा जमला होता. त्या सगळ्यांच्यात मीरा उठून दिसत होती तिच्यातील चुणचुणीतपणानं, स्वभावातल्या लाघवीपणानं, भाषेतल्या मार्दवानं, बोलण्यातल्या आर्जवानं. लग्नाचा दिवस उजाडला. पद्माकुमारी नखशिखान्त सजली होती अगदी डोईपासून पायाच्या नखांपर्यंत तिने अलंकार घातले होते. लहानगी मीरा तिचा शृंगार विस्मित नजरेनं बघत होती. न राहवून तिनं पद्माकुमारीला विचारलं, ''मावशी, तू इतकी का नटली आहेस?'' तिचा निरागस प्रश्न ऐकून सगळ्याजणी हसल्या. पद्माकुमारीनं छोट्या मीराला उचलून घेतलं. तिचं इवलं नाक चिमटीत पकडून म्हणाली, ''अगं चिमुरडे, माझं लग्न आहे ना? म्हणून मी नटले आहे. अग लग्नात असं नटावं लागतं, आणि नटायला मिळतं. पण तुलाही तुझ्या लग्नात असं नटायला मिळेल, हं!'' मावशीकडून स्पष्टीकरण मिळताच मीरेनं खाली उतरून आईकडं धाव घेतली आणि आईच्या कमरेला मिठी मारून विचारलं, ''माँ, माझं लग्न कधी करायचं?'' या प्रश्नावर पुन्हा सगळ्या हसल्या. आईनं मीरेला उत्तर दिलं. ''बेटी, तू मोठी झाल्यावर करायचं हं!'' लगेच मीरेनं पुढचा प्रश्न केला. ''मी मोठी कधी होणार?'' ''अजून पुष्कळ दिवस लागणार!'' आईनं सांगितलं. ते उत्तर ऐकून मीरा फुरगंटून म्हणाली, ''ऊ...! आम्ही नाही जा! आम्ही नाही इतके दिवस थांबणार! आम्हाला आत्ताच लग्न करायचंय! आत्ताच्या आत्ता!'' तिचं रुसणं, तिचा हट्ट ऐकून सगळ्याजणी पुन्हा हसल्या. ''मीराबाई, लग्न करायला एक नवरा लागतो. तो मिळायला हवा ना?'' असं कुणीतरी म्हणालं आणि सगळ्याजणी पुन्हा हसल्या. मीरा रुसली, रागावली. तिनं गाल फुगवले, डोळ्यांच्या काठावर पाणी जमा झालं. काही न बोलता तिनं आईचा हात धरला आणि रुसलेल्या चेहऱ्यानं आईचा हात ओढत ती त्या दालनातून बाहेर आली. बाहेरच्या दालनातही माणसांची वर्दळ होतीच. पण मीरा आईला ओढत घेऊन आली. भिंतीजवळ उभी राहिली.

तिथून येणारे जाणारे त्या दोघींकडं बघत होते. पण सगळी आपापल्या कामात होती. आईनं मीराला विचारलं, ''मीरा बेटी, आपण इथं का आलोय? काय हवंय तुला?'' मीरा अजून रुसलेलीच होती. ती तशीच फुरंगटलेल्या आवाजात म्हणाली, ''माँ, आम्हाला

आत्ताच्या आत्ता लग्न करायचं आहे. आत्ताच! माँ आत्ता आमचं लग्न कर किंवा आम्हाला आमचा नवरा दाखव. म्हणजे आम्ही सगळ्यांना सांगू की, आमचा नवरा कोण आहे ते!''
मीरेचं हे बोलणं ऐकून वीरकुमारीला हसूच आलं. पण तिनं ते दाबलं. ती हसली असती तर मीरा आणखी चिडली असती. मीरा किती हट्टी होती हेही आईला चांगलंच माहीत होतं. आता नवरा दाखवल्याशिवाय मीरा आपला हट्ट सोडणार नाही. शांत बसणार नाही हे तिच्या लक्षात आलं. मीरा आता हळूहळू स्फुंदायला लागली होती. कोणत्याही क्षणी तिनं भोकाड पसरलं असतं. चार लोक जमले असते. त्यांनी चौकशी केली असती. मीरेच्या हट्टावर पुन्हा हसले असते. मीरानं हे सगळं रतनसिंहांना सांगितलं असतं. आणि लेकीच्या डोळ्यांतलं पाणी बघून रतनसिंह तिथे एक क्षण थांबले नसते. वीरकुमारी आणि मीराला घेऊन ते लगेचच जहागिरीत परतले असते. मग लग्न समारंभ कसला आणि काय?

हा सगळा विचार वीरकुमारीच्या मनात आला. तिनं मीराला जवळ घेतलं. म्हणाली, ''बेटा, रडू नको. चल तुला तुझा नवरा दाखवते. आणि ते रडणं बंद कर. चेहरा हसरा कर बघू. नाहीतर तुझा नवरा म्हणेल ही असली रडकी बायको नको मला! हो किनई?''
आईचं बोलणं मीरेला पटलं. नवऱ्यानं रडकी बायको नको असं म्हटलं तर? त्यानं तसं म्हणून चालणारच नव्हतं. मीरेनं आपला चेहरा पुसला, डोळे पुसले. फुगवलेले गाल जाऊन त्या ठिकाणी चेहऱ्यावर हसू आणलं आणि आईला म्हणाली, ''चल! दाखव मला माझा नवरा. हे बघ मी रडणं थांबवलं. आता तो म्हणणार नाही ना रडकी बायको? चल लवकर?'' मीरेला आता धाई झाली होती नवरा बघायची.

वीरकुमारीनं तिचा हात धरला. आणि ती निघाली. 'हिला आता नवरा कुठला दाखवायचा? कोण हिचा नवरा म्हणून दाखवायचं? हे परक्याचं घर? इथं कोण भेटणार हिचा हट्ट पुरवणारं? आणि हिचा हा वेडा हट्ट सांगायचा कुणाला? ऐकणारेही हसतील सगळे. मीरेला तर हसतीलच पण आपल्यालाही हसतील. आणि ते रतनसिंहाना अजिबात आवडायचं नाही. चालायचं नाही.' मनात असे असंख्य विचार घेऊन वीरकुमारी इथं तिथं शोधत होती. भिरभिरत्या नजरेनं इकडं तिकडं बघत होती. त्या दालनात दिसणारा प्रत्येक दरवाजा उघडून बघत होती. अचानक तिनं एक दरवाजा उघडला. ती देवखोली असावी. आत मोठाच मोठा देव्हारा होता. चांगला दोन अंकणाचा. नक्षीदार खांब, कोरीव काम केलेलं छत आणि शिखर, नक्षीच्या पायऱ्या. आणि या भव्य नक्षीदार देव्हाऱ्यात तो उभा होता. 'तो'! नवरत्नांचा हार गळ्यात घालून, मोरपिसांचा मुकुट मस्तकावर घालून. पायाचा तिढा घालून तो उभा होता. दोन्ही हात मुडपून बासरी धरली होती. ती ओठाजवळ टेकवली होती. ओठांवर प्रसन्न हास्य होतं. डोळे समोर रोखलेले होते, जणू कोणाला तरी आमंत्रण देत होते. वीरकुमारीनं त्याला बघितलं आणि तिची जणू नजरबंदी झाली. ती एकटक त्याच्याकडे पाहत राहिली, अगदी पापणीसुद्धा न

हलवता. आपली माँ अशी थबकली का? आणि ती एकटक कोणाकडे बघते आहे, हे बघण्यासाठी मीरेनं त्या दिशेनं पाहिलं. 'अच्छा? हा आहे का माझा नवरा? छानच आहे हा? पण ही तर मूर्ती आहे. दूदाजींच्या महालातही आहे. ते या मूर्तीला 'श्रीकृष्ण' म्हणत होते. अच्छा! म्हणजे दूदाजींनीसुद्धा माझ्या नवऱ्याची मूर्ती करून ठेवली आहे तर? हो! म्हणजे विसरायला नको! दूदाजींनी ठेवली तर ठीक आहे. पण इथं कशी काय? ओ हो! मावशीला दाखवण्यासाठी असेल. एकदा माँला विचारून खात्री करून घ्यावी.' मीरानं चांगला मोठा विचार केला आणि पुढं होऊन माँचा हात धरला. "माँ, हाच का माझा नवरा? तू त्याच्याकडे एकटक बघत उभी आहेस? छान आहे हा! आवडला मला! पण ही तर त्याची मूर्ती आहे. मी मूर्तीशी कसे लग्न करणार? हा कुठे राहतो? दूदाजींनी पण हाच नवरा शोधलाय माझ्यासाठी. त्यांच्या दालनात याची मूर्ती आहे. सांग ना माँ! हाच का माझा नवरा? याच्याशीच माझं लग्न होणार ना?" माँच्या कमरेला मिठी घालत मीरेने विचारले. तिच्या स्पर्शनि आणि प्रश्नाने वीरकुमारी भानावर आली. मीरेचा शेवटचा प्रश्न तिने ऐकला होता. आत्ता तरी वेळ मारून नेता येईल या विचाराने तिनं पटकन म्हंटले, "हो मीरा बेटी! हाच तर तुझा नवरा. याच्याशीच तुझं लग्न करायचं हं! आहे ना छान? आवडला तुला?"

माँ ने होकार दिला, तशी मीरा आनंदली. टाळ्या वाजवून उड्या मारायला लागली. उड्या मारता मारता म्हणत होती. म्हणत होती, 'श्रीकृष्ण माझा नवराऽऽ! श्रीकृष्ण माझा नवराऽऽ!' असे नाचून झाल्यावर तिने पुन्हा प्रश्न केले, "माँ, हा कुठं राहतो? आणि याची मूर्ती इथं का?" मीराच्या या प्रश्नांना उत्तर देणे भाग होते. "हे बघ मीरा, हा तुझा नवरा ना द्वारकेला राहतो. द्वारकेला त्याचा मोठा महाल आहे. आणि तो खूप खूप मोठा आहे, म्हणून सगळीकडे त्याची मूर्ती असते. सगळ्या जगावर त्याचेच राज्य आहे. असू दे ना तुला हा नवरा?" वीरकुमारीने विचारलं आणि मीरेने मोऽऽठा होकार भरला. तिचा चेहरा, तिचे डोळे, तिचे ओठ, तिचे गाल, सगळे काही आनंदाने मुसमुसत होते. मीरेची सध्या तरी समजूत पटलेली बघून वीरकुमारीला बरे वाटले. "मीरा बेटी, आता मावशीच्या दालनात जाऊ या का? तिच्या लग्नाला आलोय आपण." वीरकुमारीनं विचारताच मीरा गडबडीने म्हणाली, "चल, चल लवकर माँ! लग्नात कसे नटतात, कसे सजतात ते मला पण बघायचेय चल लवकर!" असं म्हणून माँचा हात धरून तिला खेचत मीरा त्या देवघराच्या बाहेर पडली. पण बाहेर पडताना मागे वळून एक कटाक्ष श्रीकृष्णाकडे टाकायला ती विसरली नाही.

त्यानंतर मात्र सगळं निर्विघ्नपणे पार पडलं. मीरानं कसलीही खळखळ केली नाही. वीरकुमारी बहिणीला म्हणजे पद्माकुमारीला नटवत-सजवत होती तर तिच्याच बाजूला उभी राहिलेली मीरा ते सगळं बारीक नजरेनं, नीट लक्ष देऊन बघत होती. पद्माकुमारीचं

तिच्याकडं लक्ष गेलं. तिनं चेष्टेनं विचारलं. ''मीराबाई, काय बघता आहात एवढं निरखून?'' पण मीरा गंभीर होती. तिनं त्याच गंभीरपणे उत्तर दिलं. ''काही नाहीं मावशी! माझ्या लग्नात मला पण नटायचं - सजायचं आहे ना? म्हणून लक्ष देऊन बघते आहे!'' मीरानं हे उत्तर इतक्या गंभीरपणे दिलं की तिचा आविर्भाव बघून पद्माकुमारी हसायचं विसरली. एवढंच काय ते घडलं! त्यानंतर मग मात्र पद्माकुमारीचं लग्न मोठ्या थाटात पार पडलं. मीरानं कसलाही किंवा कोणताही प्रश्न विचारला नाही. एवढंच नव्हे तर सगळे विधी बारकाईनं लक्षपूर्वक बघत ती शांतपणे सगळीकडं वावरत होती. पद्माकुमारीचं नटणं सजणं, विवाहाचे विधी सगळं लक्षपूर्वक बघत होती. जणू ते तिला आत्मसात करायचं होतं. इतक्या एकाग्र चित्तानं ती सगळं निरखत होती. वीरकुमारीची नजर अधूनमधून तिच्याकडं वळत होती, पण मीरा शांत होती हे बघून तिला जसं समाधान वाटत होतं तसंच नवलही वाटत होतं.

विवाहविधी संपन्न झाले. आहेर झाले. वीरकुमारी लग्नाच्या तयारीसाठी आधीच आली होती. त्यामुळे लग्नसमारंभ आटोपला की, रतनसिंहांबरोबर ती लगेच निघणार होती. पद्माकुमारीची पाठवणी झाली. भिजल्या डोळ्यांनी तिनं सगळ्यांचा निरोप घेतला. मीरेचा निरोप घेण्यासाठी पद्माकुमारी तिच्याजवळ आली. पद्माकुमारीचे डोळे वाहत होते ते आपल्या इवल्या हातांनी पुसून मीरा म्हणाली, ''मावशी, रडू नको! मी पण सासरी जाणार आहे. मी रडतेय का बघ आणि माझ्या लग्नाला ये हो! मी पिताजींना सांगून तुला बोलावणं पाठवीन. या नवीन काकांना घेऊन ये!'' पद्माकुमारीच्या नवऱ्याकडं बघत मीरानं लाघवीपणानं सांगितलं आणि तिथं असलेलं दुःखी वातावरण एकदम बदललं. डोळ्यांत पाणी होतं तरी पद्माकुमारी खुद्कन हसली. मीराचे गालगुच्चे घेऊन तिथून उठली. पद्माकुमारीची पाठवणी झाली. पाहुणे परतले. वीरकुमारीनंही निघण्याची तयारी केली. रतनसिंहांसोबत तीही परतली. मीरा रतनसिंहांसोबत घोड्यावर बसली होती. अखंड बडबडत होती. बोलता बोलता ती म्हणाली, ''पिताजी, मावशीसारखं माझं लग्नही छान आणि वाजतगाजत करायचं. माँनी माझ्यासाठी नवरापण बघितला आहे. छान आहे तो! अगदी देखणा! मला खूप आवडला. पण माँ म्हणाली की, 'मी अजून लहान आहे. मी मोठी झाले की माझं लग्न त्याच्याशी करायचं!'' मीरा बडबडत होती. रतनसिंहांचं लक्ष होतंही आणि नव्हतंही. पण मीरेनं 'नवरा बघितला आहे' असं सांगितलं आणि रतनसिंह आधी चमकले मग हसायला लागले. इतके की, हसता हसता त्यांच्या डोळ्यात पाणी आलं. पण तरीही वीरकुमारीनं आपल्या लाडक्या लेकीसाठी, मीरेसाठी कोणता नवरा बघितला आहे याची उत्सुकता मात्र त्यांच्या मनाच्या कोपऱ्यात कुठंतरी लागून राहिली.

३

मीरा महालात परतली ती आल्या आल्या धावतच दूदाजींच्या दालनात गेली. ''दूदाजीऽ दूदाजीऽ, माँनी माझ्यासाठी नवरा शोधला आहे.'' असं ओरडत तिनं दूदाजींचं दालन गाठलं. दूदाजी तेव्हा श्रीकृष्णाच्या मूर्तीसमोरच बसले होते. मीरा धावत आली ते थेट दूदाजींच्या मांडीवर बसली. समोर श्रीकृष्णाची मूर्ती होती. त्या मूर्तीकडं लक्ष जाताच ती ओरडली, ''दूदाजीऽऽ! इथं पण आहे की हा! तुमच्या दालनात पण?'' तिच्या आवाजात आनंद, आश्चर्य यांचा सुंदर मिलाफ होता. ''म्हणजे दूदाजी, हा तुम्हालाही आवडतो ना? मला तर खूपच आवडला. आता तर तो माझा नवरा होणार आहे!'' मीरानं अत्यानंदानं सांगितलं. तिच्या बोलण्याची दूदाजींनाही गंमत वाटली. ''हो का मीरा? हा तुझा नवरा होणार आहे होय? मग छानच झालं की!'' दूदाजींनी मीरेचं नाक चिमटीत पकडून ओढत म्हटलं!

''घणी खम्मा दूदाजी!'' म्हणत रतनसिंह आत आले आणि पाठोपाठ वीरकुमारीही. ''काय चाललंय आजोबांशी हितगुज? आम्हालाही कळू द्या की!'' रतनसिंह म्हणाले. रतनसिंहांना बघून दूदाजींच्या मांडीवर बसलेली मीरा चटकन उठली आणि रतनसिंहांच्या कमरेला मिठी मारून म्हणाली, ''पिताजी, आमच्या नवऱ्याची मूर्ती दूदाजींच्या दालनात आहे. दूदाजींना पण तो खूपच खूप आवडतो!'' मीराच्या बोलण्यातून आनंद नुसता धोऽ धो वाहत होता. रतनसिंहांनी मीरेला उचलून घेतलं. विचारलं ''मीरा बेटी कोण आहे तुमचा नवरा? आम्हालाही बघू दे की!'' मीराचे डोळे लकाकले. ''पिताजी, हा काय? दूदाजींच्या देव्हाऱ्यात बासरी वाजवत उभा आहे. हा श्रीकृष्ण!' हाच माझा नवरा आहे!'' मीरेनं जणू पिताजींना नव्याने ओळख करून दिली. क्षणभर पिताजींनी वीरकुमारीकडं पाहिलं. नजरेनंच तिला 'हा काय प्रकार आहे?' म्हणून विचारलं. वीरकुमारीनं मान खाली घातली. म्हणाली, ''आम्हाला क्षमा करावी हुजुरांनी! तिथं

पद्माकुमारीच्या लग्नात मीरा मलाही नवरा पाहिजे. माझंही लग्न करायचंय असा हट्ट करत बसली. काही केल्या ऐकेचना. मग आमचाही नाईलाज झाला. आम्ही तिची समजूत घालायला तिला एका वेगळ्या दालनात घेऊन गेलो तर तिथं भगवानजींची भली मोठी मूर्ती होती. आम्ही ती मूर्ती पाहतच राहिलो. मीरेनं विचारलं, 'हाच का माझा नवरा?' आम्ही अनवधानानं 'होय' म्हटलं. तेव्हापासून ही पोर त्याच आनंदात आहे की, भगवान श्रीकृष्ण हिचा नवरा होणार आहे. आम्हाला क्षमा करा! तिथं लग्नात या पोरीनं इतका गोंधळ घातला की विचारू नका. कुणाचंच, काहीच ऐकायला तयार नाही. आम्हालाही काही सुचेना. मग शेवटी जे सुचलं ते आम्ही केलं. मात्र त्यानंतर ही पोर एकदम खुलली, शांत झाली. आम्ही असं काही सांगितलं नसतं तर तिनं काय केलं असतं कोण जाणे.''

वीरकुमारीनं काय घडलं? कसं घडलं? ते सगळं सविस्तर सांगितलं. तिचं बोलणं ऐकून दूदाजी मोठ्यांदा हसले. त्यांच्या हसण्यात रतनसिंहजीही सामील झाले. ''असं झालं होय सगळं? तरीच या पोरीनं तिथंच, लग्नघरात आम्हाला सांगितलं की 'माँ नं आमच्यासाठी नवरा बघितलाय' म्हणून असो! पोर लहान आहे. त्या लग्नातला तो थाटमाट, सजणं-नटणं, रोषणाई, भरजरी कपडे, अलंकार, भरपूर प्रकारच्या मिठाया सगळं बघून तिला वाटलं असणार, आपलंही लग्न व्हावं? बालसुलभ हट्ट आहे हा! थोडे दिवस नाचेल. मग विसरून जाईल. बहुरानी, तुम्ही नका वाईट वाटून घेऊ! तुम्ही त्यावेळी सुचलं ते केलंत आणि ती भगवान श्रीकृष्णांना आपला नवरा मानते आहे ना? मानू दे की, वाईट काय आहे त्यात? आणि आपण तिला भगवान श्रीकृष्णासारखाच नवरा बघून देऊ!'' दूदाजींनी जणू या विषयाचा समारोप केला. रतनसिंह, वीरकुमारी आणि मीरा तिघंही दूदाजींच्या दालनातून बाहेर पडले. मीरा रतनसिंहांच्या कडेवरून खाली उतरली. पळतच निघाली, पळता पळता 'माँ मी सगळ्यांना सांगून येते श्रीकृष्णाबद्दल!'' असं ओरडत ती बाहेर गेलीसुद्धा. रतनसिंह आणि वीरकुमारी दोघेही हसले. ''वीरा! एकलिंगजी करो आणि हे वेड ती लवकर विसरो. तात्पुरतं ठरू दे हे वेड!'' रतनसिंहांनी जणू काळजातली भीती बोलून दाखवली.

''नका चिंता करू! पोरवय आहे तिचं! थोड्या दिवसांत विसरून जाईल. नवीन खेळणं, नवीन विषय मिळाला की हे विसरून जाईल.'' वीरकुमारीनं समजुतीच्या स्वरात सांगितलं. ते ऐकून रतनसिंहांची समजूत पटली असावी. मान हलवून त्यांनी होकार दर्शवला. त्या दोघांच्या दृष्टीनं तो विषय तिथंच संपला होता. रोजच्या कामकाजात ते असं काही घडलंय हे विसरून जाणार होते. आपण आपल्या लेकीला मीरेला असं काही सांगितलं होतं, हे ही त्यांच्या लक्षात राहणार नव्हतं. कालचक्र तर त्याच्या गतीनं फिरणार होतं. पण कालचक्राच्या आऱ्यांपैकी एक आरी कुठंतरी रुतली होती. त्या रुतलेल्या

आरीनं कालचक्राची गती तर थांबवली नव्हती. पण ती रुतलेली आरी तिथंच रुतून रहाणार होती. सगळेजण विसरणार होते ही घटना. पण एक व्यक्ती होती ती विसरणार नव्हती. यातलं काहीच विसरणार नव्हती. त्याचं पहिलं दर्शन विसरणार नव्हती, त्याचं मिस्कील हास्य विसरणार नव्हती आणि त्याचं डोळ्यातलं निमंत्रण विसरणार नव्हती. खरं तर त्याचं सुंदर रूपडं बघूनच चिमुकली मीरा बेहद्द खुश झाली होती. 'नवरा म्हटलं की, तो असा असला पाहिजे.' नाही तर तिच्या मावशीचा पद्माकुमारीचा नवरा? केवढ्या दाढी-मिशा होत्या त्याला? लग्नात पद्माकुमारीच्या नवऱ्याला बघितल्यावर मीरेच्या मनात हेच विचार आले होते. त्या एका प्रसंगानं मीरेच्या मनावर असा परिणाम केला होता की, श्रीकृष्णाच्या देखणेपणाची तुलना ती दिसेल त्या पुरुषाबरोबर करत होती. आणि प्रत्येक वेळी तिला तिचा श्रीकृष्ण उजवा, अधिक देखणा वाटत होता.

• • •

लहानग्या मीरेच्या विश्वात आता श्रीकृष्णानं प्रवेश केला होता. खेळात तो तिचा सवंगडी व्हायचा, तर गोष्टी करताना मित्र, भातुकलीत तर तो तिचा नवरा असायचाच, पण मैत्रिणींशी भांडण झालं की, तो तिचा मित्र बनून तिची बाजूही घ्यायचा. इतके दिवस महालात मैत्रिणी आल्या की, त्यांच्याशी समरसून, समजून घेऊन खेळणारी मीरा आताशा त्यांच्यासोबत भांडायची आणि भांडणाचं कारण दुसरं-तिसरं काही नसून श्रीकृष्णच असायचा.

व्हायचं असं की, प्रत्येक वेळी मीरेला तिच्यासोबत श्रीकृष्णच हवा असायचा. त्यातच एकदा असं झालं की, मीरेनं तिच्या दूदाजींच्या दालनात असलेली कृष्णमूर्ती दाखवून 'हा बघा माझा नवरा' असं टेचात सांगितलं. श्रीकृष्णाचं रूप बघून तिच्या मैत्रिणी चकित झाल्या. तरी पण त्यातली एक विमलाकुमारी, जी या सगळ्यांत जराशी मोठी होती ती म्हणाली, ''छे! अगं, हा तर देव आहे! हा कुठला तुझा नवरा? हा भगवान श्रीकृष्ण आहे. तुला कुणी सांगितलं की, हा तुझा नवरा आहे म्हणून?'' ते ऐकल्यावर मीरेचं नाक लाल झालं, डोळ्यांत पाणी भरलं, हुंदका गळ्याशी दाटून आला. तरीपण अवसान आणून ती म्हणाली, ''होय, होय, होय! हाच माझा नवरा आहे. मला माझ्या माँनं सांगितलंय! आणि हे पिताजी आणि दूदाजींनाही माहीत आहे. भगवान श्रीकृष्णच माझा नवरा आहे!'' हुंदका आवरत मीरेनं ठासून सांगितलं. यावर ती जराशी मोठी असलेली विमलाकुमारी खोऽ खो हसायला लागली. ''मीरा वेडी आहेस का ग तू? देव कधी कुणाचा नवरा असतो का? नवरा नेहमी माणूस असतो. देव नसतो!'' विमलाकुमारीनं तिला ठाऊक असलेली माहिती सांगितली. यावर आता हसायची पाळी मीरेची होती. आता तिचं रडं कुठच्या कुठं पळालं होतं. एवढंच नव्हे तर तिनं हसत

टाळ्याही वाजवल्या. दोन-चार उड्या मारल्या. विमलाकुमारीला वेडावून दाखवलं. चांगली जीभ बाहेर काढून 'घ्हेऽ' असा आवाज काढून. विमलाकुमारी गोंधळली. 'ही मीरा अशी काय? हिला वेडबिड लागलं की काय?' असा तिचा चेहरा झाला. तोच मीरा म्हणाली, ''विमला तुला काहीच माहीत नाही. अग श्रीरामप्रभू सीतामाईचा नवरा होते. तर नारायण लक्ष्मीदेवीचे पती आणि भगवान शिवशंकर पार्वतीमातेचे. मग हे सगळे देव आहेत ना? आणि ते कुणाचा ना कुणाचा नवराही आहेत ना? तसाच हा श्रीकृष्ण जरी भगवान असला, जरी देव असला तरी तो माझा नवरा आहे! समजलं?''

पाच-सहा वर्षांच्या मीरेचं हे तत्त्वज्ञान खरोखरंच अचंबित करणारं होतं. हे ऐकून तिची दुसरी मैत्रीण सुमित्रा म्हणाली, ''मीरे तुला हे सगळं कसं माहीत गं?'' त्यावर मीरेनं तात्काळ उत्तर दिलं, ''मला माझ्या दूदाजींनी या सगळ्यांच्या गोष्टी सांगितल्या आहेत. श्रीकृष्णाला सोळा हजार बायका होत्या. म्हणजे इतक्या सगळ्या बायकांचा तो नवरा आहे. मग माझा का नाही?'' मीरेचा प्रश्न सडेतोड होता. विमलाकुमारी तर निरुत्तर झालीच, पण इतर मैत्रिणीही गप्प बसल्या. तरीपण एक मैत्रीण पुटपुटली, ''मीरे, तुझा नवरा किती देखणा आहे ग? भातुकलीच्या खेळात कधीतरी त्याला माझा नवरा बनू दे ना?'' ती पुटपुटली असली तरी मीरेला ते ऐकू गेलंच. ती उसळली, ''का ग? भगवान कुणाचा नवरा नसतो म्हणत होतात ना? मग आता कशाला पाहिजे तो तुम्हाला? आता मलाच असल्या मैत्रिणी नकोत, माझा नवरा मागणाऱ्या! जा तुम्ही घरी. जा! आणि पुन्हा माझ्याशी खेळायला येऊ नका. जा!'' असं म्हणत रागानं मीरेनं मैत्रिणींना घरी पाठवलं आणि ती दूदाजींच्या दालनात गेली. श्रीकृष्णाला हे सगळं सांगायला.

त्यानंतर मीरेनं मैत्रिणींशी खेळायचंच सोडून दिलं. श्रीकृष्णाच्या त्या दूदाजींच्या महालातल्या मूर्तीसमोर बसून ती तासन्तास त्याच्याशी बोलायची. दूदाजींच्या अनुमतीनं तिनं त्या मूर्तीची पूजाही करायला सुरुवात केली. रोज नवनवीन फुलं आणून, त्यांचे हार बनवून ती मूर्ती सजवताना मीरा अगदी तल्लीन होऊन जायची. इतकी की, तिला भुकेचीसुद्धा शुद्ध राहायची नाही. श्रीकृष्णाची मूर्ती नखशिखान्त सजवली मी मीराही प्रसन्न दिसायची आणि ती मूर्तीसुद्धा. तिचं ते नेटकी पूजा करणं, श्रीकृष्णाला सजवणं, त्यासाठी लागणारी फुलं, पानं गोळा करणं, त्यांचे सुंदर हार बनवणं, चंदन, अबीर, कुंकू, हळद, अलता या रंगात त्या मूर्तीची सजावट करणं हे खरं तर दूदाजींनाही आवडायचं, पण त्यांना कधीकधी मीरेची चिंताही वाटायची. हिचं हे श्रीकृष्णाचं वेड कमी झालंच नाही तर? अशी शंका त्यांना वाटायला लागायची आणि ते अस्वस्थ व्हायचे. पण त्यांची ही अस्वस्थता मीरेच्या लक्षातही यायची नाही. ती आपल्याच नादात असायची. अशातच तो प्रसंग घडला आणि मीरेच्या या कृष्णवेडाची सगळ्यांनाच चिंता वाटायला लागली.

झालं असं की, त्या दिवशी मीरा अशीच महालाच्या मागे असलेल्या बगीच्यात फुलं वेचत होती. अचानक तिला आवाज आला, 'जय गोपाल कृष्ण! रोटी दे दे बेटा!' तिनं चमकून महालाच्या कुंपणाच्या भिंतीपलीकडं पाहिलं. तिथं तर कुणीच नव्हतं. पण आवाज तर तिथूनच आला होता. इतक्यात तिचं लक्ष महालाच्या कुंपणाच्या दाराकडं गेलं. दाराजवळ देवडीवर दोन पहारेकरी उभे होते. आणि कोणीतरी साधू त्या पहारेकऱ्यांना कसली तरी विनवणी करत होता. ती तिथं गेली. तिनं पहारेकऱ्याला विचारलं, ''काय प्रकार आहे?'' तिला बघून दोन्ही पहारेकऱ्यांनी मुजरा केला. त्यातला एकजण म्हणाला, ''कुणीतरी साधू आहे! आत यायचं म्हणतोय!'' ते ऐकून मीरा पुढं झाली. तो साधू मोठ्या फाटकाबाहेर उभा होता. उंचापुरा, भरपूर दाढी-मिशा असलेला. त्याच्या खांकेत एक झोळी होती आणि दुसऱ्या हातात होती श्रीकृष्णाची मूर्ती! ती बघितली आणि मीरा आनंदली. तिनं पहारेकऱ्याला सांगितलं, 'त्यांना आत सोडा!' तिची आज्ञा मानून त्यांनी दार उघडलं. साधू आत आला. 'जय गोपाल कृष्ण' म्हणत मीरेसमोर येऊन उभा राहिला. मीरेचं त्याच्याकडे लक्षच नव्हतं. तिचं लक्ष होतं त्याच्या हातातल्या मूर्तीकडं. श्रीकृष्णाची ती अप्रतिम मूर्ती होती. शिसवी लाकडाच्या त्या मूर्तीत श्रीकृष्ण कदंबाखाली उभा होता. बासरी ओठांवर नव्हती. हातात होती. मूर्तीच्या भोवती असलेल्या प्रभावळीवरचं कोरीव काम अतिशय उत्कृष्ट आणि नाजूक होतं. आणि सर्वांत सुंदर होता त्या मूर्तीचा चेहरा. अत्यंत आर्त आणि आर्जवी भाव होते त्या चेहऱ्यावर. आणि डोळे? 'बाई गं! हा कुणाची तरी वाट बघतोय! अगदी आतुरतेनं, डोळ्यांत प्राण एकवटून हा वाट बघतोय! कुणाची? माझीच असणार!' मीरेच्या मनात आलं.

त्या साधूनं पुन्हा पुकारा केला. 'जय गोपालकृष्ण! रोटी दे दे बेटी!' त्या आवाजानं मीरेचं हरवलेलं भान ताळ्यावर आलं ''बाबाजी, मी तुम्हाला नुसती रोटी नाही तर जेवण देते. वर पैसे पण देते. मला ती कृष्णाची मूर्ती द्याल?'' मीरेनं आर्जवी स्वरात विचारलं. मीरेच्या डोळ्यांतली असोशी त्या साधूनं वाचली. ''नही बेटी, यह हमारे भगवान है। इन्हें हम बेचते नहीं। इसलिए मैं इसके पैसे नही लूंगा। लेकिन बेटी एक बात सुनो। यह मूर्ती जो तुम लेने जा रही हो, यह तुझे आबाद रखेगी और बरबाद भी करेगी। एक बार फिर सोचना।'' साधूंचं हे शेवटचं वाक्य मीरा कोणाशी बोलते आहे हे बघायला आलेल्या वीरकुमारीच्या कानावर पडलं. ''कौन हमारी बेटी को बरबाद करेगा बाबा?'' तिनं संतापून विचारलं. ''कृष्ण भगवान! यह इसे आबाद भी करेगा और बरबाद भी!'' साधूनं उत्तर दिलं. ''तर मग ही मूर्ती आपल्याला नकोय मीरा बेटी! आपल्या घरात आहे ना श्रीकृष्णाची मूर्ती?'' वीरकुमारीनं मीरेला समजावण्याचा प्रयत्न केला. ''नाही माँ! मला ही मूर्ती पाहिजे आहे. ही बघ किती सुंदर आहे! आणि हातात घेऊन फिरताही येते. ही मूर्ती घेऊन मी कुठंही जाऊ शकते माँ! म्हणजे मी कुठंही गेले तरी हा माझ्यासोबत

राहील. माँ घेऊया नं. मीरेनं लाडिकपणे हट्ट केला. वीरकुमारीनं ती मूर्ती घ्यायला नकार दिला आणि 'चल मीरा आत चल!' असं रागानं म्हणत ती आत गेली.

पण मीरा जागची हलली नाही. तिनं पुन्हा त्या साधूला विनंती केली. तिच्या डोळ्यांत असोशी, आवाजात आर्जव आणि स्वरात एक प्रकारचा हट्ट बघून साधू म्हणाला, ''बेटी, यह मूर्ती में बेचूंगा नहीं। हाँ तुम कोई भेंटस्वरूप उपहार दोगी इस मूर्ती के बदले में, ले लूँगा। पर फिर एक बार सोच लो।'' त्याचं बोलणं ऐकून मीराचा आनंद गगनात मावेना. साधूला तिथंच थांबायला सांगूनही दूदाजींच्या महाली गेली. ''दूदाजीऽ दूदाजी! बाहेर एक साधू आला आहे. त्याच्याकडे एक सुंदर अशी श्रीकृष्णाची मूर्ती आहे. मला ती हवी दूदाजी! पण तो साधू म्हणाला की ती मूर्ती तो विकणार नाही. तिचे पैसे घेणार नाही. पण काहीतरी भेटवस्तू दिली तर तो घेईल आणि मूर्ती मला देईल. दूदाजी माझ्या गळ्यातला हा सोन्याचा हार त्याला देऊ का?'' मीरेनं निरागसपणे विचारलं. क्षणभर दूदाजी चमकले. 'श्रीकृष्णाची मूर्ती मिळवण्यासाठी ही पोर गळ्यातला सोन्याच्या, रत्नं जडवलेला हार द्यायला तयार झालीय. हे वेड म्हणायचं की आणखी काही?' दूदाजींच्या मनात विचार आला. पण तो झटकून त्यांनी सध्या समोर असलेला प्रश्न आधी सोडवायचं ठरवलं!

''मीरा बेटी, तो उपहारस्वरूप भेटवस्तू घेईन म्हणाला आहे ना? मी करतो त्याची व्यवस्था!'' असं म्हणत दूदाजींनी पहारेकऱ्याला हाक मारली. दूदाजींनी असं सांगताच मीरा वाऱ्याच्या वेगानं पळाली. साधूसमोर जाऊन उभी राहिली. ''आप के लिए उपहारस्वरूप भेट लायी जा रही है।'' तिनं आनंदानं त्याला सांगितलं. साधूनं संतोषानं मान हलवली. आपल्या झोळीतून ती श्रीकृष्णाची मूर्ती काढली. खांद्यावर टाकलेल्या केशरी उपरण्यानं ती पुसली. मोठ्या फाटकाजवळ असलेल्या चबुतऱ्यावर ती मूर्ती ठेवली. तिला हात जोडले म्हणाला, *'गिरिधर, मुझे जिस प्रकार बेडा पार करवाया उस प्रकार इस बिटिया को भी करवाओ। इसे हमेशा आबाद रखो भगवन। मै जानता हूँ। ये सब तुम्हारी माया है। लेकिन इस माया से परे ना हो जाओ। हमेशा बिटिया की रक्षा करो। सुख में, दुख में, संकट में उसके साथी बनो।'* अशी श्रीकृष्णाला विनवणी करून त्या साधूनं ती मूर्ती त्या चबुतऱ्यावरून उचलली आणि मीरेच्या हातात दिली. 'बेटी, यह लो तुम्हारे गिरिधर गोपाल! यह हमेशा तुम्हारे साथ रहेंगे। और तुम भी इन्हें हमेशा अपने साथ रखना।'' रैदासांची आणि मीरेची ती पहिली भेट होती. रैदास म्हणजे स्वामी कैवल्यानंद. मीरेची आणि त्यांची ही झालेली भेट पुढे काय काय रंगरूप धारण करणार होती हे तो एक श्रीकृष्णच जाणे. पण रैदासांकडून म्हणजे त्या साधूकडून मिळालेली ती कृष्णमूर्ती मीरेच्या ललाटीची रेषा वाचण्यासाठीच जणू आली होती. ती मूर्ती मीरेला देऊन तो साधू तिथंच उभा राहिला. मीरानं मात्र अलगद ती मूर्ती हातात घेतली.

मीरानं मूर्ती हातात घेतली आणि सरकन तिच्या अंगावर काटा आला. मूर्ती हातात घेऊन ती श्रीकृष्णाच्या चेहऱ्याकडं एकटक बघत म्हणाली, ''गिरिधर गोपाल! हे तुझं नाव चांगलं आहे. मला खूपच आवडलं. मी तुला याच नावानं हाक मारत जाईन!'' तिचं बोलणं ऐकून साधू कौतुकानं हसला. पहारेकरी बाहेर आला. त्याच्या हातात एक छोटा गालीचा होता. दोन हात लांब, एक हात रूंद असा नक्षीदार गालीचा. त्यानं तो गालीचा साधूच्या हातात दिला. म्हणाला, ''यह मालिकने आपके लिए दिया है।'' साधूला आनंद झाला. ''मालिक से कहो, हमें भेट पसंद आयी. उन्हे हमारा आशिर्वाद कहना।'' असं म्हणून एकदा एक नजर मूर्तीवर आणि नंतर मीरेच्या उमललेल्या चेहऱ्यावर टाकून तो साधू निघून गेला. मग मात्र मीरा क्षणभरही तिथं थांबली नाही. मूर्ती हातात धरून ती धावत दूदाजींच्या दालनात गेली. दूदाजींना मूर्ती दाखवत म्हणाली, ''दूदाजी, ही बघा माझ्या गिरिधर गोपालांची मूर्ती! सुंदर आहे ना?'' दूदाजींनी पाहिलं आणि मनोमन त्यांनी मीरेच्या सौंदर्यदृष्टीला दाद दिली. नव्हे त्यांना ही द्यावीच लागली. मूर्ती खरोखरच अप्रतिम होती. अत्यंत नाजूक आणि सुरेख कोरीव काम केलं होतं. कदंबाखाली उभा राहिलेला श्रीकृष्ण जणू कुणाची तरी प्रतीक्षा करत होता. त्याचा चेहरा, त्याचे डोळे इतके विलक्षण बोलके होते की, असं वाटत होतं, आपली दृष्टी जाताच पुढच्या क्षणी तो बोलेल, पापण्यांची उघडझाप करेल. ओठात लपलेलं स्मित हास्य ओघळून ओठाबाहेर येईल आणि ती मूर्ती, मूर्ती न राहता तो साक्षात, सजीव श्रीकृष्ण बनेल. ती मूर्ती बघितली आणि दूदाजींचे डोळे पाण्यानं भरले. आपली ही अवस्था आहे तर नवरा म्हणून श्रीकृष्णाचा ध्यास घेतलेली मीरा त्या मूर्तीवर मोहित झाली, यात नवल ते काय? तिनं या मूर्तीचा हट्ट धरणं अगदी स्वाभाविकच होतं. ''अप्रतिम सुंदर आहे बेटा ही मूर्ती!'' दूदाजींनी मीरेला दाद दिली. आनंदलेली मीरा ती मूर्ती काखोटीला मारून पिताजींना दाखवून येते म्हणत पळाली. तिचा गिरिधर गोपालही तिच्यासोबतच पळत होता.

रतनसिंहांनाही मूर्ती बेहद्द आवडली. त्यांनीही मीरेचं कौतुक केलं. फक्त जराशी नाखुश होती ती मीरेची आई, वीरकुमारी! मीरा त्या मूर्तीसाठी गळ्यातला सोन्याचा हार काढून देणार होती ही गोष्टी तिच्या मनाला खटकत होती. 'एकदा महाराजजींशी या बाबतीत बोलायला हवं,' तिच्या मनात आलं. पण आईच्या मनातल्या या नाखुशीबद्दल अनभिज्ञ असलेली मीरा मात्र ती मूर्ती घेऊन सगळ्या महालभर हिंडत होती. त्या मूर्तीला ती क्षणभरही विसंबत नव्हती. त्या मूर्तीशी बोलायची, गोष्टी करायची आणि ती मूर्तिदेखील तिला हुंकार द्यायची. जेवताना, दूध पिताना, खेळताना, मुळाक्षरं गिरवताना, इतकंच काय पण आचार्य शिकवायला आले तरी त्याही वेळेला ती मूर्ती तिच्यासोबत असे. एक प्रकारे मीरेला त्या मूर्तीचं वेडच लागलं. आणि आता तर ही गोष्ट वीरकुमारीला जास्तच

खटकू लागली. मीरेचं ते सतत मूर्तीसोबत आणि मूर्तीचं मीरेसोबत असणं तिच्या मनाला त्रास देऊ लागलं. याबद्दल तिनं महाराजजींशी बोलून बघितलं. पण त्यांनी हसून सोडून दिलं. दूदाजींना सांगितलं ते तर म्हणाले, ''बहु, मीरा अजून लहान आहे. खूपच लहान आहे. तिचं हे वेड जाईल थोड्या दिवसांनी! त्याची फार चिंता करू नको.''दोघांकडून वीरकुमारीला अशी उत्तरं मिळाल्यावर ती आणखीच चिंतीत झाली. 'आता आपणच काहीतरी करायला पाहिजे, नव्हे आई म्हणून ती आपलीच जबाबदारी आहे.' असं तिच्या मनानं घेतलं. तिनं काहीतरी करायचं ठरवलं आणि ती संधीची वाट बघू लागली.

तशी संधी तिला लवकरच मिळाली. दूदाजी आणि मीरा दूदाजींच्या दालनात असलेल्या श्रीकृष्णाच्या मूर्तीची पूजा करत होते. मीरा त्या पूजेत अगदी मग्न झाली होती. तिच्यासोबत असलेली ती श्रीकृष्णाची मूर्ती तिनं ती बसली होती तिथंच पाठीमागे थोडी लांब ठेवली होती. वीरकुमारीनं प्रतिहारीला हाक मारली. तो फुलं द्यायला आत चाललाच होता. तिनं प्रतिहारीला सांगितलं की, फुलं तिथं ठेव आणि येताना ती श्रीकृष्णाची मूर्ती हळूच उचलून आण आणि मला दे. ही गोष्ट कुणालाही बोलू नकोस. मीरेला तर अजिबातच सांगू नकोस!'' प्रतिहारीनं मान डोलावली. दूदाजींच्या परवानगीनं तो आत गेला. फुलांनी गच्च भरलेली टोपली त्यानं मीरेच्या जवळ ठेवली आणि ती श्रीकृष्णाची मूर्ती हळूच मागच्या मागं तिचं लक्ष नसताना उचलली आणि तो दालनाबाहेर पडला. ती मूर्ती आणून त्यानं वीरकुमारीच्या हातात दिली आणि तो निघून गेला.

मूर्ती हातात येताच वीरकुमारी चटकन मुदपाकखान्यात गेली. मुदपाकखान्याला लागूनच भांडारगृह होतं. भांडारगृहात मोठमोठी पिंप आणि कणग्या होत्या. वीरकुमारीनं त्यातल्या एका कणगीत, ज्यात जुने कपडे होते त्यात ती मूर्ती ठेवली. वरून आणखी जुने कपडे घातले आणि कणगीचं झाकण लावून ती बाहेर आली. बाहेर आली. बाहेर येऊन आपलं कशिदाकारीचं काम करत बसली. मीरा आता थोडा दंगा करणार होती. कदाचित रडणार होती. पण उद्या ती विसरली असती. उद्या तिला एखादा गाईचा बछडा आणून दिला म्हणजे ती त्याच्यासोबत रमेल आणि मूर्तीचं विसरून जाईल. असे मनाशी अंदाज बांधत वीरकुमारी कशिदा काढत होती. आपण केलेला तर्क जर बरोबर ठरला तर मीरा मूर्ती आणि श्रीकृष्ण यांचं वेड विसरणार होती. या विचारांनीच तिला बरं वाटलं. आपला हा उपाय काम करेल असा तिला विश्वास वाटू लागला. पण तरीही मूर्ती दिसेनाशी झाल्यावर मीरा रडेल, दंगा करेल. इतका की तिला आवरणं कठीण होईल, असंही तिला वाटायला लागलं. पण त्याला इलाज नव्हता. हे कधीतरी करायलाच हवं होतं. आणि ते आत्ताच करणं योग्य होतं. कारण अजून ती लहान आहे. तिची समजूत घालणं फारसं अवघड नाही आणि आपण तिची आई आहोत. आपण तिची समजूत

घालू शकू आणि एकदा का आजचा दिवस आणि आजची रात्र गेली की तिच्या दु:खाचा जोर जरा कमी होईल. मग एक गाईचा बछडा तिला आणून द्यावा, म्हणजे ती सगळंच विसरेल. 'कशिदा काढता काढता वीरकुमारीचे विचार धावत होते. तर्क, अंदाज, परिणाम आणि उपाय यांचा विचार ती करत होती. आणि आपण जे केलं ते आणि आपण जो अंदाज बांधतो आहोत तो हे दोन्ही खरं ठरलं तर मीरेचं हे कृष्णवेड कमी होईल याबद्दल तिला विश्वास वाटू लागला. हा प्रतिहारी कदाचित कुठंतरी बोलेल या भीतीनं तिनं त्या प्रतिहारीला बोलवून चार प्रकारची मिठाई घेऊन ती देण्यासाठी आपल्या माहेरी पाठवून दिलं. ती निश्चिंत झाली. आता तिची योजना निर्धोकपणे सफल होणार होती. नकळत वीरकुमारीच्या चेह‍र्‍यावर हसू उमटलं. सतत चिंताक्रांत असणारा तिचा चेहरा निवळला. मूर्ती लपवली. त्या प्रतिहारीला परगावी पाठवलं. आपली अर्धी योजना तर सफल झालेली दिसत होती. आता मूर्ती नाहीशी झाल्याचं मीरेला समजल्यावर तिनं रडं घातलं तरी तिची समजूत घातली की झालं. वीरकुमारी हळूहळू निश्चिंत होत होती. पण...! इथंच तर खरी मेख होती. तिची मुलगी असूनही ना ती मीरेला पूर्णपणे ओळखत होती ना श्रीकृष्णाला, ना मीरेच्या त्या गिरिधर गोपालाला. तोच एक जाणून होता पुढं काय घडणार आहे ते!

४

दूदाजींची पूजा झाली. त्यांच्या देवघरात असलेल्या श्रीकृष्णाला सजवून झालं, नटवून झालं. मीरेला तर ते खूपच आवडलं. ''दूदाजी, सुंदर झालीय नं पूजा?'' मीरेनं लाडिकपणे विचारलं. ''तू जा हं बेटी आता! झाली आजची पूजा.'' दूदाजींनी सांगितलं आणि मीरा उठली. आपल्या गिरिधर गोपालला घेण्यासाठी ती मागं वळली. तर काय? गिरिधर गोपाल तिथं नव्हताच. 'अरे! इथंच तर ठेवला होता त्याला. कुठं गेला?' मीरा त्याला शोधू लागली. दूदाजींचं ते मोठं दालन, त्याचा कोपरा न् कोपरा शोधून झाला. इथं तिथं ठेवलेलं सामान उचकपाचक करून झालं पण तो गिरिधर गोपाल, ती श्रीकृष्णाची सुबक मूर्ती कुठंच दिसेना. मीरा रडकुंडीला आली. रडवेल्या आवाजात तिनं दूदाजींना विचारलं, ''दूदाजी, माझा गिरिधर गोपाल कुठे गेला? तुम्ही ठेवलात का उचलून?'' ''नाही बेटा, मी तर तुझ्यासोबत पूजा करत होतो. मग मी कसा उचलेन त्याला? नीट बघ? तिथंच कुठंतरी ठेवला असशील दुसरीकडं! शोध, नीट शोध! असेल तिथंच कुठंतरी! तू शोध हं बेटी! मी आता कृष्णकथा वाचायला बसतो आहे. सापडला तर मला सांग हं!'' असं सांगून दूदाजींनी पोथी उघडली.

मीरेनं पुन्हा एकदा ते सगळं दालन धुंडाळलं. पण ती मूर्ती कुठंच, कुठंच सापडली नाही. मीरा दालनाच्या बाहेर आली. बाहेर सगळीकडं ती मूर्ती शोधायला लागली. तिनं सगळा महाल शोधला. पिताजींचं दालन, माँचा महाल, मोठं देवघर, छोटं देवघर, इतकंच काय महालाचं पुढचं अंगण, पाठीमागचं अंगण, बगीचा, आंब्याची बाग, सगळं सगळं शोधलं. पण ना तिला मूर्ती सापडली ना तिचा गिरिधर गोपाल. नुसतं शोधलंच नाही तर महालात प्रत्येकाला विचारलं पण कुणालाच माहीत नव्हतं तिचा गिरिधर गोपाल कुठं गेला ते! आता मात्र मीरेचं अवसान संपलं आणि सुरुवातीचा मुसमुसणाऱ्या मीरेनं आता चक्क भोकाड पसरलं आणि ती मोठमोठ्यांदा रडायला लागली. इतक्या मोठ्यांदा

की दरबारात असलेले पिताजी तर धावत आलेच पण देवडीवरचा पहारेकरीसुद्धा पळत आला. मीरा इतक्या मोठ्यांदा रडत होती की जो तो हातातलं काम टाकून तिच्याजवळ आला. जो तो एकमेकांना 'काय झालं', 'काय झालं' विचारायला लागला. मीरा जिथं रडत बसली होती त्या जोड दालनात ही गर्दी जमली. रतनसिंह तिथं आले. त्यांनी मीराला रडताना बघितलं तिच्याभोवती सगळे जमलेले बघितले आणि सगळ्यांना रागवून त्यांनी त्यांच्या कामावर परत पाठवलं. ते स्वतः मीरेजवळ गेले. ''काय झालं बेटा?'' त्यांनी आत्यंतिक मायेनं विचारलं आणि पिताजींना बघून मीरेचं रडणं आणखी वाढलं. हुंदके वाढले, आवाज वाढला. आपला मानमरातब रतनसिंहांनी बाजूला ठेवला आणि ते मीरेजवळ मांडी घालून बसले. मीरेला उचलून त्यांनी मांडीवर घेतलं आणि तिचे डोळे पुसत विचारलं, ''मीरा बेटी! काय झालं? तू का रडते आहेस? तुला काही हवं आहे का? काही खायला हवं आहे का? मिठाई हवी आहे का? की खेळायला मोर, हरीण हवंय? काय हवंय तुला सांग?'' रतनसिंहांच्या प्रत्येक प्रश्नाला मीरा नकारार्थी मान हलवत होती. 'नाही', 'नको' म्हणत होती. ती इतकी रडत होती की तिच्या तोंडातून शब्द फुटत नव्हता. मानेनंच ती 'नाही' म्हणून सांगत होती. 'मग मीरेला काय हवं होतं?' रतनसिंह बुचकाळ्यात पडले.

पिताजी गप्प बसलेले बघून मीरेनं रडं आवरत घेतलं. आणि पिताजींचा चेहरा आपल्याकडं वळवत म्हणाली, ''पिताजी माझा गिरिधर गोपाल हरवला आहे. तो कुठं सापडत नाहीय. तुम्ही शोधून द्या ना!'' मीरेचं रडत रडत केलेलं ते लाडिक आर्जव रतनसिंहांच्या मनाला काबीज करून गेलं. पण त्यांना कळेना, 'हिचं नक्की काय हरवलंय! आणि हा गिरिधर गोपाल कोण?' त्यांनी तिला आणखी जवळ घेतली आणि प्रेमानं तिला विचारलं, ''बेटा! तुझं नक्की काय सापडत नाहीय? आणि हा गिरिधर गोपाल कोण? तो कधी आला आपल्याकडं? आणि मला कसं कळलं नाही?'' रतनसिंहांचा आणखीच गोंधळ उडाला. रडत असताना मीरेने कपाळावर हात मारला. ''पिताजी, तोच तर हरवलाय, माझा गिरिधर गोपाल! ओऽ होऽ! पिताजी माझा गिरिधर गोपाल म्हणजे माझा श्रीकृष्ण, माझी ती श्रीकृष्णाची मूर्ती!'' मीरेनं रडं आवरत पिताजींना समजावून सांगितलं. अशाच तर असतात लेकी. मीरेचं बोलणं ऐकून पिताजी हसायला लागते. ''अच्छा अच्छा! तुझी श्रीकृष्णाची ती मूर्ती हरवलीय होय, जी तू कडेवर घेऊन फिरत होतीस? मला वाटतं मीरे, यशोदामैय्यानंतर श्रीकृष्णाला असं कडेवर घेऊन फिरणारी तूच एक असशील. तू त्याचं नाव काय ठेवलंय? गिरिधर गोपाल? असू दे! पण मीरा बेटी मला सांग ती मूर्ती हरवलीच कशी? मूर्ती म्हणजे काही बारीकशी वस्तू नव्हे. कुठंतरी कोपऱ्यात लपणारी. तूच कुठंतरी ठेवलं असशील तुझ्या गिरिधर गोपालला! शोध घे नीट! सापडेल तो!'' पिताजी मीरेची समजून काढत म्हणाले. ''नाही

पिताजी, मी सगळीकडं शोधला त्याला. पण कुठेच नाहीय तो. पिताजी, चला ना! तुम्ही पण शोधायला मदत करा ना!'' मीरेनं असं लाडिकपणानं सांगितलं की पिताजींना ते टाळणं शक्य झालं नाही. ते उठू लागले. तोच मीरेची आई वीरकुमारी म्हणाली, ''मीरा बेटी! अगं त्यांना काम आहेत दरबारची! प्रजेची व्यवस्था बघायची आहे त्यांना! ते तुझं हे काम कधी करणार? चल, मी लागते शोधायला. मी करते तुला मदत!'' पण मीरेनं आईचा प्रस्ताव धुडकावून लावला. ''माँ, तुला तो आवडत नव्हता ना? मग तू नको शोधू. मी आणि पिताजी शोधतो.'' असं म्हणत तिनं पिताजींचा हात धरला आणि ती मूर्ती शोधायला त्यांना घेऊन गेली.

दोघांनी सगळीकडं शोधलं. पिताजींनी दोन-चार सेवकांनाही कामाला लावलं. पण मूर्ती सापडली नाही. मीरेचा रडून धिंगाणा सुरूच होता. थोडा वेळ शोधून मेवाडहून कोणीतरी भेटायला आलंय, असा निरोप आल्यावर पिताजी गेले. मग तर मीरेनं आणखीच रडं काढलं. ती जेवली नाहीच, पण माँ नी तिला बळंबळंच दूध पाजलं तर तिनं उलटी काढली. तिनं पाणी प्यायलासुद्धा नकार दिला. तिनं स्नान केलं नाही. वेणी घातली होती ती विसकटून टाकली आणि फुरंगटून रडत एका कोपऱ्यात दिवसभर बसून राहिली. तिची समजूत घालायचा अयशस्वी प्रयत्न करून शेवटी वीरकुमारीनंही तिचा नाद सोडला. आज एक दिवस रुसेल, उद्या विसरेल, असा तिचा होरा होता. तिनं मुदपाखान्यात मूर्ती लपवली होती, हे रहस्य तिनं कोणालाच सांगितलं नव्हतं. मीरेला लागलेला त्या मूर्तीचा नाद त्या शिवाय कमी झाला नसता. हे असं वेड मुलीच्या जातीला शोभत नव्हतं. मीरा आता रुसली आहे, उद्या विसरेल असा अंदाज बांधून ती आपल्या कामाला लागली. कशिदा काढण्यात ती कुशल होती. मंचकावर घालण्याचा अभ्रा तिनं कशिदा काढायला घेतला होता. तिनं त्यात लक्ष घातलं. थोडा वेळ गेला. मीरा अजून तशीच बसून होती. वीरकुमारी तिथंच तिच्यासमोर बसली होती. तिनं कशिदा काढण्याचा काम सुरू केलं आणि अचानक...

अचानक मुदपाखान्यातून सेवक धावत आला. ''घणी खम्मा माँ जी! जल्दी चलिए। गजब हुआ है। चलिए।' असं घाबऱ्या घाबऱ्या म्हणत तो वीरकुमारीसमोर उभा राहिला. त्याचं धावत येणं, घाबरलेला स्वर बघितल्यावर वीरकुमारी उठलीच. त्याच्यामागे धावत मुदपाखान्यात गेली आणि समोरचं दृश्य बघून थिजलीच. मुदपाखान्यात सगळीकडं दूधच दूध सांडलं होतं. ओट्यावर ठेवलेल्या दुधाच्या ४-५ घागरी आडव्या पडल्या होत्या. दुधाचं जणू तळं झालं होतं. आणि सर्वात विचित्र गोष्ट अशी की दोन नाग त्या दुधात लोळत होते. वळवळत होते. ते भयानक नाग बघून तर तो महाराज घाबरला आणि धावत आला. वीरकुमारी घाबरली. तिनं २-४ प्रतिहारींना हाका मारल्या. ते धावत आले. पण तोपर्यंत ते नाग निघून गेले होते. हे भयंकर नाग

कुठून आले, कसे आले हे एक नवलच होतं. तसं महालाच्या मागच्या बाजूला दाट झाडी होती. जंगलच ते. तिथं हरणं, ससे, मोर असे प्राणी पक्षी होते. नाग, सापही असतील पण आतापर्यंत त्यातलं कुणीच कुंपण ओलांडून आत आलं नव्हतं. आणि आज अचानक ही नागाची जोडी आत आली. आत म्हणजे पार मुदपाकखान्यात. आले ते आले, त्यांनी सगळं दूधही सांडलं. या घडलेल्या विचित्र गोष्टीचा विचार करत, ते सांडलेलं दूध तसराळ्यात भरण्यात वीरकुमारीचा उरलेला सगळा दिवस गेला. ती त्यात इतकी बुडाली की आपली लेक मीरा रुसली आहे. रडते आहे, ती जेवली नाही याचाही तिला विसर पडला. ते सांडलेलं दूध तसराळ्यात भरून ते तसराळं त्या जंगलाच्या वाटेवर नेऊन ठेवलं. आता कोणी जंगली प्राणी ते दूध पिऊन गेला असता. ती जमीन स्वच्छ करण्याचं काम कितीतरी वेळ चाललं होतं. ते सगळं निस्तरून रात्रीच्या जेवणाची तयारी करून स्वयंपाक होऊन जेवणं होईपर्यंत वीरकुमारी अगदी थकून गेली. तशाही अवस्थेत तिनं मीराला दूधभात भरवला. पण मीरानं तोही उलटून काढला आणि ती तशीच झोपली. दुधाचा तो व्याप निस्तरून जेवणं झाल्यावर वीरकुमारी निजायला आली तेव्हा मीरा निजली होती. गालावर अश्रूचा ओघळ तसाच होता. झोपेतही ती हुंदके देत होती. मध्येच 'गिरिधर गोपाल, तू कुठे आहेस?' असं बडबडत होती. 'फक्त आजची रात्र! आजची रात्र बेटी तुझ्या हे लक्षात राहील. पण उद्या सकाळी तू विसरलेली असशील.' असं स्वतःशी म्हणत, स्वतःचंच समाधान करत वीरकुमारीही निजली.

• • •

सकाळ झाली. वीरकुमारी आपलं पहिलं काम आवरून मीरेला उठवायला गेली. मीरा शांत निजली होती खरी पण डोळ्यातून ओघळलेले अश्रू तसेच गालावर सुकले होते. वीरकुमारीनं जवळ जाऊन मीरेच्या डोक्यावरून हात फिरवला. ''मीरा बेटी, उठतेस का?'' तिनं मायेनं विचारलं. तिच्या हाकेनं मीरेला जाग आली. तिनं डोळे उघडले. माँ ला बघितल्यावर ती उठून बसली. इकडं तिकडं बघत तिनं एकदा डोळे पुसले आणि विचारलं, ''माँ माझा गिरिधर गोपाल सापडला का? व्यवस्थित आहे ना तो?'' वीरकुमारीला क्षणभर काय बोलावं सुचेना. तिला वाटलं होतं, मीरा विसरली असेल. पण छे! तसं तर दिसत नव्हतं. वीरकुमारीनं थोडं समजुतीनं घ्यायचं ठरवलं. ''मीरा बेटी तू उठ तर आधी! तुझा गिरिधर गोपाल कुठं जात नाही. तू उठ आवर, दूध पी. मग बघू हो आणि तुझ्या पिताजींनी तुझ्यासाठी एक नवीन रथ बनवलाय! खास लाडक्या मीरा बेटीसाठी! तू छान तयार हो!'' आणि त्या गोपालचा विषय टाळून वीरकुमारीनं मीराला सांगितलं. का आणि कसं कोण जाणे पण मीराला ते पटलं असावं. ती मंचकावरून उतरली आणि एक नजर माँ कडे टाकून ती आत पळाली. वीरकुमारीनं

सुटकेचा नि:श्वास टाकला. मीरेनं किमान दंगा तरी केला नव्हता. ती विसरली नव्हती पण तिच्या रागाची तीव्रता कालच्या इतकी नव्हती. म्हणजे विसरेल ती हळूहळू. वीरकुमारीला थोडा दिलासा वाटला. ''माँ, दूध!'' मीरेची हाक ऐकू आली. तशी वीरकुमारी मुदपाकखान्यात गेली. कालचा दुधाचा प्रकार तिच्या अजून लक्षात होता. ती घाईघाईनं तिथं गेली. महाराजानं दूध तापवायला ठेवलं होतं. ते लोटकीत ओतून त्यात बदामाचा अर्क घालून तिनं मीरेला हाक मारली. मीरा आली. दुधाची लोटकी माँच्या हातातून घेऊन तिनं विचारलं, ''माँ, मी दूध संपल्यावर गिरिधर गोपालला शोधणारआहे. चालेल ना?'' तिच्या या प्रश्नावर वीरकुमारीनं काही न बोलता मान हलवली. तत्क्षणी मीरेनं दूध संपवलं आणि ती पळाली. जाता जाता 'गिरिधर गोपालऽऽ! गिरिधर गोपाऽल! कुठे आहेस तू? कुठं लपला असशील तर जिथं लपला आहेस तिथून मला आवाज दे. गिरीधऽर गोऽऽपाल!'' मीरेचा हाकांचा सपाटा ऐकून वीरकुमारीनं कपाळावर हात मारला.

रात्र उलटल्यावर मीरा सगळं विसरेल हा वीरकुमारीचा अंदाज खोटा ठरला. उलट काल रडवेली झालेली रडत असलेली मीरा नव्या जोमानं, न रडता, नव्या उमेदीनं तिच्या गिरिधर गोपालला शोधायला लागली. सगळ्या महालभर हिंडून आली. जसे तिचे पाय धावत होते तसाच तिचा हाकांचा सपाटाही वाढला होता. सगळा महाल शोधून ती पुन्हा मुदपाकखान्यात आली. महाराज आणि वीरकुमारी स्वयंपाक करत होते. तिनं पुन्हा त्या दोघांच्या मागे लकडा लावला. का कोण जाणे पण वीरकुमारी आता जरा चिडली. मीरेनं विचरलं., ''सांगाऽना, माझा गिरिधर गोपाल कुठं आहे?'' मीरेचा स्वर लाडिक होता. पण माँ चिडली. पटकन म्हणाली, 'गिरिधर गोपाल तुझा आहे ना? मग तूच शोध. आणि काय गं, तू जसं त्या गिरिधर गोपालवर प्रेम करतेस तसा तोही तुझ्यावर प्रेम करतो असं म्हणतेस ना? मग त्याला नाही का तुझी काळजी? कुठे लपला असेल तर त्यानं तिथून तुझ्या हाकेला ओऽ दिली पाहिजे. नाहीतर मग तो कसला तुझा गिरिधर गोपाल?'' माँचे हे संतापाचे बोल मीरेला खूप बोचले. तिला रडू फुटलं. रडवेल्या आवाजात ती म्हणाली, ''बघितलंस गिरिधर गोपाल? तू मला सापडत नाहीस म्हणून माँ जशी मला बोलली तशीच ती तुलाही बोलली. तू तर बोलणी खाल्लीसच पण मलाही खायला लावलीस! असा आहेस तरी कुठं तू?'' असं म्हणत डोळ्यांतून वाहणारे अश्रू पुसण्यासाठी ती इकडं तिकडं बघायलालागली. तिच्या अंगावर रेशमी झगा होता. त्याला अश्रू पुसता येणार नव्हते. माँच्या पदराला आता पुसायचे नव्हते कारण माँ तिला आणि तिच्या गिरिधर गोपालला बोलली होती. माँ जशी तिच्यावर रागावली होती तशीच ती ही माँवर आता रागावली होती. रुसली होती. डोळ्यांतून पाणी तर अव्याहत वाहत होतं. आता नाकातूनही वाहायला लागलं. मग मात्र रडू

आवरत मीरेनं इकडं तिकडं बघायला सुरुवात केली. मुदपाकखान्यात काही नव्हतं पण भांडारगृहात एका कणगीतून जुने कपडे लोंबकळत होते. अंग पुसायचे जुने पंचे होते ते! मीरा तिकडं धावली आणि तिनं त्या कणगीतून झाकणाबाहेर आलेलाएक कपडा ओढला. तो सहज निघेना म्हणून तिनं जोर लावून ओढला. एक पुरुष उंचीची ती कणगी आत जुने कपडे भरल्यानं हलकी होती. मीरेच्या कपडा खेचण्यानं ती आडवी झाली. सैल असलेलं तिचं वेताचं झाकण निसटलं. घरंगळून बाजूला जाऊन पडलं. त्यांच्या पाठोपाठ त्यात कसेतरी कोंबून भरलेले जुने कपडे धबाधब बाहेर पडले. अध्र्याहून अधिक कपडे बाहेर पडले. मीरा आधी दचकली मग घाबरली आणि मग तिनं डोळे विस्फारले. तोंडातून हुंदका येण्याऐवजी एक आनंदाची आरोळी आली. कारण तिला 'तो' दिसला. तो! तो तिचा गिरिधर गोपाल! होय तिचा गिरिधर गोपालच! कणगी आडवी पडल्यावर, कणगीचं झाकण निघून बाजूला जाऊन पडल्यावर, कणगीतले जुने कपडे भसाभस खाली पडल्यावर तिला 'तो' दिसला.

'तोच तो.' तिचा गिरिधर गोपाल! पायाचा तिढा घालून बासरी हातात धरून मिस्कील चेहऱ्यानं उभा होता. तीच मूर्ती होती त्या गिरिधर गोपालाची, जी हातात घेऊन मीरा सगळीकडं हिंडत होती. तीच ती मूर्ती होती जी मीरेला जीव की प्राण होती, तीच ती मूर्ती होती जिच्यासाठी मीरेनं आक्रंदन केलं होतं. आणि तीच ती मूर्ती होती जिचा मीरेला लागलेला नाद कमी व्हावा म्हणून वीरकुमारीनं ती लपवून कणगीत ठेवली होती. ''माँ, माझा गिरिधर गोपाल! माँ, बघ बघ! माझा गिरिधर गोपाल! माँ, बघ बघ! माझा गिरिधर गोपाल सापडला.'' मीरेचा आनंद जणू गगनात मावत नव्हता. तिचा स्वर, तिचे डोळे, तिचा चेहरा, तिचे हावभाव, तिची देहबोली सगळं सगळं आनंदानं निथळत होतं. डोळ्यांतून अश्रू वाहत होतेच पण त्यातून आनंद ओघळत होता. वीरकुमारीचा चेहरा पडला होता. मीरेचा चेहरा उजळला होताच पण त्या श्रीकृष्णाच्या, त्या गिरिधर गोपालाच्या मूर्तीच्या चेहऱ्यावरही आनंद आणि सुहास्य ओसंडत होतं. जणू आपण मीरेला सापडलो आणि मीरा आपल्याला भेटली याचा त्यालाही अपरिमित आनंद झाला होता.

मीरानं लगेचच पुढं होऊन ती मूर्ती उचलून घेतली. हृदयाशी धरली. घट्ट कवटाळली. जणू तिच्या आणि त्याच्या भेटीला युगं लोटली होती. मीरेनं ती मूर्ती आपल्या हृदयाजवळ धरून कवटाळली आणि आपल्यालाही कुणीतरी गच्च मिठी मारलीय, असा तिला भास झाला आणि आपल्याला आपल्या गिरिधर गोपालाशिवाय कोण मिठी मारणार या विचारानं ती खुदकन हसली. ती हसली आणि वीरकुमारीला वाटलं तो गिरिधर गोपाल श्रीकृष्णच आपल्याला हसतोय. थोड्याशा रागातच तिनं मीरेच्या आनंदाला प्रत्युत्तर दिलं. ''सापडला ना एकदाचा! बरं झालं! घेऊन बस त्याला! आता तरी जेवणार

आहेस का नीट?'' वीरकुमारींनं रागातच विचारलं. पण तिच्या रागावलेल्या स्वरांकडं मीरेचं लक्षच नव्हतं. तिनं मोठा होकार भरला. ''होऽऽऽ! माँ, मला तर खूपच भूक लागली आहे. आणि मला मिठाई खायची इच्छा आहे.'' मीरेला झालेला आनंद आता खाण्यातही उमटणार होता.

गिरिधर गोपाल सापडल्यावर मीरेनं त्याला उचलून घेतला ते थेट तिनं दूदाजींचं दालन गाठलं. ''दूदाजीऽऽ! दूदाजीऽऽ! हा बघा गिरिधर गोपाल सापडला. दूदाजी, माझा गिरिधरगोपाल सापडला. बघा बघा! तिथं भांडारगृहातल्या कणगीत लपून बसला होता. मला सापडला. हा बघा!'' आपल्या हातातली मूर्ती नाचवत, आपणही नाचत मीरेनं दूदाजींना आपला आनंद दाखवला. दूदाजी रामायण वाचत बसले होते. त्यांनी मान वळवून बघितलं तर खरोखरच मीरेचा तो गिरिधर गोपाल, ती श्रीकृष्ण मूर्ती मीरेच्या हातात विराजमान होती आणि विशेष म्हणजे जो आनंद मीरेच्या चेहऱ्यावर होता तोच आनंद त्या श्रीकृष्ण मूर्तींच्या, त्या गिरिधर गोपालाच्या चेहऱ्यावर विलसत होता. दूदाजींना ते बघून नवल वाटलं. मीरा त्या गिरिधर गोपालाशी किती एकरूप होती आणि तो गिरिधर गोपालही मीरेशी किती एकरूप होता याचीच ग्वाही दोघांच्याही चेहऱ्यावर विलसणाऱ्या त्या एकसारख्या हास्यानं आणि आनंदानं दूदाजींना दिली. काही असो. मीरेचा आनंद बघून दूदाजींनाही आनंद झाला. गेले दोन दिवस मीराचा रडवेला, चेहरा मलूल झालेला आवाज, संपलेला उत्साह, तिला आलेली मरगळ हे सगळं दूदाजींना बघवत नव्हतं. त्यांनीही तिची समजूत घालून पाहिली होती. पण उपयोग झाला नव्हता. आणि आता गिरिधर गोपाल सापडल्यावर मीरेचा उजळलेला चेहरा बघून दूदाजींनाही समाधान वाटलं.

त्यानंतर मीरा क्षणभरही गिरिधर गोपालला कुठंही विसंबत नव्हती. ती मूर्ती तिचा तो गिरिधर गोपाल सतत, सतत तिच्याबोबत असू लागला, दिसू लागला. वीरकुमारीला आपला प्रयोग उलटा पडला, याचं वैषम्य वाटलं. ती करायला गेली होती एक आणि झालं ते वेगळंच. ती मूर्ती लपवून ठेवल्यावर मीरा त्याला विसरेल, असं तिला वाटलं होतं पण ती मूर्ती सापडेना म्हटल्यावर मीरा जास्तच अस्वस्थ झाली. आणि सापडल्यानंतर तर ती क्षणभरही त्याला विसंबेना. पूर्वीपिक्षा जास्त ती त्या मूर्तीला सांभाळू लागली. वीरकुमारीची मात्र पंचाईत झाली. आपण केलेलं सगळं रतनसिंह महाराजांना सांगावं तर त्यांचा राग झेलावा लागला असता. न सांगावं तर ती मूर्ती भांडारगृहात सापडली, हे त्यांना मीरेकडून समजलं असतं. आणि ती मूर्ती भांडारगृहात कशी गेली, कणगीत कुणी आणि कशी ठेवली हे समजायला रतनसिंहांना काही क्षण पुरेसे होते. आणि हे काम आपण केलं, त्यांना सांगितलं नाहीच पण नंतरही मीरेला रडवत ठेवलं, हेही त्यांना कळायला वेळ लागला नसता. आणि मग मात्र त्यांच्या संतापाचा कहर झाला असता.

आपण त्यांना त्या मागचं कारण कितीही समजावून सांगितलं असतं तरी महाराजांना ते पटलं नसतं आणि आवडलं तर बिलकुल नसतं. मीरा त्यांची अतोनात लाडकी होती. आणि आपण केलेल्या या कामामुळं ती अखंड दिवस रडत राहिली हे ही त्यांना समजलं असतं आणि ते त्यांना अजिबात चाललं नसतं. हा सगळा विचार आला आणि वीरकुमारीचं जणू धाबं दणाणलं. आता आपल्याला महाराजांची बोलणी खावी लागणार, त्यांचा संताप झेलावा लागणार, हे तर नक्कीच होतं. आणि तसंच झालं. लाडक्या लेकीनं दिवसभर अश्रू ढाळले, ती दिवसभर रडत राहिली, जेवली नाही, उपाशी राहिली आणि याचं कारण वीरकुमारी आहे हे त्यांना जेव्हा समजलं तेव्हा ते भयंकर चिडले. वीरकुमारीला खूप रागावले आणि पुन्हा असलं काही करायचं नाही अशी सक्त ताकीद तिला दिली. आई-वडिलांच्या या संवादापासून अनभिज्ञ असलेली मीरा मात्र आपल्या गिरिधर गोपालला घेऊन वाटिकेत बसली होती. वाटिकेततल्या झुल्यावर बसून झोके घेत होती. तिचा चेहरा उमलला होता आणि तिच्यासोबत हिंदोळ्यावर बसून झोके घेणाऱ्या तिच्या गिरिधर गोपालाचाही!

५

वीरकुमारीनं धान्याच्या कणगीत लपवलेली ती गिरिधर गोपालाची मूर्ती सापडली आणि मीरेचा आनंद गगनात मावेना. आपण करायला गेलो एक आणि झालं भलतंच ही खंत वीरकुमारीला तर लागून राहिलीच, पण मूर्ती सापडल्यापासून मीरा क्षणभरही त्या मूर्तीला, तिच्या त्या गिरिधर गोपालला अगदी क्षणभरही नजरेआड करत नसे. 'न जाणो तो पुन्हा कुठंतरी हरवायचा.' पण एके दिवशी एक विचित्र प्रसंग घडला. त्या प्रसंगानं त्या गिरिधर गोपालाचं मीरावर असलेली प्रेम आणि मीरेचं त्याला लागलेलं वेड किती शाश्वत आहे, किती अक्षय आहे, याचा दाखला मिळाला. गिरिधर गोपालला अविरत आपल्यासोबत ठेवणं, वेड लागलंय असं वाटावं असा त्याचा मीरेला लळा लागणं, हे मीरेचं बालसुलभ वागणं नाही तर तो काहीतरी ऋणानुबंध आहे, ते तिचं काहीतरी सातजन्माचं संचित आहे याची ग्वाही देणारा तो विचित्र प्रसंग त्या दिवशी घडला.

झालं होतं असं की, महाराज रतनसिंह आपल्या रयतेची गाऱ्हाणी ऐकत, तंटे सोडवत दरबारात बसले होते. पहारेकरी आत आला. झुकून मुजरा करत म्हणाला, ''महाराज, स्वामी कैवल्यानंद आले आहेत. आपली भेट घेऊ इच्छितात. रतनसिंहांनी ते ऐकलं आणि ते त्यांच्या आसनावरून उठून खाली आहे. पहारेकऱ्याला त्यांनी आज्ञा दिली, ''स्वामी कैवल्यानंदांना अदबीनं, सन्मानपूर्वक आत घेऊन या!'' काही वेळातच तो परत आला तेव्हा त्यांच्या पाठोपाठ स्वामी कैवल्यानंदही आले. उंचेपुरे, तेजस्वी चेहऱ्याचे, भगवी कफनी, मस्तकी भगवा साफा, गळ्यात, दंडात, हातात रुद्राक्षाच्या माळा, दाढी चांगली छातीवर रुळणारी असे कैवल्यानंद धीरगंभीर पावले टाकत दरबारात आले. रतनसिंहांनी पुढे होऊन त्यांचं स्वागत केलं. त्यांच्या चरणांवर मस्तक ठेवून त्यांना वंदन केलं. त्यांच्यापुढे हात जोडत रतरसिंह म्हणाले, ''स्वामी, आज या दरबाराला आपला चरणस्पर्श झाला आम्ही धन्य झालो. आज्ञा असावी. मी आपली

काय सेवा करू शकतो ? आदेश द्यावा.'' कैवल्यानंद क्षणभर गप्प बसले. मग म्हणाले, ''राजन, माझं तुझ्याकडे दरबारात काही काम नाही. मी तुझ्या महालात जाण्यासाठी आलो आहे. तिथं माझं काम आहे!'' कैवल्यानंदांचं हे उत्तर ऐकून महाराजजी गोंधळले. कैवल्यानंदांचं महालात काय काम असेल बरं ? या प्रश्नाचं उत्तर त्यांना सापडेला.

स्वामी कैवल्यानंद हे महान तपस्वी होते. ते 'रैदास' या नावानं ओळखले जायचे. बावीस वर्ष त्यांनी हिमालयात तपश्चर्या केली होती. त्यांना अनेक सिद्धी प्राप्त होत्या. त्यांना पशुपक्ष्यांची भाषाही अवगत होती. कैवल्यानंद श्रीकृष्णाचे महान भक्त होते. त्यांची साधना एवढी श्रेष्ठ होती की, स्वत: श्रीकृष्णही त्यांच्याशी बोलत असे. लोक असं म्हणत असत की, श्रीकृष्णाच्या मनात काय चाललंय हे ही त्यांना कळत असे. त्यांना प्राप्त झालेल्या अनेक सिद्धींमुळे गुजरात, मेवाड, राजस्थान या ठिकाणी त्यांचे अनेक भक्त, अनेक अनुयायी होते. आणि आज हे कैवल्यानंद महाराज रतनसिंहांला भेटायला आले होते. मनातली शंका बाजूला सारून महाराजांनी कैवल्यानंदांचा यथोचित आदरसत्कार केला. आणि दरबाराची उरलेली कामं प्रधानांवर सोपवून स्वामींना घेऊन रतनसिंह महाली आले. महालात त्यांनी आधीच वर्दी पाठवली होती. त्यामुळे महालातही स्वामींचं उत्तम आदरातिथ्य झालं. वीरकुमारीनं स्वत: लक्ष घालून स्वामींच्या आदरसत्कारात कुठे कमतरता राहणार नाही, हे पाहिलं. स्वामी आसनावर विराजमान होते. रतनसिंहांच्या परिरवारातील एकेक जण येऊन स्वामींचा चरणस्पर्श करून जात होता. स्वामी त्यांना आशिर्वाद देत होते. सगळ्यांच्या पाठोपाठ मीराही आली. सोबत गिरिधर गोपालही होताच. स्वामींना वंदन करण्यासाठी मीरा खाली वाकणार तोच स्वामी गरजले, ''थांब! मला तू वंदन करू नकोस. मी तुझं वंदन स्वीकारणार नाही.'' हे ऐकलं आणि सगळे चपापले. कोणालाच कळेना की, स्वामी क्रोधित का झाले? मीरेचं वंदन स्वीकारायला त्यांनी नकार का दिला? तिचं काही चुकलं होतं का? स्वामी क्रोधित का झाले होते? असे अनेक प्रश्न सगळ्यांच्या मनात उभे राहिले.

मीरेनं स्वामींच्या चेहऱ्याकडं पाहिलं. या साधूला आपण कुठंतरी पाहिलंय असं तिला वाटलं. अचानक तिच्या लक्षांत आलं, अरे हे तेच साधू आहेत ज्यांनी गिरिधर गोपाल गोपालाची मूर्ती आणून दिली होती. न राहवून मीरा म्हणाली, ''बाबाजी, तुम्हीच मला गिरिधर गोपाल दिला होतात! मध्ये एक दिवस तो हरवला होता. पण सापडला. आता मी त्याला माझ्यापासून क्षणभरही दूर करणार नाही.'' कैवल्यानंद काहीच बोलले नाहीत. त्यांच्या नजरेतला राग थोडाही कमी झाला नाही. ''बेटी, हे स्वामी कैवल्यानंद आहेत! यांनाच लोक 'रैदास' म्हणूनही ओळखतात!'' मीरेला बाजूला घेत रतनसिंहांनी हळूच सांगितलं. ''पण मग त्यांनी माझा प्रणाम स्वीकारणार नाही, असं का सांगितलं?'' मीरेनं रुसक्या आवाजात विचारलं. रतनसिंहांकडे याचं उत्तर नव्हतं.

ते गप्प बसले. मीरेच्या पाठोपाठ वीरकुमारी वंदन करायला आली. ती पुढे वाकणार तोच स्वामी कडाडले, ''तुझा प्रणाम तर आम्ही कदापि स्वीकारणार नाही. तू पापिणी आहेस!'' स्वामींचा क्रोधित स्वर ऐकून वीरकुमारी तर घाबरलीच, पण त्या ठिकाणी उपस्थित असलेल्या सगळ्यांनाच घाम फुटला. रतनसिंहांनाही कळेना की स्वाकी इतके क्रोधित का झाले? त्यांनी झटकन पुढे होऊन स्वामींचे पाय धरले. ''क्षमा! स्वामी क्षमा असावी! आपण महान तपस्वी आहात! आम्ही अज्ञानी आहोत. आमच्या हातून काय अपराध घडलाय याची जाणीव करून दिलीत तर त्या अपराधाचे परिमार्जन करता येईल. त्या पापाचे प्रायश्चित घेता येईल! आपण कृपा करून क्रोध आवरावा आणि आम्हाला क्षमा करावी!''

रतनसिंहांची ही विनवणी ऐकून स्वामी शांत झाले. त्यांनी क्रोध आवरला आणि म्हणाले, ''आमच्या श्रीकृष्णाचा तुझ्या घरी अनादर झाला आहे. दोन दिवस त्याला धान्याच्या कणगीत कोंडून राहावं लागलं. आता आम्ही त्याला इथं ठेवणार नाही.'' स्वामी रैदास असे बोलत असताना मीरा आणि वीरकुमारी दोघीही तेथेच होत्या. मीरेच्या हातात तिचा गिरिधर गोपालही होता. स्वामी आता त्याला घेऊन जाणार हे समजल्यावर मीरेला रडू कोसळलं. पण आपले पिताजीसुद्धा या स्वामींपुढे चूप बसले आहेत. एवढे पराक्रमी पिताजीदेखील स्वामींच्या पायांवर डोकं ठेवत आहेत. एवढेच नव्हे तर दूदाजीसुद्धा स्वामींच्या पायांवर डोकं टेकून वंदन करताहेत. त्या अर्थी हे स्वामी कुणीतरी महान अराणार, एवढी समज मीरेला होती. घशात उमटणारा हुंदका तिनं दाबून धरला पण डोळ्यांतून पाणी ओघळलंच. वीरकुमारी डोईवरचा घुंगट आणखी पुढे ओढून स्वामींपासून दूर जमिनीवर बसली. तिनं स्वामींच्या समोर हात जोडले होते. ती रडत होती आणि रडता रडता ''क्षमा, स्वामीजी क्षमाऽऽ! ईश्वराचा अपमान करायचा माझा हेतू नव्हता. पण माझी मुलगी त्याला क्षणभरही विसंबत नव्हती. म्हणून म्हणून मला तसं करावं लागलं. पण माझ्या हातून अपराध घडलाय. पाप घडलं. मला क्षमा करा.'' अशी विनवणी करत होती. तिच्या डोळ्यांतून वाहणारे अश्रू थांबत नव्हते.

स्वामी क्षणभर शांत बसले. मग म्हणाले, ''राजन, देवींना सांगा की आता श्रीकृष्णाला आम्ही सोबत घेऊन जातो आहोत. आमच्या आश्रमातल्या मंदिरात आम्ही त्याची प्राणप्रतिष्ठा करू. तिथं त्याला पसंत पडलं तर तो तिथं राहील. नाहीतर तो आम्हाला सांगेल त्याला कुठं राहायचं आहे ते!'' असं म्हणत मीराकडं वळून स्वामी म्हणाले, ''बेटी मीरा, तुझा हा गिरिधर गोपाल थोडे दिवस आम्ही घेऊन जातो. तो आमच्या आश्रमात राहील. दूदाजींच्या दालनात श्रीकृष्णाची मूर्ती आहे ना? बिटिया, काही दिवस तू त्या मूर्तीची पूजा कर. दे तो गिरिधर गोपाल माझ्याकडे.'' असे बोलून स्वामींनी हात पुढे केले. मीरेच्या डोळ्यांतून घळघळा अश्रू वाहत होते. तिनं पिताजींकड बघितलं.

तिच्या डोळ्यातून वाहणारं पाणी बघून रतनसिंहांच्या हृदयात कालवाकालव झाली. पण ते रजपूत होते. काही न बोलता पुढं झाले. मीरेच्या हातातून त्यांनी ती मूर्ती घेतली. ती मूर्ती घेत असताना ते डोळ्यांनी मीरेची समजूत घालत होते. त्यांच्या डोळ्यांतली विनवणी मीरेला समजली. एकदा 'नाही' तर एकदा 'होय' अशी मान हलवत मोठ्या दुःखी मननं मीरेनं तिचा गिरिधर गोपाल रतनसिंहांच्या हातात दिला. तिच्याकडं एक कौतुकाची नजर टाकून रतनसिंहांनी ती मूर्ती हातात घेतली. कपाळाला लावली. आणि मोठ्या श्रद्धेनं ती स्वामींजीकडे सूपूर्द केली. स्वामींनी एकदा सर्वांवरून नजर फिरवली आणि ते मूर्ती हृदयाशी धरून ते निघून गेले. स्वामीजी गेले. त्यांनी गिरिधर गोपाल नेला आणि त्या दोघांच्या सोबत गेला मीरेचा आनंद. सोबत त्यांनी नेलं मीरेच्या चेहऱ्यावरचं हास्य, तिच्या चेहऱ्यावरची निरागसता, समाधान, उत्साह, उल्हास आणि चैतन्यसुद्धा!

स्वामीजी गेले. गिरिधर गोपालला घेऊन गेले. महालात पुन्हा दैनंदिन कामकाजाला सुरुवात झाली. सगळे आपापल्या दैनंदिन कामकाजात व्यस्त झाले. अपवाद होती फक्त मीरा. एरवी चैतन्यानं रसरसलेली, उत्साहानं बागडणारी, आनंदानं किलबिलणारी, गिरिधर गोपालाला हातात घेऊन सगळ्या महालभर नाचणारी मीरा मात्र एकदम शांत झाली, गंभीर झाली. डोळ्यांत सतत भरणारं पाणी निग्रहानं पुसून ती दिवसभर मंचकावर पडून राही. ती जेवेना, खाईना, तिला भूक लागेना, ती हसेना, बोलेना, महालात फिरेना, सख्या आल्या तर त्यांच्याशी सुद्धा खेळेना! एखाद्या निर्जीव बाहुलीसारखी मीरा त्या महालात पडून राहू लागली.

• • •

स्वामीजी मूर्ती घेऊन निघाले, ते तडक आश्रमात आले. आपल्या आश्रमातल्या मंदिरात त्यांनी त्या मूर्तीची प्रतिष्ठापना केली. या मूर्तीला धान्याच्या कोठीत लपवून कोंडलं गेलं होतं, ही वार्ता जेव्हा स्वामींना कळली तेव्हा ते अस्वस्थ झाले आणि तडक रतनसिंहांकडे जाऊन ती मूर्ती घेऊन आश्रमात आले. रतनसिंहांची पुत्री मीरा या मूर्तीला क्षणभर विसंबली नाही, हे ही त्यांच्या कानावर जेव्हा आलं ते ऐकून त्यांना क्रोधही आला. ईश्वर हा ईश्वर आहे. त्याला ईश्वरच मानलं पाहिजे. त्याच्याविषयी श्रद्धाच ठेवली पाहिजे. त्याची भक्तीच केली पाहिजे. ईश्वराला आपला मित्र आहे, सखा आहे, असं मानणं चुकीचं आहे. स्वामीजींच्या हे ही कानावर आलं होतं की, रतनसिंहांची ती कन्या मीरा श्रीकृष्णाला आपला पती मानते आहे. काय हा वेडेपणा? स्वामीजींना हे बिलकुल पसंत पडलं नव्हतं. म्हणून तर ते निश्चय करून तिथे गेले आणि निग्रहानं ती मूर्ती घेऊन आले. आश्रमात शूचिर्भूत होऊन त्या मूर्तीची योग्य जागी प्रतिष्ठापना केल्यावर त्यांना समाधान वाटलं. पण का कुणास ठाऊक, त्या मूर्तीचा, श्रीकृष्णाचा

चेहरा मात्र त्यांना उदास वाटला. त्यांनी रतनसिंहांच्या महाली त्या कन्येच्या हातात जेव्हा ही मूर्ती पाहिली होती, तेव्हा तर या मूर्तीच्या चेहऱ्यावर हसू विलसत होतं आणि आता मात्र मूर्तीचा चेहरा उदास दिसत होता. 'आपल्याला भास झाला असेल' असा विचार करून स्वामींनी ते विचार झटकून टाकले आणि ते जपाला बसले.

संध्याकाळ झाली. स्वामींच्या आश्रमातील एका सेवकानं सायंआरतीची तयारी केली. स्वामीजी आपल्या शिष्यांसह मंदिरात आले. त्यांनी आरतीचं तबक उचललं. तबकात १०८ वाती लावल्या होत्या. सगळ्या वाती मंद तेवत होत्या. स्वामीजी आत आले. त्यांनी तबक उचललं. आरतीला सुरू करणार तोच अचानक कुठुनशी मंद वाऱ्याची झुळुक आली आणि तबकातल्या सगळ्या वाती अचानक विझल्या. स्वामीजी चमकले. असं आत्तापर्यंत कधीच झालं नव्हतं. आश्रमात असलेलं ते मंदिर अगदी आतल्या भागात होतं. तिथं वाऱ्याची झुळूक पोचतच नव्हती आणि आज अचानक आरतीच्या वेळी कुठुनशी झुळूक आली आणि आरतीच्या तबकातल्या १०८ वाती विझल्या. असं आजच का झालं असावं? असा विचार करत स्वामींनी पुन्हा त्या वाती लावल्या. पण त्या पुन्हा विझल्या. त्यांनी पुन्हा लावल्या आणि खांद्यावरचं उत्तरीय काढून त्यांनी त्या तबकाभोवती धरलं. वाती करकरत राहिल्या. पण विझल्या नाहीत. मग ते उत्तरीय तसंच धरून त्यांनी आरती केली. मात्र त्या १०८ वातींच्या उजेडात त्यांना मूर्तीचा चेहरा उदासवाणा दिसला. त्याचंही कारण त्यांना कळेना. या विचारातच त्यांनी आरती केली. सेवकानं दूध साखरेचा नैवेद्य आणून दिला. तो श्रीकृष्णाला दाखवून मूर्तीसमोर हात जोडून ते बसून राहिले. मनोमन श्रीकृष्णाला त्याच्या उदास राहण्याचं कारण विचारत राहिले. एरवी स्वामींसोबत थोडाफार संवाद करणारा श्रीकृष्ण आज अगदी निमूट उभा होता. स्वामीजी काही वेळ तसेच स्तब्ध राहिले. मनोमन ते श्रीकृष्णाशी संवाद साधू पाहत होते. पण श्रीकृष्ण काहीच बोलत नव्हता. स्वामीजीही मनोमन नाराज झाले. त्यांनी एक नजर श्रीकृष्णाकडे टाकली आणि ती दुधाची वाटी उचलली. एकदा नजरेनंच श्रीकृष्णाची अनुमती मागितली आणि डोळे मिटून ती वाटी तोंडाला लावली. हा त्यांचा रोजचा शिरस्ता होता. त्यांच्या त्या मंदिरात त्यांची स्वतःची अशी श्रीकृष्णाची दोन हात उंचीची मूर्ती होती. त्या मूर्तीची प्राणप्रतिष्ठा हा आश्रम बांधला तेव्हाच केली होती. रोज सायंआरतीनंतर ते त्या मूर्तीला दूध साखरेचा नैवेद्य दाखवत असत. श्रीकृष्णाने त्यातले थोडेसे दूध प्यायले की, उरलेले दूध स्वामी पिऊन टाकत.

रतनसिंहांकडून ही मूर्ती आणून त्यांनी मंदिरात मोठ्या मूर्तीशेजारी आणून प्रतिष्ठापित केली. सायंआरतीच्या वेळी थोडे अघटित घडले. तरीही त्यांनी आरती पूर्ण केली आणि आता त्यांनी रोजच्याप्रमाणे दूध साखरेचा नैवेद्य दाखवला. पण श्रीकृष्णानं नैवेद्य उष्टावला नाही. नाईलाजानं स्वामीजींनी ती नैवेद्याची वाटी उचलून तोंडाला लावली.

दुधाचा पहिला घोट घेताच त्यांचं तोंड वाकडं झालं. दुधात साखर असूनही दूध कडू होतं. दूध कडू कसं झालं? म्हणूनच श्रीकृष्णानं नैवेद्य चाखला नाही वाटतं! त्यांनी सेवकाला हाक मारली. तो धावत आला. त्यांनी त्याला दुसरं दूध आणायला सांगितलं. ते दुसऱ्या वाटीतून दूध घेऊन आला. त्यात स्वतःच्या हातानं साखर घालून स्वामींनी पुन्हा नैवेद्य दाखवला. पण अजूनही श्रीकृष्ण उदासच होता. त्याला नमस्कार करून त्याची अनुमती घेऊन स्वामींनी त्या वाटीतलेही दूध तीर्थासारखे हातावर घेऊन चाखले. पण तेही कडूच होते. त्यांना नवलही वाटलं आणि वाईटही वाटलं. ''कृष्णा, अरे आज दूध प्यायचंच नाही का? रागावला आहेस का? ठीक आहे! तुझी मर्जी!'' असं म्हणून त्या मूर्तीला नमस्कार करून ते निजायला गेले. पण नंतरही कितीतरी वेळ त्यांना झोप आली नाही.

दुसरे दिवशी ते अगदी भल्या पहाटेच उठले. ते उठलेले बघून सेवकानं सगळी पूजेची तयारी केली. अनेक प्रकारच्या सुगंधी फुलांचे सुंदर हार करून ठेवले. स्नानासाठी पंचामृत ठेवले. अंग पुसायचं वस्त्र ठेवलं. चंदन उगाळून ठेवलं. अशी सगळी साग्रसंगीत तयारी करून ठेवली. स्वामीजी स्नान करून आले. ती तयारी बघून ते समाधानानं पूजेला बसले. एकेक उपचार करत एकेक मंत्र उच्चारून आवाहन करत त्यांनी पूजेला सुरुवात केली. पण पहिल्या उपचारापासूनच काहीतरी चुकत होतं. दही, दूध, तूप, मध, साखर यातल्या एकेक द्रव्याची धार श्रीकृष्णाच्या माथ्यावर घालायला लागले की, ती बाजूला फेकली जात होती. उष्णोदकाची धार तर अगदी कडेलाच पडली. स्वामींना समजेना. आपलं काय चुकतंय? आपल्या हातानं द्रव्याची धार दुसरीकडे पडतेय की आणखी कशानं? त्यांनी अंग पुसण्याच्या वस्त्रानं मूर्ती पुसून काढली. उगाळलेलं चंदन अनामिकेनं मूर्तीच्या मस्तकावर लावायला लागले तर त्यांचा हात कुणीतरी एकदम ढकलल्यासारखा पुढं गेला आणि चंदनाचा टिळा मूर्तीच्या कानामागं लागला. एक नजर श्रीकृष्णाकडं टाकून त्यांनी फुलांचे हार उचलले. एकेक करून मूर्तीच्या गळ्यात घालायला सुरुवात केली. पण आज सगळं विचित्रच घडत होतं. एक हार मूर्तीच्या गळ्यात घालून ते दुसरा हार उचलायला लागले की दुसरा हार उचलेपर्यंत मूर्तीच्या गळ्यात घातलेला पहिला हार गळ्यातून निघून बाजूला पडायचा. तीन-चार वेळा असं झालं. पूजेचे मंत्र म्हणून झाल्यावर स्वामी श्रीकृष्णाशी बोलत होते. त्याला रुसण्याचं कारण विचारत होते. पण चेहऱ्यावर तशीच नाराजी ठेवून श्रीकृष्ण गप्प होता. खरंतर, एरवी स्वामी पूजा करायला लागले की तो प्रसन्न असायचा. त्याच्या चेहऱ्यावर हास्य विलसत असायचं. पण आज तसं नव्हतं. हास्य किंवा प्रसन्नता राहू दे, उलट श्रीकृष्णाच्या चेहऱ्यावर उदास भाव होता, रुसवा होता. आणि आज स्वामींकडून एकही उपचार तो स्वीकारत नव्हता. अगदी नैवेद्यसुद्धा!

स्वामी कैवल्यानंद गिरिधर गोपालाला घेऊन गेले आणि रतनसिंहांच्या धाकामुळं तोवर निमूट राहिलेल्या मीरेनं स्वामी महालाबाहेर पडताच रडून गोंधळ घातला. 'माझाऽऽऽऽ गिरिधर गोपाऽऽल!' असा टाहो फोडून ती रडू लागली. सगळ्यांनी समजूत घालून पाहिली. पण मीरा कुणाचंच ऐकेना! तिच्या डोळ्यातून अविरत अश्रू वाहत होते आणि तोंडातून सतत हुंदके. ती ना कुणाचं ऐकत होती ना कुणाकडं बघत होती. काहीतरी खा, काहीतरी जेव, निदान दूध तरी घे म्हणून वीरकुमारीनंच नव्हे तर अगदी रतनसिंहांसकट सगळ्यांनी सांगून बघितलं. पण मीरेनं रडं काही थांबवलं नाही. ना काही खाल्लं, ना ती काही प्यायली, ना तिनं रडं थांबवलं. सगळा महाल रडून रडून तिनं डोक्यावर घेतला. आणि रडण्यामुळं थकून, दमून ती तशीच निजली. मात्र् निजतानाही अगदी झोप लागेस्तोवर ती 'माझा गिरिधर गोपाल' एवढंच म्हणत होती. झोपेतही मुसमुसत होती. हुंदके देत होती. डोळ्यातून ओघळणारी आसवं गालावर येऊन थांबली होती. झोपेतही तिच्या चेहऱ्यावर दुःखाचे, विरहाचे भाव होते. स्वामीजी ती मूर्ती घेऊन गेले. आपण त्यांना अडवू शकलो नाही! याची खंत मीरेचा झोपेतही दुःखी दिसणारा चेहरा बघून रतनसिंहांना वाटत होती. पण त्यांचाही नाईलाज होता.

स्वामी कैवल्यानंद एक महान साधू आणि उपासक होते. तीन राज्यांत त्यांच्या नावाचा दबदबा होता. सगळे सरदार त्यांना मानही देत असत आणि त्यांचा शब्दही झेलत. अशा कैवल्यानंदांना मूर्ती घेऊन जाताना अडवणंही शक्य नव्हतं. लेकीला झालेलं दुःख बघूनही रतनसिंहांना मुकाट बसावं लागलं होतं. स्वामीजींना अडवता आलं नव्हतं. पण मीरेची समजूत कदाचित काढता आली असती. तिच्या समजुतीसाठी तशीच किंबहुना त्यापेक्षा सुंदर अशी दुसरी श्रीकृष्णाची मूर्ती आणवता आली असती. आणि मग मीरेची समजूत पटली असती. झोपेतही हुंदके देणाऱ्या मीरेला तिच्याजवळ बसून थोपटता थोपटता रतनसिंह विचार करत होते. मीरेचं हुंदके देणं, रतनसिंहांचा विचारमग्न चेहरा आणि त्या मागची अस्वस्थता हे सगळं आपल्यामुळं, आपण ती मूर्ती धान्याच्या कणगीत लपवल्यामुळं घडलंय, आपण त्याला कोंडलं, म्हणून स्वामीजी ती मूर्ती घेऊन गेले. ही अपराधीपणाची भावना मनात ठेवून वीरकुमारी वावरत होती. आपला त्या मागचा हेतू चांगला होता, पण मार्ग चुकीचा होता याची खात्री पटून ती ही स्वतःला अपराधी मानत होती. मीरा किती हट्टी आहे, हे आई असून आपण जाणू शकलो नाही. याचंही तिला वैषम्य वाटत होतं. मीरेची समजूत कशी घालायची, तिला समजत नव्हतं. तर तशीच दुसरी मूर्ती आणायला सांगण्यासाठी रतनसिंह सगळं होण्याची वाट बघत होते. रडूनरडून थकलेली मीरा मात्र दुःखी चेहऱ्यानं गाढ निजली होती.

सकाळ झाली महालात वर्दळ सुरू झाली. जो तो आपलं नेमून दिलेलं काम करण्यात व्यस्त झाला. दिवसाचा दुसरा प्रहर संपत आला. सूर्याचं तेज प्रखर व्हायला लागलं.

मीरा अजून निजलेलीच होती. रतनसिंह तयार होऊन दरबारात जायला निघाले होते. दरबारात गेल्यावर इतर कामकाजाला सुरुवात करण्यापूर्वी त्यांना एक महत्त्वाचं काम करायचं होतं. ते म्हणजे प्रधानजींना सांगून श्रीकृष्णाच्या दुसऱ्या मूर्तीचा शोध घेणं, किंवा एखाद्या उत्तम मूर्तिकाराचा शोध घेऊन त्याला तशीच मूर्ती करायला सांगणं. हे महत्त्वाचं काम लक्षात ठेवून रतनसिंह दरबारात जायला निघाले. तोच 'माझा गिरिधर गोपालऽऽऽ! माझा गिरिधर गोपाऽऽल आलाऽ! माझाऽ गिरिधर गोपाल आऽऽला!' असं ओरडत मीरा दालनातून पळत बाहेर आली आणि तिनं महालाच्या मुख्य दाराकडे धाव घेतली. मीरेच्या पाठोपाठ वीरकुमारी, इतर दोन-तीन सेवक, सेविका सगळेच धावत बाहेर आले. हा काय गोंधळ चाललाय, हे लक्षात न येऊन 'मीरा… मीरा' अशा हाका मारत रतनसिंह मीरेच्या पाठोपाठ धावले. तोवर मीरा महाद्वाराच्या पायऱ्यापर्यंत पोचली होती. सगळ्यात वरच्या पायरीवर ती उभी होती. हात समोर पसरलेले होते. तोंडानं सतत 'माझा गिरिधर गोपाल आलाऽऽ! माझा गोपाऽल आऽऽला!' असा जप चालला होता. तिला भान नसावं कदाचित. त्याच अवस्थेत तिनं पाऊल पुढं टाकलं. अंदाज चुकला आणि महाद्वाराच्या त्या दहा पायऱ्यांवरून गडगडत मीरा खाली आली. 'मीऽऽराऽऽ! मीऽऽराऽऽ! मीऽऽराऽऽ!' एकच कल्लोळ माजला.

क्षणभर निपचित पडलेली मीरा लगेच उठली आणि मधल्या पटांगणातून धावत तिनं देवडी गाठली. देवडीवर दोन बाजूला दोन-दोन पहारेकरी उभे होते. देवडीचं द्वार बंद होतं. मीरा तिथं क्षणभर थबकली. एका पहारेकऱ्यानं पुढं होऊन देवडीचं द्वार उघडलं आणि त्या उघडलेल्या द्वारातून स्वामी कैवल्यानंद आत आले. त्यांच्या हातात 'तो' होता. तोच मीरेचा गिरिधर गोपाल! स्वामींच्या हातात ती मूर्ती बघून मीरेच्या आनंदाला पारावर राहिला नाही. टाळ्या पिटून ती नाचायला लागली. नाचता नाचता म्हणत होती. 'माझा गिरिधर गोपाल आलाऽऽ! माझा गिरिधर गोपाल आलाऽ!' नाचता नाचता ती पुढं आली. तिनं स्वामींच्या हातातून ती मूर्ती घेतली. आपल्या कडेवर घेतली, कवटाळली. स्वामी डोळे विस्फारून बघत होते. मीरेच्या कपाळावर जखम होती. गुडघ्यावर खरचटलं होतं. हाताच्या कोपऱ्यातून रक्त येत होतं. मात्र चेहरा अत्यानंदानं फुलला होता. स्वामींची नजर मूर्तीकडं गेली. मूर्तीचा चेहराही अतिप्रसन्न दिसत होता. हातात मूर्ती घेतल्यावर मीरेनं तत्काळ महालाकडं धाव घेतली. न जाणो, स्वामी पुन्हा मूर्ती घेऊन जायचे.

ती महालाच्या आत गेली आणि रतनसिंहांचं लक्ष स्वामींकडं गेलं. ''स्वामीजी आपण?'' रतनसिंहांनी आश्चर्यानं विचारलं. ''होय राजन! मला याव लागलं!'' स्वामींनी उत्तर दिल. ''चलावं स्वामीजी, महालात चलावं! ऊन वाढतंय!'' असं म्हणत रतनसिंह स्वामींना आदरपूर्वक महालात घेऊन आले. पाठोपाठ सगळी आली. स्वामी

आसनस्थ झाले. क्षणभर त्यांनी डोळे मिटले. मग उघडून एकदा सगळ्यांवर नजर फिरवली. रतनसिंह, वीरकुमारी दूदाजी, राजकुंवर आजी, इतर सेवक-सेविका सगळे उत्सुकतेनं उभे होते. स्वामीजी काय सांगतात याकडे सगळ्यांचे कान होते. ते बोलायला सुरुवात करणार तोच मीरा दालनातून बाहेर धावत आली. आणि वीरकुमारीजवळ जाऊन म्हणाली, ''माँ, मला खूप भूक लागली आहे. मी रात्री जेवले नाही. मला खूप खूप भूक लागली आहे आणि माझ्या गिरिधर गोपाललासुद्धा! माँ, आम्हाला दोघांना खीर करून दे! त्याला पण भूक लागलीय!'' ''तोही रात्रीपासून जेवला नाहीय!'' मीरेचं बोलणं ऐकून स्वामीजी म्हणाले. सगळ्यांना समजेना. मग मात्र स्वामींनी सगळी हकीगत सांगितली. आश्रमात गेल्यापासून श्रीकृष्णाचं नाराज असणं, रुसणं, कोणताही पूजेचा उपचार न स्वीकारणं, कोणताही नैवेद्य न स्वीकारणं आणि आपण हट्टाचं कारण विचारताच 'मला मीरेकडं नेऊन सोड' असं सांगणं! हे सगळं स्वामींनी सांगितलं आणि मीरा आणि श्रीकृष्ण यांच्यातला स्नेह स्पष्टपणे अधोरेखित झाला. वीरकुमारीनं मीरा, गोपाल आणि स्वामीजी सगळ्यांनाच खीर दिली. खीर खाताना मीरेच्या चेहऱ्यावर आनंद थुईथुई नाचत होता तर मूर्तींचा चेहरा अतिप्रसन्न होता. ते बघून स्वामीजी निघाले. मीरा गोपाललला घेऊन त्यांना वंदन करायला आली. तिच्या मस्तकावर हात ठेवून स्वामी म्हणाले, ''मीरा बेटी, तुझी श्रीकृष्णावरची भक्ती अगाध आहे. पण बेटी भविष्यात हीच भक्ती तुला मरणयातना देईल आणि हीच भक्ती तुला अजरामर करेल!'' मीरेला काही कळलं नाही. पण आता स्वामी गोपाललला नेणार नाहीत एवढं मात्र तिला समजलं. त्या आनंदातच ती गोपाललला घेऊन तिथून पळाली. मात्र स्वामींच्या बोलण्याचा अर्थ लावत वीरकुमारी मात्र मीरा गेली त्या दिशेला कितीतरी वेळ बघत होती. भविष्यात याच रैदासांना मीरेनं गुरू मानलं.

६

या सगळ्या घटनेनंतर वीरकुमारीनं धडा घेतला. मीरेला श्रीकृष्णाचं लागलेलं वेड ती मोठी झाल्यावर कमी होईल, हा रतनसिंहांनी दिलेला सल्ला तिनं मानला. आणि ती गोष्ट काळावर सोपवून ती आपल्या दैनंदिन कामकाजात लक्ष घालू लागली. मीरा मात्र आपल्या गिरिधर गोपालासोबत आनंदात होती. रतनसिंहांनी तिला अक्षरओळख व्हावी, म्हणून घरीच आचार्य विश्वेश्वर शास्त्रींना पाचारण केलं होतं. ते रोज दोन तास येऊन मीरेला अक्षरओळख करून देत. तर पंडित गोविंद स्वामी मीरेला नृत्याचे धडे देत. या दोन्ही गोष्टी मीरा अत्यंत आवडीने शिकत असे. विश्वेश्वर शास्त्री तर तिला संस्कृतही शिकवत असत. आणि पंडितजी तिला रोज एक तोडा शिकवत. मीरा हे सगळं उत्साहाने शिकत असे. पण तिच्यासोबत तिचा गिरिधर गोपालही असे. मीरेचा पदन्यासही अत्यंत देखणा असे. तोडे करताना तिच्या चिमुकल्या शरीराची हालचालही अतिशय कमनीय आणि देखणी होई. एकेक तोडा ती लगेचच आत्मसात करायची. आणि नंतर तो असा करून दाखवायची की, पंडित गोविंद स्वामीसुद्धा चकित व्हायचे. कधी कधी पंडितजींना आणखी एक नवल बघता नव्हे ऐकायला मिळायचे. मीरेच्या पायात सोन्याच्या तोरड्या होत्या. त्यावरच मखमलीच्या पट्टीवर बसवलेले लहान घुंगरू तिच्या पायात बांधले जात, त्याचा आणि तिच्या पायात असलेल्या सोन्याच्या तोरड्यांना असलेला बारिक घुंगरांचा एकत्रित असा उत्तम ध्वनी ती तोडा सादर करताना ऐकू येई. तोरड्यांचे घुंगरू अगदी लहान होते आणि मखमली पट्टीवर बसवलेले घुंगरूही लहान होते. दोन्हींचा एकत्रित नाद कोमल, नाजूक असा येई. त्या उलट, पंडितजी जेव्हा मीरेला शिकवताना तोडा करून दाखवत तेव्हा त्यांच्या पायात बांधलेला मोठ्या घुंगरांचा ध्वनी खणखणीत येई. मात्र कधी कधी मीरा तोडा करून दाखवत असताना तिच्या घुंगुरांच्या कोमल नादाबरोबरच पंडितजींना ते स्वत: तेव्हा नृत्य करत नसतानाही

मोठ्या घुंगुरांची छनछन ऐकायला येई. मीरेच्या पायात बांधलेल्या घुंगुरांच्या कोमल छुमछुम आवाजाबरोबर मोठ्या घुंगरांचा खणखणीत छनछन असा नाद ऐकायला येई. जणू असे मोठे घुंगरू पायात बांधून कुणीतरी मीरेसोबतच नृत्य करत आहे. ती करेल ते तोडे करत आहे. बऱ्याचदा असे ऐकू येई. कधी कधी ते अस्पष्ट असे तर कधी कधी अगदी स्पष्ट. जेव्हा जेव्हा ते अगदी स्पष्ट ऐकू येई तेव्हा तेव्हा पंडितजी उठून दालनाबाहेर डोकावून बघत. एक दिवस मीरेनं त्यांना विचारलं, ''पंडितजी, आपण दाराबाहेर डोकावून काय बघता?'' तेव्हा पंडितजी म्हणाले, ''मीरा बेटी, तुझ्यासोबत आणखी कुणाचा तरी पदन्यास ऐकू येतो. म्हणून दाराबाहेर कुणीतरी नृत्य करतंय का अशी शंका येऊन मी पाहतो जाऊन!'' पंडितजींच्या उत्तरावर मीरा हसली. म्हणाली, ''पंडितजी, मला माहीत आहे कोण माझ्यासोबत नृत्य करतंय ते!'' ते ऐकून पंडितजींना नवल वाटलं. 'म्हणजे मीरेची कुणी सखी, कुणी मैत्रीण? तिच्यासोबत लपून नृत्य शिकते आहे तर? पण हा ऐकू येणारा दुसरा पदन्यास कोण्या शिकाऊ व्यक्तीचा नसून कोणातरी नृत्यात प्राविण्य असणाऱ्या कुशल नर्तकाचा हा पदन्यास असावा. तसं असेल तर मीरेची ही सखी मीरेसोबत का नृत्य का करते आहे?' पंडितजींना अशा सगळ्या शंका आल्या. त्यांनी मीरेला विचारलं, ''मीरा बेटी, तुला माहीत आहे कोण तुझ्यासोबत नृत्य करतंय ते? कोण आहे? तुझी सखी, की कोणी मैत्रीण?'' पंडितजींच्या या प्रश्नांवर मीरा पुन्हा हसली. म्हणाली, ''पंडितजी, ती कोणी माझी मैत्रीण नाही की कोणी सखीही नाही. तो माझा सखा आहे. तो माझा गिरिधर गोपाल आहे. माझा सखा, माझा पती गिरिधर गोपाल! तोच नाचतो माझ्यासोबत. त्याच्याच पायातल्या घुंगुरांचा आवाज ऐकू येतो.'' मीरेच्या उत्तरात अभिमान ओसंडत होता. पंडितजींना काहीच कळलं नाही. ते म्हणाले, ''तुझा गिरिधर गोपाल? तुझा पती? तो नृत्य करतो तुझ्यासोबत? मीरा बेटी, तुझा विवाह कधी झाला? आणि तो इथं दिसत नाही कुठं? आहे कुठं तो?''

पंडितजींच्या मनाचा इतका गोंधळ उडाला होता की, आपण गुरू आणि मीरा शिष्य आहे हे विसरून पंडितजींनी मीरेलाच एकापाठोपाठ एक प्रश्न विचारले. पंडितजींचे ते भराभर प्रश्न विचारणे ऐकून मीरा मनसोक्त हसली. मग हसणं आवरून म्हणाली, ''पंडितजी, थांबा! थांबा! मी सांगते. गिरिधर गोपाल माझा पती आहे म्हणजे मी त्याला माझा पती मानला आहे. त्याचा माझा विवाह झाला नाही. तरी मी त्याला पती मानते. पण तुम्हाला माझ्याबरोबर जे दुसरे घुंगरू वाजलेले ऐकू येतात ते मात्र त्या गिरिधर गोपालाच्या पायातलेच घुंगरू वाजतात. पंडितजी, माझा गिरिधर गोपाल माझ्यासोबत नृत्य करतो. तोडे नाचतो. तो तर नृत्यात पारंगत आहे. तोच तर नृत्य करतो माझ्यासोबत आणि तो इथंच तर आहे. तो नृत्य करताना दिसत नाही पण तो इथंच आहे. तो बघा तिकडं एका कोपऱ्यात उभा आहे.'' लाघवीपणानं मीरेनं सांगितलं. तिनं

बोटानं निर्देश केलेल्या दिशेकडं पंडितजींनी पाहिलं तर त्या दालनाच्या एका कोपऱ्यात एक गोपालकृष्णाची मूर्ती होती. उजवा हात उंचावत त्यावर गोवर्धन पेललेला होता. डावा हात खाली सोडलेला त्या हातात बासरी होती. गोवर्धनगिरीच्या आश्रयाला गोधन आणि गोपाल उभे होते आणि चेहऱ्यावर पराक्रमाचा विश्वास, नजरेत आर्जवी निमंत्रण, ओठांवर प्रसन्न पण मिस्कील हास्य, माथ्यावर मोरपिसाचा मुकुट, पायाचा तिढा घातलेला असा तो गिरिधर गोपाल, त्याची ती देखणी मूर्ती उभी होती. ती मूर्ती पंडितजींनी पाहिली आणि जणू त्यांची नजरबंदी झाली. मूर्तीवरून त्यांची नजर हटेना. असं वाटत होतं की, पुढच्या क्षणाला त्याची पायाची मिठी सुटेल आणि 'धा धिन् ता, तिरकिट धा' हा तोडा तो करून दाखवेल. पंडितजी त्या मूर्तीकडं टक लावून बघत राहिले. मीरा मागे कधी येऊन उभी राहिली तेही त्यांना कळलं नाही. ''पंडितजी, कसा आहे माझा गिरिधर गोपाल? तुम्हालापण आवडला ना?'' मीरेनं आर्जवानं विचारलं.

ती देखणी मूर्ती बघून पंडितजी इतके भारावून गेले होते की त्यांच्या तोंडून शब्द फुटेना की त्या मूर्तीवरची नजर हटेना. मीरेनं पुन्हा विचारलं तेव्हा त्यांनी नकळत मानेनंच होकार दिला. मग मात्र मीरा खुदकन हसली. आणि त्या आनंदात तिनं एक गिरकी घेऊन तोडा करायला सुरुवात केली. तिच्या हालचालीनं आणि घुंगरांच्या छुमछुम आवाजानं पंडितजींची तंद्री भंग पावली. त्यांनी मान वळवून मीरेकडं पाहिलं. ती आनंदानं तोडा करत होती. आणि मीरेच्या पायातल्या घुंगुराच्या छुनछुन नादाबरोबरच आणखी एक घुंगराचा नाद ऐकू येतोय, हे त्यांच्या कानानं टिपलं. आणि मीरेमुळं का होईना पण श्रीकृष्णाचं नटराज रूप आपल्याला ऐकायला मिळालं, या नादात पंडितजी इतके भारावले की, त्यांनीही नृत्य सुरू केलं. बेभानपणे ते नाचत राहिले. मीरा थांबली. पंडितजींना नृत्य करताना बघणं हा एक अवर्णनीय आनंद होता. असे बेभान होऊन पंडितजी कितीतरी वेळ नाचत राहिले. त्यांच्या त्या उत्स्फूर्त नृत्याविष्कारानं त्या दालनातला माहोलच जणू बदलून गेला, नृत्यमय झाला. पंडितजी दमले, थकले, घामेजले, तेव्हा कुठं थांबले. ते थांबले आणि मीरेनं आत्तापर्यंत शिकलेले सगळे तोडे उत्स्फूर्तपणे नाचायला सुरुवात केली आणि आता तर तो दुसऱ्या घुंगराचा आवाज अधिक स्पष्ट, अधिक जोरदार ऐकू येऊ लागला. विशेष म्हणजे एखादे वेळेस मीरेचा ठेका चुकत होता; पण 'तो', त्या नादाचा ठेका मात्र अचूक, तालात येत होता. अचूक समेवर येत होता.

पंडितजी डोळे मिटून बसले होते. त्यांचा तो नाद ऐकण्यासाठी त्यांच्या अवघ्या देहाला जणू कान आले होते. आपण साक्षात नटवरलालाच्या नृत्याचे पदन्यास ऐकतो आहोत, यावर विश्वास ठेवायला कठीण जात होतं. पण त्याची प्रत्यक्ष अनुभूती ते घेत होते. पंडितजींचं अंग अंग शहारलं. त्यांना काय वाटलं कोण जाणे, मीरासोबत, ती नवखेपणानं जशी नाचत होती तसंच नाचत पंडितजी नृत्य करू लागले. सवयीनं पावलं

ठेक्यात पडत होती. सवयीनं पायातील घुंगुरांचा ता थै तक थै चा नाद निघत होता. सवयीनं अचूक पदन्यास पडत होता. पण पंडितजींचं तिकडं लक्ष नव्हतं. 'त्याच्या' घुंगरांचा नाद ऐकायला त्यांचे कान आसुसले होते आणि त्यांना तो ऐकायला आला. मीरेच्या आणि त्यांच्या छनछनणाऱ्या घुंगरांच्या नादासोबतच तिसराही एक नाद येत होता. हा त्याच्या पायातल्या घुंगुराचा नाद होता! पंडितजी धन्य धन्य झाले. 'आपण नृत्यकलेत निपुण असल्याचं सार्थक झालं आणि ते ही या मीरेमुळं', असं त्यांना वाटलं. मीरेसारखी शिष्या आपल्याला लाभली, हे आपलं भाग्य आहे असा विचार त्यांच्या मनात आला. पहिल्यांदा खरं तर त्यांनी मीरेला नृत्य शिकवण्याचं नाकारलं होतं. ही महालात राहणरी मुलगी वेळ काढाण्यासाठी नृत्य शिकणार आहे. पुढे ती आणि तिचं नृत्य दोन्ही संसारात गुरफटलं जाणार आहे, तिच्याकडून नृत्यकलेची सेवा किंवा कल्याण होणार नाही, या विचारानं त्यांनी नकार दिला होता. पण रतनसिंहांच्या आग्रहाखातर त्यांनी मीरेला नृत्य शिकवण्याचं कबूल केलं. आपण केवढी मोठी चूक करत होतो, याची त्यांना आता जाणीव झाली. श्रीकृष्णाचा पदन्यास आपल्याला ऐकायला आला, यात आपली काहीच पुण्याई नसून मीरेची त्याच्यावरची अबोध भक्ती आणि प्रेम यांचा हा परिपाक आहे हे त्यांनी जाणलं. आणि या पुढं किंवा पुढच्या आयुष्यात मीरेनं नृत्यसेवा केली किंवा नाही केली तरी जे जे आपल्याला येतंय ते सर्व तिला शिकवायचं असा पंडितजींनी मनोमन निश्चय केला.

• • •

त्यानंतर काही दिवसानंतरची गोष्ट. एके दिवशी रात्री वीरकुमारी निजली ती सकाळी तापाने फणफणली. इतकी की तिला डोळेही उघडता येईनात. उठताही येईना. माँ अजून उठली कशी नाही, हे बघायला मीरा तिच्या दालनात गेली, तर ती झोपलेली होती. मीरानं तिच्याजवळ जाऊन तिला चार-पाच हाका मारल्या. तेव्हा कुठं तिनं थोडेसे डोळे उघडले. मीरानं 'माँ' म्हणत तिचा हात धरला तर तिला चटका बसला. तिच्या लक्षात आलं 'माँ'ला काहीतरी झाल्यंय. ती धावतच दूदाजींकडं गेली. पिताजी म्हणजे रतनसिंह बंदोबस्ताला गेले होते. मीरेनं जे जाऊन सांगितलं ते ऐकून दूदाजी वीरकुमारीच्या दालनात गेले. ती कण्हत होती. तिची अवस्था बघून दूदाजींनी राजवैद्यांना बोलावणं पाठवलं. ते तातडीनं आले. अदबीनं त्यांनी वीरकुमारीची नाडी तपासली. तिला खूपच ताप होता. वीरकुमारीची दासी विमला तिथंच उभी होती. वैद्यराजांनी तिला काही सूचना दिल्या. काही मात्रा, चाटणं, गोळ्या दिल्या. काढा तयार करण्यासाठी काही वनस्पती दिली. यातलं काय, कधी आणि कसं घ्यायचं तेही तिला समजावून सांगितलं. आणि 'मी दोन दिवसांनी येईन. पण तुम्ही महाराजांना बोलावून घ्या' असं सांगून ते गेले. सून

अंथरुणावर पडलेली बघून दूदाजी उठले. त्यांनी मुदपाकखान्यात जाऊन महाराजाला स्वयंपाकाच्या सूचना दिल्या. मीरेसाठी दूध बनवलं. तिला हाक मारून ते प्यायला लावलं. त्यांनी स्वतः पूजेची तयारी केली. स्नान करून पूजा केली. दरम्यान त्यांनी स्वाराला पाठवून रतनसिंहांना निरोप जाईल अशी व्यवस्था केली. मीरा दूदाजींची ही गडबड बघत होती. स्वतः तर बघत होतीच पण गिरिधर गोपालालाही हे सगळं सांगत होती. तोही जणू हे सगळं ऐकत होता. यात विशेष गोष्ट अशी होती की, मीरा श्रीकृष्णाला देव मानतच नव्हती. ती त्याला आपला पतीच मानत होती. त्यामुळं माँच्या तब्येतीबद्दल त्याला देव समजून साकडं घालणं, माँला बरं करण्याची विनवणी करणं यातलं ती काही करत नव्हती. ती फक्त त्या गिरिधर गोपालाला जिथं तिथं आपल्यासोबत घेऊन फिरत होती. आणि विशेष म्हणजे मीरेसोबत तो वीरकुमारीच्या प्रकृतीच्या आढावा घेत होता.

दुर्दैवाची गोष्ट अशी की, सगळे काढे, मात्रा, चाटणं देऊनसुद्धा वीरकुमारीची प्रकृती सुधारत नव्हती. तिच्या तब्येतीला उतार पडत नव्हता. तिचा ताप हटतच नव्हता. कमी झाला तरी पुन्हा चढत होता. ताप कमी झाला की ती थोडीशी शुद्धीवर असायची. भानावर असायची. मग त्यावेळी, दूदाजींचं पथ्याचं जेवण बनवलं का? मीरानं दूध घेतलं का? देवासाठी नैवेद्य केला का? अशा चौकशा ती करायची. आपल्या दासीला विमलला स्वैपाकघरातल्या काही खास कामकाजाबद्दल सूचना द्यायची. पण तेवढ्यानंही तिला दम लागायचा. थकून जायची ती. विमल तिला जबरदस्तीनं विश्रांती घ्यायला लावायची. पण त्यानंतर तिला पुन्हा ताप चढायचा. मग ती मलूलपणे निपचित पडून रहायची. वैद्यराज एक दिवसाआड यायचे. तिची प्रकृती बघायचे. थोडी औषधं बदलून द्यायचे. काही नवीन पथ्यपाणी सांगायचे. विमल ते सगळं लक्षपूर्वक ऐकायची. आणि त्याप्रमाणे काळजी घ्यायची. पण वीरकुमारीच्या प्रकृतीला उतार पडत नव्हता. असे जवळजवळ सहा महिने गेले. वीरकुमारीचं दुखणं कमी तर झालं नाहीच. पण या दुखण्यानं ती इतकी अशक्त झाली की, तिला आता डोळे उघडायची सुद्धा शक्ती नव्हती. ती दिवसरात्र अंथरुणावर पडून असायची. मीरा आपल्या गिरिधर गोपालाला घेऊन 'माँ'च्या दालनात असायची. माँ ला काही हवं नको बघतानाच गिरिधर गोपालाशी बोलायची. मीरा आपल्या दालनात, आपल्या निकट आहे या आनंदापेक्षा, मीरा त्या गिरिधर गोपालाबरोबर आहे आणि त्याच्याशी सतत गोष्टी बोलत राहते, या गोष्टीचा तिला त्रास व्हायचा.

मीरेनं त्या गिरिधर गोपालचं, त्या मूर्तीचं वेड सोडावं म्हणून तिनं अथक प्रयत्न केले होते. पण त्याचा उपयोग तर झाला नव्हताच. पण परिणामही उलट झाला होता. त्याचा नाद सोडण्याऐवजी मीरेला त्याचं जास्तच वेड लागलं होतं आणि आता तर वीरकुमारीला उठताही येत नव्हतं. आता समोर जे जे चाललंय ते बघत राहण्याशिवाय तिच्या हातात काहीच नव्हतं.

याच दरम्यान एक प्रसंग घडला. मीरा माँ च्या दालनात त्या मूर्तीशी बोलत होती. त्यावेळी वीरकुमारीची काळजी घेणारी सेविका तिथं आली. तिनं मीराला मूर्तीशी बोलताना पाहिलं आणि विचारलं. ''बिटीयारानी, तुम्ही या मूर्तीशी सतत बोलत असता, उद्या तुमचं लग्न झालं तर तुम्हाला या मूर्तीशी बोलता येणार नाही. पतीशी बोलावं लागेल. मग काय कराल?'' तिचा हा प्रश्न ऐकून मीरा मोठ्यांदा हसायलाच लागली. मग म्हणाली, ''तू वेडी आहेस का ग? अग हाच तर माझा पती आहे. माझा गिरिधर गोपाल. याच्याशीच तर माझं लग्न झालंय. मग याच्याशीच तर मी बोलते!'' मीराच्या या उत्तरावर आता विमल हसायला लागली. ''मीरा बेटी, मी तुमच्या खऱ्या लग्नाबद्दल बोलते आहे. खोट्या खोट्या नाही!'' विमलच्या या बोलण्यावर फुरंगटून मीरा म्हणाली, ''माझं खरंच लग्न होणार आहे याच्याशी! मी मानलंय नं त्याला नवरा!'' मीरेनं स्पष्टपणे सांगितलं. यावर विमल काही बोलली नाही. पण त्या दोघींचं संभाषण ऐकून वीरकुमारीच्या विचारांना मात्र चालना मिळाली. आणि दुपारच्या वेळी रतनसिंह तिला भेटायला आले तेव्हा तिनं ते विचार प्रत्यक्षात आणले.

रतनसिंह भेटायला आले. वीरकुमारीची प्रकृती त्यांना अधिकच खालावलेली दिसली. तिचा देह अस्थिपंजर झाला होता. चेहऱ्यावरची रया गेली होती. हातातल्या बांगड्या हातातून गळत होत्या. वैद्यराजांच्या औषधानं तिचा वाढणारा ताप आटोक्यात आला असला तरी तिच्या शरीरातली ताकद पार निघून गेली होती. तिच्याकडं बघून तिची अवस्था बघून रतनसिंहांना भडभडून आलं. आपली पत्नी वीरकुमारी या दुखण्यातून वाचत नाही, असा विचार त्यांच्या मनात आला. पाणावलेल्या डोळ्यांनी ते तिच्या पलंगावर तिच्याजवळ बसले. तिचा हात हातात घेतला. किती कृश झाला होता तो! ''वीर, काय होतंय तुम्हाला? तुम्ही लवकर बऱ्या व्हा! तुमच्याशिवाय या महालाला शोभा नाही. मीरेकडं बघणारं कोणी नाही. आम्हालाही तुम्ही हव्या आहात. तुम्ही बऱ्या व्हा!'' रतनसिंहाचा स्वर ओलावलेला होता. त्यांच्या स्वरातून पत्नीबद्दलची माया आणि चिंता लपत नव्हती.

रतनसिंहांनी हात हातात घेतल्यावर वीरकुमारीनं डोळे उघडले. पतीकडं बघून ती कसंनुसं हसली. तिला तेवढेही श्रम होत नव्हते. तिनं रतनसिंहांना जवळ बोलावलं. रतनसिंहांनी वाकून आपला कान, त्यांच्या मुखाजवळ नेला. ''माझं ऐकाल?'' वीरकुमारीनं पुटपुट्या आवाजात विचारलं. ''काय वाटेल ते सांगा तुम्ही वीर! आम्ही ते सगळं ऐकू!'' रतनसिंहांनी भरल्या आवाजात सांगितलं. ''मीरा बेटीचं लग्न... मीरा बेटीचं लग्न ठरवा.'' वीरकुमारीनं अवसान एकवटून सांगितलं. ती पुन्हा थकली. क्लांत पडून राहिली. ''मीरा बेटीचं लग्न? इतक्या लवकर?'' रतनसिंहांनी विचारलं. ''ठरवून ठेवावं! माझ्या डोळ्यांनी मला जावई बघू दे!'' पुन्हा वीरकुमारीनं शक्ती गोळा

करून सांगितलं. वाईट वाटलं रतनसिंहांना. एकुलत्या एक लेकीच्या लग्नसोहळ्याची किती स्वप्न रंगवली असतील यांनी? आणि आता असं अस्थिपंजरी पडून तिचा होणारा पती बघायीच दुर्दैवी वेळ यांच्यावर आणली. ''तुम्ही आधी बऱ्या व्हा वीर! मग आपण थाटामाटात करू मीरा बेटीचं लग्न!'' रतनसिंह म्हणाले खरं, पण आपण आपल्या पत्नीला खोटी आशा दाखवतोय हे त्यांचं त्यांनाच कळत होतं. आणि ते तर वीरकुमारीलाही समजलं होतं. 'आता आपण या आजारातून उठत नाही' हे तिला उमगलं होतं. तिनं नकारार्थी मान हलवली. रतनसिंहांनी धरलेल्या हातावर मोठ्या मुश्किलीनं आपला दुसरा हात ठेवून म्हणाली, ''महाराज, मी यातून बरी होत नाही. मी ते जाणलं आहे. मला वचन द्या की मीरा बेटीचा विवाह तुम्ही माझ्या डोळ्यांदेखत ठरवाल आणि मला या डोळ्यांनी जावई पाहता येईल. मी जाणते ती अजून लहान आहे. पण विवाह नंतर करावा. तो ठरवून ठेवता येईल ना?'' वीरकुमारीला बोलाताना धाप लागत होती पण तिची आंतरिक इच्छा तिला बोलायला सामर्थ्य देत होती.

रतनसिंहांनाही क्षणभर सुचेना. काय उत्तर द्यावं समजेना. पण त्यांची लाडकी पत्नी, जी आसन्नमरण होती ती त्यांच्याकडं वचन मागत होती. रतनसिंह विचलीत झाले, क्षणभरच! पण स्वतःला दुसऱ्या क्षणाला सावरून त्यांनी वीरकुमारीला वचन दिलं. ''वीर, आम्ही तुम्हाला वचन देतो मीरा बेटीचा होणारा पती, तुमचा जावई तुम्ही डोळ्यांनी पाहू शकाल, वीर हे राजपुताचं वचन आहे, प्राण जाए, पर वचन ना जाए। तुम्ही निश्चिंत राहा! लवकरच मीरा बेटीचा होणारा पती तुमच्या भेटीला आणू. पण त्याला नीट पाहण्यासाठी तरी तुम्ही बऱ्या व्हा. आम्ही मेवाडहून एक वैद्य बोलावले आहेत मोठे नामांकित आहेत. ते आज येतील. तुम्हाला तपासून औषध देतील. त्यांच्या औषधांनं तुम्हाला बरं वाटेल. एकलिंगजी तुम्हाला नक्की बरं करेल. विश्वास ठेवा!'' असं प्रेमानं सांगून, वीरकुमारीची समजूत घालून रतनसिंह तिच्या दालनातून बाहेर पडले. ते मीरा बेटीसाठी साजेसा पती शोधायचा आणि तोही लवकर, असा निश्चय करूनच.

रतनसिंहाच्या त्या दिलेल्या वचनानंही वीरकुमारीला उभारी आली. त्यातच दुसरे दिवशी मेवाडहून आलेल्या वैद्यराजांनी तिला नीट तपासून काही वेगळी औषधं दिली. त्यांनी काही वनस्पतींचे काढे सांगितले. काही चूर्ण दिली. त्यावेळीही रतनसिंह तिथे हजर होते. त्यांच्या तिथं असण्यानंही वीरकुमारीला अजूनच बरं वाटलं. तिच्या चेहऱ्यावरची मरणकळा जाऊन तिथं थोडा जिवंतपणा आला. तिच्या डोळ्यांतली उदासीनतेची छाया जाऊन तिथं थोडी चमक आली. माँ उठून बसलेली बघून मीरीलाही आनंद झाला. तो तिनं लगेच तिच्या गिरिधर गोपाललला सांगितला. त्यालाही आनंद झालेला तिला समजला. वीरकुमारीच्या या थोड्याशा का होईना बरं वाटण्यामुळं अवघ्या महालाला

जणू चैतन्य आलं. दूदाजी येऊन सुनेला बघून आनंद व्यक्त करून गेले. वैद्यराजांना निरोप देऊन रतनसिंह त्या दालनात पुन्हा परत आले. वीरकुमारीला म्हणाले, ''वीर, तुम्ही अशाच लवकर बच्या व्हा! म्हणजे मीरा बेटीसाठी दुल्हा शोधायला जाताना आम्हाला चिंता राहणार नाही. आम्ही निश्चिंत मनानं जाऊ शकू! आणि तिच्यासाठी दुल्हा शोधताना आमचं चित्त थान्यावर राहील.'' रतनसिंहांच्या या सूचनेवर वीरकुमारी मंद हसली. पण तिच्या त्या हसण्यातही नेहमीसारखी उदासी नव्हती. तर उत्साह होता. आनंद होता. आशा होती.

वीरकुमारीला वचन दिल्याप्रमाणं रतनसिंहानी खरोखरच मीरेसाठी वरसंशोधनाला सुरुवात केली. त्यांनी आपली विश्वासू माणसं सगळीकडं पाठवली. आपण स्वत:ही काही ठिकाणी गेले. वीरकुमारीच्या आजाराची कल्पना सगळ्या नातेवाईकांना होतीच. त्यामुळं रतनसिंहांनी त्यांच्याकडे स्वार पाठवून आपल्या मोहिमेची आणि त्या मागच्या उद्देशाची माहिती सांगितली. त्यामुळे तेही मीरेसाठी चांगला वर शोधू लागले. पण जिच्यासाठी, जिच्या संदर्भात हे सगळं चाललेलं होतं ती मीरा मात्र या सगळ्यापासून अनभिज्ञ होती. ती तिच्या गिरिधर गोपालमध्येच रमली होती. विमलकडून जरीकापड घेऊन तिनं रघूकडं शिवायला दिलं होतं. तिच्या गिरिधर गोपालासाठी ती पोशाख शिवणार होती. त्या कापड्यावर मोती लावायचे होते. चांदीचे मणी जडवायचे होते. ती त्याच कामात होती. रघुला जाऊन सारख्या सूचना सांगणं. त्यानं काम केलंय की नाही हे पाहणं, ते काम गिरिधर गोपालाला आवडलंय की नाही ते विचारणं अशी बरीच कामं तिला होती. ती त्या कामात व्यस्त होती. नव्या वैद्यराजांच्या औषधानं वीरकुमारीचा ज्वर हटला होता. मीरेसाठी चांगला वर शोधण्याची रतनसिंहांची मोहीम जोरात सुरू होती.

७

लवकरच रतनसिंहांनी सुरू केलेल्या वरसंशोधनाच्या मोहिमेला यश आलं. रतनसिंहांना आपल्या लाडक्या लेकीसाठी तिला शोभेसा वर सापडला आणि तोही अगदी चालून आला. झालं होतं असं की, वीरकुमारीच्या उपचारासाठी मेवाडहून जे वैद्यराज आले होते ते मेवाडचे राजवैद्य होते. मेवाडला राणा संग राज्य करत होता. प्रजाहितदक्ष, अत्यंत पराक्रमी राजा अशी राणा संगाची ख्याती होती. राजवैद्य देवराज यांचं राणा संगाच्या महालात येणं-जाणं असे. राणा संगाची आई वृद्ध होती. तिच्या उपचारांसाठी वैद्यराजांना राणा संगाच्या महाली नेहमी जावं लागे. त्यावेळी तिथं आजीच्या आसपास वावरणारा दहा-अकरा वर्षांचा राजपुत्र भोज ते नेहमी बघत. राजवैद्य जेव्हा वीरकुमारीच्या उपचारासाठी रतनसिंहांकडे बोलावले गेले, तेव्हा वीरकुमारीच्या शारीरिक त्रासाबरोबरच तिच्या मानसिक स्थितीचा अभ्यासही देवराजांनी त्यांच्या उपचाराच्या प्रथेप्रमाणं केला आणि तेव्हा त्यांच्या लक्षात आलं की वीरकुमारीला लेकीच्या लग्नाची आस लागून राहिली आहे. पण त्यांची लेक मीरा अजून लहान म्हणजे ६-७ वर्षांचीच होती. ती सारखी आईच्या दालनात यायची. आईजवळ बसायची. 'लवकर बरी हो' म्हणून सांगायची. देवराजनासुद्धा 'माझ्या आईला लवकर बरं करा हं!' म्हणून विनवायची.

लाघवी वागणारी, बोलणारी, नीटस, देखणी मीरा वीरकुमारीच्या दालनात आली की, एकप्रकारे चैतन्य आल्यासारखं वाटायचं. तिच्या हातात नेहमी एक गोवर्धनधारी श्रीकृष्णाची मूर्ती असायची. एकदा देवराजनं मीरेला विचारलंसुद्धा! की 'ही मूर्ती सतत तू तुझ्यासोबत का बाळगतेस?' या प्रश्नाला मीरेनं 'का म्हणजे? तो माझा नवरा आहे म्हणून तो नेहमी माझ्यासोबत असतो', असं ठसक्यात दिलेलं उत्तर ऐकून वैद्यराजांना हसू फुटलं होतं. वीरकुमारीच्या बोलण्यात आलं की, रतनसिंहांनी

वर संशोधन सुरू केलंय, हे ऐकल्यावर त्यांच्या नजरेसमोर मेवाडचा राजपुत्र भोज उभा राहिला. आणि वीरकुमारीला पुढची महिनाभराची औषधं देऊन परत मेवाडला जाण्याआधी त्यांनी राजपुत्र भोजविषयीची माहिती वीरकुमारीच्या कानावर घातली. वीरने ती रतनसिंहांना सांगितली. पण राणा संग म्हणजे मेवाडातलं बडं प्रस्थ होतं. त्यांच्यापर्यंत आपली विनंती पोचवावी की नको, या विवंचनेत रतनसिंह होते. पण वीरकुमारीच्या आग्रहावरून त्यांनी मेवाडला सेवक धाडला. त्याच्यासोबत दिलेल्या पत्रात 'या कारणासाठी राणांची आणि आपली भेट होऊ शकेल का?' असा आशय होता. मात्र त्या पत्राला तातडीनं होकारार्थी उत्तर आलं. जणू राणा संग या प्रस्तावाची वाटच बघत होते. अर्थात, त्यांचं मन या संबंधाला तयार करण्याचं काम आधीच वैद्यराजांनी केलं होतं. राणा संगाच्या आईवर उपचार करता करता त्यांनी मीराबेटीचं वर्णनही ऐकवलं होतं आणि युवराज भोजाला ती पत्नी म्हणून कशी योग्य आहे, हेही पटवून दिलं होतं. राणा संगानं उत्तरादाखल जे पत्र पाठवलं होतं, त्यात रतनसिंहांबद्दल गौरवाचे व कौतुकाचे उद्गार काढले होते. आणि त्यांना आपण जाणत असण्याचं म्हटलं होतं. या पत्रानं रतनसिंहांचा जणू सन्मान झाला होता. आणि युवराज भोज यांच्यासाठी मीरेच्या विवाहाचा प्रस्ताव आणि भरपूर नजराणा घेऊन रतनसिंह स्वतः मेवाडला गेले. वैद्यराजांनी तिथं पार्श्वभूमी तयार केलीच होती. रतनसिंह नजराणा घेऊन आले म्हटल्यावर राणा संगानं त्यांचं स्वागत केलं. त्यांची गळाभेट घेतली. रतनसिंहांनी आपल्या येण्यामागचा हेतू अत्यंत नम्रपणे विशद केला. राणा म्हणाले, ''रतनसिंहजी, आम्ही तुमच्याबद्दल ऐकून आहोत. आमच्या राजवैद्यांनी आम्हाला जे काही सांगितलं त्याहीपेक्षा तुम्ही अधिक आहात. आमचे युवराज आता दहा वर्षांचे आहेत. तसे ते अजून लहान आहेत. आपली कन्या मीराही लहानच आहे. पण आपल्या राणीसरकारांची प्रकृती पाहता त्यांना मीरा बेटीचा नियोजित वर पाहायचा आहे, हे स्वाभाविक आहे. रतनसिंहजी, आमची या प्रस्तावाला संमती आहे. आमच्या राजगुरूंकडून चांगला मुहूर्त काढून आम्ही आपल्याकडे येतो. आपण वाङ्‌निश्चय तिथे करू. म्हणजे राणी सरकारांना युवराजांना बघता येईल. या प्रस्तावाने आपले दोन परिवार एकत्र येतील आणि भविष्यात आमच्या युवराजांना एक खंदा सेनानी मिळेल!'' राणा संगांनी प्रसन्न मुद्रेनं आणि प्रसन्न मनानं रतनसिंहांचा प्रस्ताव मंजूर केला आणि मीरेचा विवाह राणा संग यांचा पुत्र भोजराज याच्याशी ठरला.

राणा संगांचा पाहुणचार घेऊन रतनसिंह परतले. त्यांनी आल्या आल्या वीरकुमारीच्या दालनात जाऊन तिला ही बातमी सांगितली. मीरा बेटीचा विवाह ठरला आणि तोही इतक्या मोठ्या, संपन्न आणि पराक्रमी घराण्यात हे ऐकून वीरकुमारी फारच आनंदी झाली. काही वेळ, ती वार्ता ऐकल्यावर तिला जणू आपल्या दुखण्याचा विसर

पडला. पत्नीचा खुललेला, टवटवी आलेला चेहरा बघून रतनसिंहांनाही आनंद झाला. आपल्यासारख्या एका सुभेदाराच्या कन्येचा विवाह राणा संग यांच्या युवराजांशी ठरलाच पण आपल्यासारख्या एका परगण्याच्या सुभेदाराला राणा संगांनी जी आदराची, सन्मानाची, आपुलकीची वागणूक दिली, जे आदरातिथ्य केलं त्यामुळं रतनसिंह भारावून गेले. यावरूनच राणा संगांच्या दिलदार स्वभावाची कल्पना येत होती. रतनसिंहांनी दूदाजींनाही सारा वृत्तांत कथन केला. दूदाजी तर राणा संगांची कीर्ती ऐकून होतेच. इतक्या मोठ्या घराण्यात आपल्या नातीची मीरा बेटीची सोयरीक जमलेली समजल्यावर दूदाजींना तर आकाश ठेंगणं झालं. आपल्या लाडक्या नातीला तिच्या रूपा-गुणाला साजेल असं, शोभेल असंच सासर मिळालंय, या भावनेनं त्यांना अतोनात आनंद झाला. त्यातच सूनबाईच्या म्हणजे वीरकुमारीच्या प्रकृतीमुळं ते चिंतीत होते. ती यातून पूर्ण बरी होत नाही, असं त्यांचं अनुभवी मन सांगत होतं. सुनेनं मीरेच्या विवाहाचा किती धोसरा घेतला आहे हेही त्यांना माहीत होतं. तिच्या डोळ्यांदेखत तिची ही इच्छा पूर्ण होते की नाही, याची त्यांना धास्ती वाटत होती. पण आता रतनसिंह मीरेचं लग्न ठरवून आले आहेत आणि तेही इतक्या चांगल्या ठिकाणी आणि आता सूनबाईला तिचा जावई, निदान डोळ्यांनी बघता तरी येईल, या विचारानं दूदाजींना अत्यंतिक समाधान वाटलं. मीरा मात्र या सगळ्यापासून अलिप्त होती. तिच्या गिरिधर गोपालासमवेत खेळण्यात मग्न होती.

अलीकडं तर मीरेला एक नवीनच चाळा सुचला होता. तिचे आजोबा दूदाजी रोज पूजा करताना संत तुलसीदासांच्या रचना गात असत. त्या गात असताना ते अतिशय तल्लीन तर होतंच, पण त्या तल्लीनतेत ते कधीकधी नाचतही. दूदाजींच्या मुखातून तुलसीदासांच्या श्रीराम प्रभूंच्या रचना रोज तिच्या कानावर पडत. तिला त्या रचना, ती शब्दबांधणी फार आवडत असे. तिला असं वाटे की, आपल्या गिरिधर गोपालवर आपणही अशा रचना करू. असे शब्द एकात एक गुंफत छान रचना करू आणि तिनं तसा प्रयत्नही सुरू केला. एक दिवस असं झालं की, दूदाजी पूजा करताना नेहमीप्रमाणं तुलसीदासांचं एक रामप्रभूंचे वर्णन करणारं भजन गात होते. त्या दिवशी मीरा तिच्या गिरिधर गोपालला घेऊन तिथंच देवघरात बसली होती. दूदाजींनी भजन गाता गाता चिपळ्या वाजवायला सुरुवात केली. त्या बरोबर त्या चिपळ्यांसोबत मीरेंनही टाळ्या वाजवायला सुरुवात केली. दूदाजींची पूजा झाली. दूदाजींनी मीरेच्या हातावर पेढा ठेवला आणि विचारलं, ''मीरा बेटी, गोस्वामी तुलसीदासजींची ही रचना किती सुंदर आहे ना? यात त्यांनी रामप्रभूंचं किती सुंदर वर्णन केलंय. काय म्हणतात ते...

सखि। रघुनाथ रूप निहारू।

सरद- बिधु, रबि-सुवन, मनसिज-आनभंज निहारू॥

स्याम सुभग सरिर जनू मन-काम-पूर निहारू॥

चारु चंदन मन हुँ, मरकत सिखर लसत निहारू॥

रुचिर- उर, उपवीत राजत, पदिक गजम निहारू॥

''मीरा बेटी, किती सुंदर वर्णन केलं आहे ना श्रीरामप्रभूंचं! तुलाही आवडलं ना?'' दूदाजींनी विचारलं. पण मीरेचं लक्षच नव्हतं. ती कसल्यातरी विचारात होती. तिनं काहीच उत्तर दिलं नाही. ते बघून दूदाजींनी मीरेकडं पाहिलं. ती कसल्यातरी विचारात गुंग होती. ''मीरा बेटी, कसला विचार करते आहेस?'' दूदाजींनी प्रेमळ स्वरात विचारलं. ''दूदाजी, जसं श्रीराम प्रभूंचं वर्णन तुलसीदासजींनी केलंय तसंच मी पण माझ्या गिरिधर गोपालाचं वर्णन करू शकेन? दूदाजी मला असे शब्द रचता येतील? मला पण माझ्या गिरिधर गोपालाचं वर्णन करायचं आहे. दूदाजी, त्यांनी यात शेवटी कसं लिहिलंय…

दास तुलसी निरखतही सुख लहत निरख निहारू॥

असं आपलं नाव घालून लिहिलंय, तसंच मला माझ्या गिरिधर गोपालाचं वर्णन करून त्यात माझं पण नाव घालायचंय. दूदाजी मला ते जमेल? मला तसं लिहिता येईल?'' मीरेनं दूदाजींना विचारलं खरं; पण तिच्या डोळ्यात एक वेगळीच चमक होती. तिला काय काय उत्तर द्यावं ते दूदाजींना समजेना. पण काहीतरी उत्तर देणं तरी भागच होतं. ''मीरा बेटी, असं आहे की तुलसीदासजींनी रामप्रभूंवर श्रद्धा होती. प्रेम होतं. भक्ती होती. म्हणून त्यांना अशा रचना करता आल्या. जर तुझीही तुझ्या गोपालावर श्रद्धा असेल, प्रेम असेल, भक्ती असेल तर तुलाही अशा रचना करता येतील. त्या गिरिधर गोपालवर विश्वास ठेव बेटी. मग तू ही अशा रचना करू शकशील. पण एक आहे, त्या रचनांमधून तुला आपलं नाव घालायचं असेल तर त्यात कुठंही अहंभाव येऊन चालणार नाही.'' दूदाजींनी त्यातले धोके मीरेला सांगितले. मीरेनं सगळं समजलं, अशी मान हलवली. क्षणभर आपल्या बाजूला ठेवलेल्या कृष्णमूर्तीकडं पाहिलं. डोळे मिटले. आणि तिनं उच्चारायला सुरुवात केली.

किन्ने देखा कन्हय्या प्यारा की मुरलीवाला॥

जमुना के नीर गवां चरावे। खांदे कंबरिया काला॥

मोर मुकुट पितांबर शोभत। कुंडल झळकत हीरा॥

मीरा के प्रभु गिरिधर नागर। चरन कमल बलहारा॥

तिच्या तोंडून शब्द उमटत होते. पण तिला जणू भानच नव्हतं. पण दूदाजी तर भानावर होते. मीरेनं तिनं केलेली रचना पुन्हा पुन्हा आळवून म्हणायला सुरुवात केली आणि दूदाजींच्या लक्षात आलं की ही रचना एकदम नवी आहे. त्यांनी आतापर्यंत वाचलेल्या काही कृष्णगाथेत ही रचना नाही. दूदाजी चमकले. शहारले. भारावले. ही रचना इतर कुणाची नसून मीरेने रचलेली आहे, हे जेव्हा त्यांच्या लक्षात आलं तेव्हा ते अंतर्बाह्य थरारले. दोन-तीन वेळा ती रचना आळवून झाल्यावर मीरा थांबली. तिनं डोळे उघडले. तिची नजर कृष्णमूर्तींवर पडली. आणि त्या कृष्णमूर्तींच्या नजरेतही साक्षात कौतुकाचे भाव होते, तेही तिनं वाचले. तोच दूदाजी तिला थरथरत्या आवाजात हाक मारली, ''मीरा बेटीऽ!'' त्यांच्या आवाजातली थरथर, मायेचा ओलावा, कौतुकाची भावना, शाबासकीची थाप, कृतकृत्य झाल्याचा भाव, तिच्या भविष्याचा संकेत सगळं सगळं दूदाजींनी मारलेल्या त्या हाकेत होतं. मीरेनं दूदाजींकडं पाहिलं आणि ती त्यांना बिलगली. तिला जवळ घेत, तिच्या केसांवरून, चेहऱ्यावरून हात फिरवत दूदाजी म्हणाले, 'मीरा बेटी, तू धन्य आहेस आणि धन्य आहे तुझी कृष्णभक्ती! एवढ्या लहान वयात तू इतकी सुंदर रचना करू शकलीस. यह उसी कृष्ण कन्हैया की देन है बेटी! मला तुझा अभिमान वाटतो. मीरा आज तुझी आजी असती तर तिनं दहा वेळा तुझी दृष्ट काढली असती.'' दूदाजींच्याही डोळ्यात पाणी भरलं होतं, मीरेच्याही आणि गिरिधर गोपालाच्याही!

मीरेनं केलेलं हे काम दूदाजींनी रतनसिंहांच्या कानावर घातलं. रतनसिंहांनाही नवल तर वाटलंच पण आनंदही झाला. रतनसिंह कलेचे, साहित्याचे भोक्ते होते. दूदाजींना तर तुलसीदासांचं सगळं काव्य मुखोद्गत होतं. त्यांचा स्वतःचा धर्मशास्त्रासोबतच साहित्याचाही अभ्यास होता. उत्तम शब्दरचना करता येणं, ही दैवी देणगी आहे असं ते मानत असत. आणि आज त्यांच्यासमोर त्यांच्या नातीनं मीरेनं श्रीकृष्णाचं वर्णन करणारी एक सुंदर कविता रचून दाखवली होती. दूदाजींना तिचा अभिमान वाटला नसता, तरच नवल! पण रतनसिंहांनी ही गोष्ट जेव्हा आनंदाने वीरकुमारीला सांगितली तेव्हा तिला त्यांच्याएवढा आनंद झाला नाही. उलट ''आता हा एक नवीन नाद लागणार! आधी त्या मूर्तीचा होताच. आता हा! रसोईघरातली कामं ही पोर कधी शिकणार आणि कधी करणार, हे तो एक ईश्वरच जाणे. आणि आता तर तिचं लग्न ठरतंय. एकलिंगजी, तूच सांभाळ रे बाबा!'' अशी तिनं प्रतिक्रिया दिली.

पण मीरा या सगळ्यांत होती कुठं? तिला लिहायला, वाचायला, शिकवायला वाड्यावर येणारे गुरू पं. यज्ञेश्वरशास्त्री यांना आपण केलेली ती रचना दाखवायला ती केव्हाच पळाली होती. एका हातात कलम, कागद आणि दुसऱ्या हातात गिरिधर गोपाल हे सगळं घेऊन मीराजी धावत सुटली ती भेट पंडितजींच्या समोर जाऊन थांबली. पळत आल्यामुळं तिला दम लागला होता. तिनं आल्याआल्या श्रीकृष्ण मूर्ती तिथल्या

आसनावर ठेवली आणि तो कागद घेऊन ती पंडितजींसमोर जाऊन उभी राहिली. ''आचार्य, हे बघा. हे मी लिहिलंय, थोड्या वेळापूर्वी.'' असं धापा टाकत म्हणत तिनं तो कागद पंडितजींच्या हातात दिला. पंडितजींनी तो घेतलाही. त्यांना वाटलं काहीतरी दोन-चार ओळी लिहिल्या असतील. पण त्यांनी तो कागद, त्यावरच्या ओळी वाचल्या आणि ते थक्क झाले सहा-सात वर्षांची ही पोर इतकी नेटकी शब्दरचना करू शकते, हे बघून पंडितजी थक्कच झाले. मीरा कृष्णाची भक्त होती. हे तर ते अनुभवतच होते. पण तिच्या मनांत श्रीकृष्णाविषयीची भक्ती ही इतकी उत्कट असेल, जी प्रतिमा बनून शब्दांत उतरेल याचा त्यांनी विचारही केला नव्हता. जे प्रत्यक्ष डोळ्यांना दिसत होतं, ते इतकं नवलाईचं होतं की, प्रत्यक्ष बघूनही त्यांचा त्यावर विश्वास बसत नव्हता.

आपण काहीतरी अलौकिक केलंय, काहीतरी वेगळं केलंय, काहीतरी विशेष केलंय याची जाणीवही नसलेली मीरा मात्र गिरिधर गोपालाला समोर ठेवून आपण केलेली रचना पुन्हा पुन्हा आळवत होती. ती रचना गाताना तिला तर अतिशय आनंद होत होताच, पण तिच्या कोवळ्या पण कोमल आवाजात ती रचना, ती ही आपलं वर्णन करणारी, ती ऐकताना त्या गिरिधर गोपाललाही अपरिमित आनंद होत होता, हे त्या मूर्तींच्या, होय त्या लाकडी मूर्तींच्या चेहऱ्यावरून स्पष्टपणे दिसत होतं. विशेष म्हणजे ते मीरेलाही जाणवत होतं आणि ती रचना पुन्हा पुन्हा म्हणायला जणू त्यामुळं तिला उत्साह येत होता.

या घटनेनंतर एक मात्र झालं की मीरेला हा नादच लागला. आधी ती मैत्रिणींमध्ये फारशी रमायची नाहीच. पण तरीही मैत्रिणी खेळायला आल्या की, थोडा वेळ का होईना खेळायची. सकाळी लवकर उठायची. स्नानविधी आटपून दूध प्यायचं. मग आचार्य शिकवणीसाठी यायचे. ते तिला गणित, इतिहास, भूगोल यांच्यासोबतच संस्कृतही शिकवायचे. ही शिकवणी दोन तास चालायची. मग त्यानंतर आचार्यांनी सांगितलेला अध्याय आणि अभ्यास ती तासभर करायची. एवढं होईपर्यंत दुपार होई. मग जेवण, त्यानंतर वीरकुमारीला म्हणजे माँ ला झोप लागेपर्यंत मीरा तिच्याजवळ बसायची. तेव्हा माँ तिला खोल गेलेल्या आवाजात का होईना पण रामायण, महाभारतातल्या गोष्टी सांगायची. माँ ला झोप लागली की मीरा तिच्या दालनातून बाहेर यायची. विमला तिला कशिदा काढायला शिकवायची. दुपार उलटली की मीरा दूदाजींच्या दालनात जायची. दूदाजी त्यावेळी पोथी वाचत असायचे. पोथी ऐकून त्या विषयी आलेल्या शंका विचारून त्यांचं निरसन करून घेऊन मगच मीरा तिथून बाहेर पडायची. मैत्रिणी यायच्या, मग त्यांच्याशी खेळण्यांत मीरेचा वेळ जायचा, ते पंडितजी येईपर्यंत. पंडितजी आले की मीरेचं नृत्यशिक्षण सुरू व्हायचं. ते पार दिवेलागणी होईपर्यंत. दिवेलागणीला पंडितजी जायचे. मीरा थोडा वेळ नृत्याच्या पाठाचा सराव करायची. तोवर रतनसिंहजी

यायचे. मग मात्र मीरा त्यांच्या अवतीभोवती असायची. ते रात्री निजेपर्यंत. विशेष गोष्ट अशी की, दिवसभराच्या या सगळ्या कामकाजात तिचा गिरिधर गोपाल, ती श्रीकृष्णाची मूर्ती तिच्यासोबत असायची. तिच्या प्रत्येक कामकाजात भाग घ्यायची किंवा साक्षीदार तरी असायची. त्याला सतत सोबत ठेवण्यात मीरेला तर आनंद व्हायचाच. पण गिरिधर गोपालाला त्याहून जास्त आनंद व्हायचाच. गिरिधर गोपालाला त्याहून जास्त आनंद व्हायचा हे त्याच्या चेहऱ्यावरून कळायचं. अर्थात फक्त मीरेलाच. एक मात्र खरं की, त्याचं आणि मीरेचं नातं काहीतरी अनोखं होतं, हे नक्की!

• • •

मेवाडहून स्वार सांगत आला की, आठ दिवसांत राणा संग आपल्या परिवारासोबत मेडतियाला येताहेत. हा निरोप आला आणि महालात एकच गडबड उडाली. महाल सजवण्याचं काम युद्धपातळीवर सुरू झालं. महालात पन्नासएक चाकर होतेच. पण आता त्यांच्या मदतीला आणखी चाकरांची फौज आली. दोनशे हात कामाला लागले. अगदी पायतळी अंथरलेल्या गालिचापासून ते छताला लटकवलेल्या झुंबरापर्यंत सगळीकडे हात फिरू लागले. स्वच्छता, रंगरंगोटी, किनखापाचे पडदे बदलणं, शमादानं नवीन बसवणं, छताला लटकणारी झुंबरं चकचकीत करणं, अशी सगळी सजावटीची कामं जोमात सुरू झाली तर मुदपाकखान्यात वेगवेगळे पदार्थ बनवण्याची सामग्री येऊन पडू लागली. आचारी महाराजांच्या मदतीला आणखी चार बल्लव बोलावले. कारण मीरेच्या वाङ्निश्चयाला छप्पन भोग करायचे होते. असं अवघं मेडतिया जणू वाङ्निश्चयाच्या तयारीला लागलं. आणि मीरा? ती मात्र आपल्या आणि गिरिधर गोपालच्या नादातच दंग होती. आपल्या आई-वडिलांनी आपलं लग्न ठरवलंय, आता चार दिवसांत आपला वाङ्निश्चय आहे. त्याची तयारी घरात चालू आहे, याबद्दल ती अनभिज्ञ होती. त्याबद्दल माहिती करून घ्यावी, असंही तिला वाटत नव्हतं. वाङ्निश्चय हा लग्नाआधीचा पण लग्ननिश्चिती करण्याचा विधी असतो, हेही तिला माहीत नव्हतं. अर्थात ती आनंदात होती गिरिधर गोपालासोबत आणि अवघा महाल आनंदित होता मीरेचा वाङ्निश्चय आहे म्हणून.

आणि तो दिवस उजाडला. राणा संग आपल्या परिवारासोबत, लवाजमा घेऊन मेडतियाला दाखल झाले. राणा संग काळ्या अश्वावर स्वार होते. त्यांच्यासोबत असलेल्या पांढऱ्याशुभ्र अश्वावर स्वार होता युवराज भोज. दहा वर्षांचं कोवळं वय. पण घोड्यावर मांड अशी होती की पटाईत घोडेस्वार असावा. हिरे जडवलेला आणि मोत्यांचा तुरा असलेला आकाशी रंगाचा मंदिल त्यानं धारण केला होता. अंगात केसरिया शेरवानी, तिच्यावर सुवर्ण कशिदा आणि पाचू जडवलेले. मेवाडची राजधानी

असलेल्या चितोडगढ इथं राहणाऱ्या युवराज भोजला हे मेडतिया तसं पूर्ण अनोळखी तर होतंच, पण चितोडगढपेक्षा खूप वेगळंही होतं. म्हणूनच त्याची उत्सुक नजर सगळीकडं भिरभिरत होती. सगळं न्याहाळत होती. वय कोवळं होतं, पण नजर तेज होती. पांढऱ्या अश्वावर स्वार झालेला युवराज भोज मोठा देखणा दिसत होता. त्याच्या सोबतच्या अश्वावर राणा संग मोठ्या रुबाबात बसले होते. सोबत आणखी २-४ स्वार होते. त्यांच्या कमरेला तलवारी होत्या. राणा संगांच्या कमरबंदमध्येही कट्यार होती. राणीवसा पाठीमागे पालखीतून होता. जरतारी कलाकुसरीनं पालख्या सजवलेल्या होत्या. त्यांच्या दोन्ही बाजूला जाळीचे रेशमी पडदे होते. राणा संग असे युवराज भोजला घेऊन आपल्या लवाजम्यासह मेडतियाच्या रतनसिंहांच्या महाली दाखल झाले.

दूदाजी आणि रतनसिंह स्वत: स्वागताला पुढे झाले. फुलांच्या पायघड्या घातल्या होत्या. रांगोळ्यांनी प्रवेशद्वार सजलं होतं. रतनसिंहांनी हात देऊन अदबीनं राणा संगांना अश्वावरून उतरवलं. दोघंही एकमेकांच्या मिठीत बद्ध झाले. राणा संगांनी नंतर दूदाजींना अभिवादन केलं. रतनसिंहांनी पुढे होऊन युवराज भोजला अश्वावरून उतरवण्यासाठी हात पुढं केला. पण तो हात नम्रपणे नाकारून भोजनं अश्वावरून खाली उडी मारली. त्यात त्याची चपळता वाखाणण्याजोगी होती. भोज पुढे झाला. आधी दूदाजींच्या आणि मग रतनसिंहांच्या चरणांवर मस्तक ठेवून त्यांना वंदन केलं. रतनसिंहांनी इशारा करताच पाच सुवासिनी पुढं झाल्या. त्यांनी राणा संग आणि युवराज भोज यांना ओवाळलं, त्यांच्यावर फुलं उधळली. सोन्या-चांदीची नाणी उधळली. अशा सुंदर स्वागतानं राणा संग प्रसन्न झाले.

सगळे आत आले. राणीवसा पालखीतून उतरला. वीरकुमारी दोन दासींच्या आधारानं त्यांच्या स्वागतासाठी महाद्वारात येऊन उभी राहिली होती. तिचा चेहरा फिकुटला होता पण त्यावर प्रसन्नता होती. आनंद होता. तिच्यासोबत असलेल्या दासींनी राणा संगांच्या पत्नींना ओवाळलं. त्यांच्यावरही फुलं उधळली. वीरकुमारीनं हात जोडून त्यांचं स्वागत केलं. राणीवसा तिच्यासोबत आत आला. आत आल्यावर सगळ्यांची नजर महालाच्या सजावटीकडं गेली. राणा संग तर ती सजावट बघून अतिप्रसन्न झाले. त्या सजावटीतून रतनसिंह आणि वीरकुमारी यांची कलासक्त दृष्टी दिसत होती. संस्कृती दिसत होती. संस्कारही दिसत होते. युवराज भोजही भिरभिरत्या नजरेनं सगळीकडं पाहत होते. महालात अशीही सजावट असते, हे प्रथमच पाहत होते. मेवाडचा त्यांचा महाल यापेक्षा मोठा होता. पण तो फक्त मजबूत आणि नीटनेटका होता. अशी कलात्मकता तिथं नव्हती. त्यांना हा महाल फारच आवडला.

वीरकुमारीनं राणीवसाला आत दालनात नेऊन बसवलं. तिच्या हालचालीत मंदपणा होता पण तरीही उत्साह होता. पहिले आगतस्वागत झाल्यावर वीरकुमारीनं दासीकरवी

मीरेला बोलावणं पाठवलं. मीरा धावत आली. विमलेनं गोड बोलून आज तिला नटवली होती. मोरपंखी रंगाचा जरतारी रेशमाची कलाकुसर आणि मोत्याच्या झालरीने नटलेला घागरा तिनं घातला होता. त्यावर मोतिया रंगाची जरतारी चोळी आणि या सगळ्यांवर चांदीचे मणी लावलेली मोरपंखी ओढणी असा पेहराव मीरेनं घातला होता. तिच्या गळ्यातला रत्नांचा हार चमचम करत होता. त्या हाराला शोभेसे डूल तिनं कानात घातले होते. त्यावर प्रकाशाचे किरण पडून परावर्तित होणाऱ्या सात रंगांच्या किरणांनी तिच्या गोऱ्या-गोबऱ्या गालावर जणू फेर धरला होता. विशेष म्हणजे या साजावर तिच्या हातात गिरिधर गोपाल नव्हता. 'तुझ्या ओढणीवरचे चांदीचे मणी त्याला टोचतील तेव्हा थोडा वेळ त्याला तुझ्या दालनात ठेव' असं विमलानं सांगितलं होतं ते पटून मीरेनं गिरिधर गोपालला आपल्या दालनात ठेवलं होतं आणि ती पाहुणे बसले होते त्या दालनात धावत आली. जाऊन माँ च्या जवळ उभी राहिली. शेजारच्या आसनावर राणा संगांची अर्धांगिनी राणी कर्णावती बसली होती. मीरेला बघून ती खुश झाली. तिनं मीरेचा हात धरून तिला आपल्या जवळ घेतली. तिची हनुवटी धरून तिच्याकडं बघत म्हणाली, ''छान आहे हो आमची सूनबाई! आमच्या युवराज भोजची पत्नी!'' असं म्हणून तिनं मीराला विचारलं. ''मीरा बेटी, करणार ना आमच्या युवराजांशी विवाह?'' हा प्रश्न ऐकून मीरा पटकन उद्गारली, ''विवाह? माझा विवाह तर झालाय!''

८

''माझा विवाह तर झालाय!'' मीरेच्या या उद्गारासरशी त्या दालनात एमदम शांतता पसरली. राणी कर्णावती क्षणभर चमकल्या. पण मीरेचं वय बघून त्यांनी लगेचच स्वत:ला सावरलं. लुटपुटीचा संसार खेळण्याचं, भातुकली मांडण्याचं तिचं वय होतं.पण मीरेच्या उत्तरातल्या ठामपणाची त्यांना गंमत वाटली. त्यांनी मायेनं विचारलं, ''काय म्हणताय? तुमचा विवाह उरलाय? कुणाशी आणि कुठं आहे तुमचा पती?'' त्यांचा हा प्रश्न मीरेला आवडला! कुणीतरी तिच्या विवाहाची, तिच्या पतीची चौकशी करत होतं! ''माझा विवाह झालाय माझ्या गिरिधर गोपालाशी! तुम्हाला बघायचाय माझा नवरा?'' आपले भोकर डोळे आणखी मोठे करत तिनं विचारलं! तिचा हा आविर्भाव बघून कर्णावती हसल्या. वीरकुमारीमध्ये काहीतरी बोलणार तोच त्यांनी तिला हातानं थांबवलं. ''घेऊन येते हं त्याला!'' असं सांगत घागरा सावरत मीरा धावत गेली. क्षणार्धात परतसुद्धा आली. परत आली तेव्हा तिच्या कडेवर एक कृष्णमूर्ती होती. गोवर्धन पेललेली. ती मूर्ती कर्णावतीना दाखवत मीरा म्हणाली, ''राणी सरकार, हा बघा माझा नवरा! माझा गिरिधर गोपाल! याच्याशीच तर माझा विवाह झालाय. मी यालाच पती मानलंय! छान आहे ना हा? तुम्हाला आवडला? मला तर हा खूपच आवडतो! हा खूप छान आहे. माझ्याशी बोलतो आणि खेळतोसुद्धा! कसा वाटला तुम्हाला?'' मीरेनं आपल्या गिरिधर गोपालाची सविस्तर ओळख करून देण्याचा तिचा तो आविर्भाव, त्यातली तिची निरागसता सगळं कर्णावतींना फारच आवडलं. तिनं शेवटी विचारलेल्या प्रश्नांत तर एवढं लाघव होतं की तिच्या त्या जगात आपणही सामील व्हावं असा मोह कर्णावतींना झाला. मीरेला आपल्याजवळ ओढून तिच्या हातातून ती कृष्णमूर्ती आपल्या हातात घेऊन त्या म्हणाल्या, ''हो तर! आम्हाला फार आवडला तुमचा गिरिधर गोपाल. खूपच सुंदर आहे तो! आम्ही असं करू का? आमचा मोऽट्ठा राजमहाल आहे. त्या राजमहालात या तुमच्या गिरिधर गोपालासाठी

सुंदर मंदिर बांधू. तिथे याला ठेवू. पण एक अडचण आहे. तुम्हाला यावं लागेल मेवाडला? याल तुम्ही? म्हणजे मग गिरिधर गोपाललला त्याची स्वतंत्र जागा मिळेल आणि तुम्हाला त्याच्यासोबत राहता येईल! बघा! चालेल का तुम्हाला? तिथं आपण याला नवीन नवीन पोशाख बनवू. अलंकार बनवू. त्याला छान नटवू. म्हणजे मग तो आणखीच सुंदर दिसेल. चालेल का तुम्हाला?'' कर्णावतीचं बोलणं ऐकून मीरेचा आनंद गगनात मावेना. तिनं एकदा माँ कडे पहिलं. वीरकुमारीनं कर्णावतीचा रोख ओळखला होता. मीरेनं तिच्याकडं पाहिल्यावर तिनं होकारार्थी मान हलवली. माँ नी होकार दिलाय हे बघून मीरा पटकन म्हणाली, ''होऽऽ! चालेल. येईन मी मेवाडला.'' मीरेचा पहिला होकार ऐकून कर्णावती लगेच पुढे म्हणाल्या, ''हो! पण मग त्यासाठी तुम्हाला युवराज भोज यांच्यासोबत विवाह करावा लागेल. चालेल ना?'' ''पुन्हा? पुन्हा विवाह करावा लागेल?'' मीरेनं साशंक आवाजात विचारलं. ''होऽ मग त्याशिवाय तुम्ही मेवाडला कशा येणार? कोण म्हणून येणार?'' कर्णावतीचं म्हणणं मीरेला पटलं असावं. ''चालेल. मी युवराजांसोबत विवाह करायला तयार आहे. पण तो खोटा खोटा हं. माझा नवरा गिरिधर गोपालच राहणार. चालेल ना तुम्हाला.'' मीरेचं हे बोलणं कर्णावतीनी लगेचच मान्य केलं. मीरेची ही भावना निव्वळ बालसुलभ आहे, हे असं वाटून त्यांनी मीरेच्या याही बोलण्याला होकार दिला. ''चालेल हो आम्हाला.'' कर्णावतीनी मीरेच्या बोलण्याला होकार दिला आणि विचारलं, ''मीरा, आम्ही असंही ऐकलंय की तुम्ही दोहे रचता. आम्हाला पण दाखवा ना एखादा दोहा रचून आणि गाऊन.'' ते ऐकून क्षणभर मीरा संकोचली. मग म्हणाली, ‘माझ्या गिरिधर गोपालचा दाखवू?'' तिच्या या विचारण्यावर कर्णावतीनी मोठ्ठा होकार दिला. त्यामुळं तर मीरा आणखीच आनंदली. क्षणभर डोळे मिटून तिनं गिरिधर गोपालला साद घातली आणि डोळे उघडून कर्णावतींकडं बघत तिनं गायला सुरुवात केली,

हमारों प्रणाम बांके बिहारी को॥
मोर मुकुट माथे तिलक बिराजे, कुंडल अलका कारी को॥
अधर मधुर पर बंसी बजावै, रीझ रीझावै राधा प्यारी को॥
हमारों प्रणाम बांके बिहारी को॥

ती उत्कट शब्दरचना, श्रीकृष्णाचं गोड वर्णन, मीरेचा तो कोवळा आवाज, कर्णावती तर भान विसरल्या. मीरेनं गाणं थांबवलं. सगळ्यांनी टाळ्या वाजवल्या. भानावर येऊन कर्णावतीनी विचारलं, ''मग आता तुम्ही युवराज भोजराजांसोबत विवाहाला तयार आहात ना? मग चला तर, आपण त्यांच्याशी विधिवत् तुमचा वाङ्निश्चय करू या! चालेल ना?'' कर्णावतीनी गोड स्वरात मीरेला विचारलं आणि मीरेनं तत्काळ होकार दिला. वीरकुमारीला अपरंपार आनंद झाला. मग वाङ्निश्चयाच्या विधीला सुरुवात झाली.

बाहेरच्या दालनात बसलेल्या राणा संग, युवराज भोज आणि इतर परिवाराला आत बोलावण्यात आलं. तिथं मीरेची आणि राणा संगांची भेट घालून दिली. पारदर्शी मोरपंखी ओढणीचा घुंघट डोक्यावरून पुढे ओढून हनुवटीपर्यंत चेहरा झाकून मीरेला वीरकुमारीनं विमलाच्या मदतीनं पुढं आणली. त्या पारदर्शी ओढणीतून मीरेचं नीटस रूप दिसत होतं. तिचे काळेभोर, उत्सुक डोळे धिटाईनं राणा संगांकडे पहात होते. बाजूलाच युवराज भोज उभे होते. मीरेची धीट नजर त्या पारदर्शी ओढणीच्या घुंघटातून कधी राणांना तर कधी युवराज भोज यांना न्याहाळत होती. राणा संगांनी आपल्या गळ्यातला मोत्याचा हार काढला आणि मीरेच्या मस्तकावर धरला. नंतर तो विमलेच्या हातात दिला. 'मुखावलोकन' विधी पूर्ण झाला. मीराने राणांच्या पावलांवर माथा टेकवून प्रणाम केला. तिला मन:पूत आशिर्वाद देऊन राणांनी तिला उठवलं. म्हणाले, ''सूनबाई, बोला तुम्हाला काय पाहिजे?'' मीरानं एकदा राणांकडं रोखून पाहिलं. क्षणभर विचार करून म्हणाली, ''राणाजी, राणीसरकार म्हणाल्या की आमच्या गिरिधर गोपालासाठी मेवाडच्या राजमहालात एक मंदिर बांधून देऊ! तुम्ही द्याल ना बांधून?'' मीरेच्या धीटपणानं वीरकुमारी अवाक झाली. 'काय म्हणावं या पोरीला?' असा विचार करत वीरकुमारीनं मीरेला मागं खेचली. तेवढ्यात राणाजी म्हणाले, ''राणीसरकारांनी तुम्हाला सांगितलं आहे ना? मग आम्ही नक्की बांधून देऊ!'' राणांच्या या शब्दानं मीरेची कळी खुलली. तिच्या चेह्याव्र हसू उमटलं. तिनं त्याच हसऱ्या चेह्यांनं युवराजांकडं पाहिलं. युवराज भोज मात्र मीरेची ही धिटाई अनिमिष नेत्रांनं पाहत होते.

चेहरा पाहण्याच्या या विधीनंतर वाङ्निश्चयाचे विधी शास्त्रोक्त पद्धतीनं करण्यात आले. राणा संगांनी मेवाडच्या या सुनेला हिऱ्यामोत्यांनी जडलेले अलंकार दिले. तर रतनसिंहांनी युवराज भोज यांना रत्नजडित पोशाखासोबत रत्नजडित तलवार दिली. अत्यंत देखणे, पंचकल्याणी दोन अश्व दिले. त्या भेटवस्तू बघून युवराज तर खुश झालेच, पण रतनसिंहांनी केलेले स्वागत केलेला आदरसत्कार आणि विशेष म्हणजे धीट, नीटस मीरा हे बघून राणा संगही प्रसन्न झाले. वाङ्निश्चयाचे विधी सगळे शास्त्रोक्त पद्धतीनं पार पडले आणि मग छप्पन भोग जेवण झालं. प्रत्येक पदार्थ स्वादिष्ट आणि नावाजून खाण्यासाखा होता. काही पदार्थ तर खास मेडतिया प्रांताचे होते, जे युवराजांनीच काय, पण रतनसिंहांनीही कधीच खाल्ले वा चाखले नव्हते. मेवाडहून आलेली सगळीच मंडळी या स्वादिष्ट रुचकर भोजनाने प्रसन्न झाली. राणा संग यांनी विचारले, म्हणून मग मीरेनं आपला गिरिधर गोपाल त्यांना आणून दाखवला. गोवर्धनधारी श्रीकृष्णाची ती अतिशय देखणी मूर्ती राणाजींनाही बेहद्द आवडली. त्यांनाही मीरेनं सांगून टाकलं की, 'हा गिरिधर गोपाल माझा नवरा आहे.' आणि तिनं पुढं असंही सांगितलं की हे तिला माँनीच सांगितलंय. तिच्या या बोलण्याची राणाजींनाही गंमत वाटली. तिचा नवरा हा गिरिधर गोपाल अत्यंत देखणा आहे असं

राणाजींनी कबूल केल्यावर तर मीरेला अतोनात आनंद झाला. मग तिनंही हळूच राणाजींना सांगितलं की, युवराजही छान आहेत. यावर मात्र राणाजी मोठ्यांदा हसले. युवराज भोज आणि मीरा यांचा हा वाङ्निश्चयाचा कार्यक्रम असा हसत-खेळत, दृष्ट लागण्याजोगा असा सुंदर पार पडला आणि आपल्या डोळ्यांसमोर मीरेचा विवाह ठरला, तिचा नियोजित वर आपल्याला पाहता आला, तिच्या वाङ्निश्चयाच्या कार्यक्रमात आपल्याला भाग घेता आला, जावयाचं, जावयाकडच्या माणसांचं कोडकौतुक करता आलं, त्यांना खाऊ-पिऊ घालता आलं, हा आनंदही सहन न होऊन वीरकुमारीनं पुन्हा अंथरुण धरलं.

नाही म्हटलं तरी मीरेच्या विवाहाच्या विचारानं ती जीवाच्या करारावरच उठली होती. आपल्या डोळ्यांदेखत मीरेचा विवाह व्हावा, किमान ठरावा आणि तिचा वाग्दत्त वर आपण जाणतेपणी पाहावा, ही तिची आंतरिक इच्छा होती. रोज देवाला प्रार्थना करताना ती हेच सांगत असे की, देवा मीरेचा विवाह ठरेपर्यंत तरी मला जिवंत आणि शुद्धीत ठेव. मी पूर्ण भानावर असताना मला मीरेचा नियोजित पती बघायला मिळावा, अशी तिची आत्यंतिक इच्छा! पण देवानं जणू ती पूर्ण केली. मीरेच्या वाङ्निश्चयाचा तो देखणा सोहळा पार पडला. राणा संग, राणी कर्णावती, युवराज भोज आपला इतर परिवार आणि लवाजमा घेऊन परतले. आणि आपल्या इच्छेची इतिकर्तव्यता झाली या भावनेनं वीरकुमारीनं पुन्हा एकदा अंथरुण धरलं. वैद्यराजांचे हेलपाटे वाढू लागले. अनेक प्रकारच्या मात्रा, भस्म, चूर्ण, काढे सगळं देऊन झालं. पण आता वीरकुमारीचा ताप काही हटेना. सगळ्या महालात चिंतेचं सावट पसरलं. वाङ्निश्चयाच्या सोहळ्याचा आनंद कुठल्या कुठं गेला. वीरकुमारीची प्रकृती खालावतच गेली.

मीरा आता थोडी जबाबदारीनं वागू लागली. माँचं औषधपाणी, पथ्यपाणी हे सगळं विमलाच्या बरोबरीनं बघायला लागली. इतरही कामं मग ती मुदपाकखान्यातली असोत की इतर, पण जबाबदारी घेऊन करायला लागली. नोकर माणसांना सूचना देणं, दासीवर्गाकिडून सफाई करून घेणं हे ती उत्साहानं करत असे. अर्थात हे सगळं गिरिधर गोपालाला सोबत घेऊनच. त्याच्याशी बोलत, गोष्टी करत, तो म्हणाला तर सुंदर काव्यरचना करत. मीरेची ही कामं चालायची. मग कधी

> बासुरी सुनूंगी। मैं तो बासुरी सुनूंगी।
> बनसीवाले को जाने ना दूंगी॥
> बनसीवाला एक कहेगा। एकेक लाख सुनाऊंगी॥
> ब्रिंदावन के कुंजगलन माँ। भरभर फूल छिनाऊंगी॥
> इत गोकुल उत मथुरानगरी। बीच में जान अडाऊंगी॥
> मीरा के प्रभु गिरिधर नागर। चरनकमल लपटाऊंगी॥

असं गिरिधर गोपालचं वर्णन असायचं तर कधी पाठीमागे असलेल्या बगीच्यात रोज येणाऱ्या मैना, पोपट यांना कृष्णाचं नाव घेण्यासाठी विनवणी असायची. मग ती

> तोती मैना राधे कृष्ण बोल। तोती मैना राधे कृष्ण बोल॥
> एकही तोती धुंडत आई। लकट किंया अनी मोल॥
> दाना खावे तोती पानी पिवे। पिंजरमें करत कल्लोळ॥
> मीरा के प्रभु गिरिधर नागर। हरिके चरण चित डोल॥

अशा शब्दांत त्यांना सांगायची. एक मात्र खरं की, गिरिधर गोपाल सोबत घेऊन का होईना मीरा थोडीशी जबाबदारीनं वागायला लागली. 'कदाचित हा विवाह ठरण्याचा परिणाम असावा' असा वीरकुमारीनं मनाशी विचार केला आणि तिला समाधान वाटलं. याचा अर्थ मीरा हळूहळू शहाणी होते आहे, याची ग्वाहीच मीरेच्या या वागण्यानं वीरकुमारीला मिळाली. तशा आसन्नमरण अवस्थेतही झालेली जाणीव तिला मन भरून समाधान देऊन गेली. अर्थात ते आईचं हृदय होतं. मीरा मात्र आपल्या या अशा वागण्यानं माँला समाधान झालं आहे. होत आहे, या जाणिवेपासून लांब होती. दिवस असा या ना त्या कामकाजात काढून संध्याकाळी मीरा बगीचात जायची. तिथं तऱ्हतऱ्हेची फुलझाडं होती. मोठमोठे वृक्ष होते. मीरा बगीचात जायची, गिरिधर गोपालसोबतच असायचा. तो आपला पती आहे या भावनेपासून कधी कधी मीरा तो ईश्वर आहे, देव आहे या भावनेपर्यंत पोंचायची. आणि मग अशी सुंदर शब्दरचना करायची,

> बागन में नंदलाल चलो री। अहालिरी॥
> चंपा चमेली दवना मरवा। झुक आयी टमडाल॥
> बागमों जाये दरसन पाये। बीच ठाडे मदन गोपाल॥
> मीरा के प्रभु गिरिधर नागर। बांके नयन विसाल॥

असं आमंत्रण द्यायची. तर कधी त्याच्याजवळ 'बासरी वाजव' म्हणून हट्ट करून त्याला तऱ्हेतऱ्हेची लालूच दाखवायची,

> मोरी आंगन मों मुरली बजावे रे। खिलावना देवूंगी॥
> नाच नाच मोरे मन मोहन। मधुर गीत सुनावूंगी॥
> मीरा कहे प्रभु गिरिधर नागर। हरि के चरन बल जाऊंगी॥

मीरेच्या अस्तित्वासोबत त्या गिरिधर गोपालचं अस्तित्व असं जोडलं गेलं होतं. त्याच्या सोबतचं हे अस्तित्व जोडलं जाणं याचा फार मोठा परिणाम आपल्या

आयुष्यावर होणार आहे. याची यत्किंचितही कल्पना ना मीरेला होती, ना रतनसिंहांना होती ना वीरकुमारीला! पण गिरिधर गोपालला? त्याला तर नक्कीच असणार! पण तोही राहिला नामानिराळा त्याच्या स्वभावाप्रमाणं! मीरेचं मात्र त्याच्यावरचं प्रेम वाढलं.

• • •

वीरकुमारीची प्रकृती आता खूपच खालावली. तिचा तापही हटेना. त्या तापानं तिची सगळी ताकद खाल्ली. मीरेच्या वाङ्निश्चयाच्या वेळी धडपडत का होईना उठलेली वीरकुमारी आता अगदी अंथरुणाला खिळून राहिली. ती इतकी अशक्त झाली की तिला उठताही येईना, की कूसही बदलता येईना. तिला अन्न तर जातच नव्हतं, पण पाणीही जात नव्हतं. दिवसभरात दोन-तीन चमचे पेज आणि चार-पाच चमचे पाणीच तिच्या घशाखाली उतरत असे. तेसुद्धा तिचा ताप उतरला तरच. वीरकुमारीची ही अशी अवस्था महालात कोणालाच बघवत नव्हती. रतनसिंहांनी बाहेर जाणं सोडलं होतं. ते अव्याहत वीरकुमारीच्या महालात बसून असायचे. दूदाजींनी तर देव पाण्यात ठेवलेच होते. तेही सतत देवासमोर ठाण मांडून साकडं घालत राहायचे. वैद्यराजांची तर महालात रोजची चक्कर होती. वेगवेगळे काढे, मात्रा, चूर्ण, लेप यांचे उपचार ते करत होते. पण कशाचा काहीच उपयोग होत नव्हता. वीरकुमारीच्या दुखण्याला उतार पडत नव्हता.

विशेष म्हणजे माँची अवस्था बघून मीराही हेलावली होती. एरवी आपल्या गिरिधर गोपालाला घेऊन सगळीकडं बागडणारी मीरा माँची अशी भयानक अवस्था बघून शांत झाली होती, सुन्न झाली होती. सतत बडबडणारी, वाड्यात सगळ्यांशी बोलणारी, गिरिधर गोपालाचं कौतुक सांगणारी मीरा अबोल झाली होती. ती माँ च्या खोलीत जायची, मंचकावर बसायची. माँला हाका मारायची. त्या हाकेतसुद्धा एक प्रकारचं कारुण्य असायचं, माया असायची, चिंता असायची, चार चारदा 'माँऽऽ माँ!' अशा हाका मारायची. वीरकुमारी कधी डोळे उघडायची नाही. मग मात्र मीरा रडवेली व्हायची. तरीही आपला उमटणारा हुंदका दाबून धरायची. वीरकुमारीचा ताप कमी असेल तर ती डोळे उघडायची, मीरेच्या हाकेला डोळ्यांनी प्रतिसाद द्यायची. त्यावेळी मीराच्या हाकेत जेवढं कारुण्य भरलेलं असायचं, तेवढंच कारुण्य वीरकुमारीच्या डोळ्यांत भरलेलं असे. त्या नजरेनं ती एकाच वेळी लाडक्या लेकीला आंजारायची, गोंजारायची, दिलासा द्यायची. त्याच वेळी तिचा निरोपही घ्यायचा प्रयत्न करायची. पण तिच्या या नजरेनं मीरा अस्वस्थ व्हायची. रडवेली व्हायची. ती एवढी समंजस झाली होती की जास्तीत जास्त वेळ आपलं रडं, आपला हुंदका आवरून धरायची. माँ समोर, आपण

रडायचं नाही असं तिनं तर ठरवलं होतंच पण पिताजींनीही तिला तसंच सांगितलं होतं. अगदीच हुंदका अनावर झाला तर ती उठून बाहेर जायची अणि दूदाजींच्या जवळ जाऊन रडायची. दूदाजी तिची समजूत घालायचा कसोशीने प्रयत्न करायचे. पण ते तरी काय सांगणार या चिमुरडीला! कधी कधी मीरेची समजूत काढताना त्यांनाही रडू यायचं. डोळ्यांत पाणी भरायचं. आपली सून वीरकुमारी आता या दुखण्यातून उठत नाही, हे त्यांनी मनोमन ओळखलं होतं. अर्थात सगळे जण हे समजून चुकले होते. फक्त एवढंच की कोणीच कोणाला बोलत नव्हतं.

कधी कधी मीरा भ्यायची! दूदाजींना व्याकुळ स्वरात विचारायची, ''दूदाजी माँ बरी होईल ना?'' पण दूदाजींकडं प्रश्नाचं उत्तर नव्हतं. ते कधी कधी खोटं खोटं सांगायचे ''मीरा बेटी, ही पूनम गेली ना की माँ ला बरं वाटेल!'' तर कधी कधी उदासपणे म्हणायचे, ''मीरा बेटी, याचं उत्तर तुझ्या गिरिधर गोपाललला विचार तो सांगेल!'' मग मीरा गिरिधर गोपाललाच साकडं घालायची. आणि त्याच्याकडे उत्तर मागायची,

प्रभू तुम कैसे दीनदयाळ॥

मथुरा नगरी मों राज करत है बैठे। नंद के लाल॥

भक्तन के दुःख जानत नाही। खेले गोपी गवाल॥

मीरा कहे प्रभु गिरिधर नागर॥ भक्तन के प्रतिपाल॥

पण कदाचित याचं उत्तर त्याच्याकडं नसावं किंवा असून तो सांगत नसावा. कारण काही असो पण या प्रश्नाचं उत्तर मीरेला कोणाकडूनच मिळायचं नाही, हे खरं. एक मात्र झालं की मीरा उदास राहू लागली. सारखी माँच्या दालनात बसू लागली. पण ती इथं आपल्या दालनात आपल्या जवळ बसली आहे, हे वीरकुमारीला कधी कळायचं कधी कधी नाही. जेव्हा कळायचं तेव्हा तिला आनंद होई. ती मीरेच्या हात हातात धरून ठेवायची. तेव्हा तिच्या कृश झालेल्या हातात कुठली तरी अनामिक शक्ती यायची. ती अस्पष्टसं बोलायचा प्रयत्न करायची. पण ती इतकी अशक्त झाली होती की तिचा आवाजच फुटायचा नाही. पण मीराला तिची स्पर्शाची भाषा कळायची. तिची माँ तिला जणू स्पर्शातून सांगायची, ''मीरा बाळ, तू आता मोठी झालीस. आता शहाण्यासारखी वाग. घरातल्या कामकाजात लक्ष घाल. दूदाजींची आणि पिताजींची काळजी घे.'' तिचं हे स्पर्शानं बोलणं जणू मीरेला सगळं कळायचं. तिच्या हातावर थोपटत मीरा उत्तर द्यायची. ''माँ, तू काळजी करू नको. मी आता अगदी शहाण्यासारखी वागेन. सगळं कामकाज बघेन. पण माँ, तू बरी हो.'' मात्र शेवटचं वाक्य बोलताना मीरेला भरून येई तिचा आवाज रडवेला होई. अर्थात तिच्या स्वरातला तो फरक मात्र वीरकुमारीला कळत

असे. मीरेच्या हातावरची तिची पकड आणखीच घट्ट होई. मीरेलाही ते जाणवत असे. मग तिला आणखीच भरून येई. पण ती आपला हुंदका आवरत असे. तेवढी समंजस झाली होती ती. तिला दूदाजींनी सांगितलं होतं, 'माँ समोर रडायचं नाही. मग तिला वाईट वाटतं.' म्हणून मग ती आपला हुंदका आतल्या आत कोंडायची.

काही दिवस असेच गेले. दिवसेंदिवस वीरकुमारीची प्रकृती खालावतच गेली. ती आता या आजारातून वाचणार नाही, हे स्पष्ट दिसायला लागलं होतं. वैद्यराजांनीही आता हात टेकले. मात्र एक दिवस वीरकुमारीनं सगळी शक्ती एकवटून वैद्यराजांना विनंती केली, "वैद्यराज! मी... आता... यातून जगत... नाही हे... मला ही.... कळलंय. पण... माझी... एकच विनंती आहे. मला मृत्यू येईल तो वेदनारहित यावा. असं काही तरी करा की मला शांतपणे मृत्यू येईल.'' खोल गेलेल्या आवाजात वीरकुमारीनं वैद्यराजांना विनंती केली. तशाही स्थितीत तिनं हात उचलून ते जोडून नमस्कार करण्याचाही प्रयत्न केला. तिचा खोल गेलेला आवाज, धपापणारा उर, मंद चाललेला श्वास, हे सगळं बघून आणि तिची विनंती ऐकून वैद्यराजांनाही गलबलून आलं.

महालात सतत कामकाजात दंग असलेली, प्रसन्न चेहऱ्यांनं वावरणारी, आल्यागेल्या अतिथींचं हसतमुखानं स्वागत करणारी वीरकुमारी वैदराजांनी पाहिली होती. तिच्या हातचा पाहुणचारही त्यांनी कितीदा तरी अनुभवला होता. तीच वीरकुमारी अशी मरणासन्न बघून त्यांनाही गलबलून आलं. त्यातच तिनं केलेली ती विनवणी ऐकून तर ते जास्तच दुःखी झाले. पण आता त्यांच्याही औषध उपचारांचा काही उपयोग होत नव्हता, होणार नव्हता, हे त्यांनाही कळून चुकलं होतं. तिनं जी विनंती केली होती ती पुरी करणंही त्यांच्या हातात नव्हतं. मृत्यू तर येणारच होता. तो कसा आणि केव्हा येणार हे फक्त ईश्वराच्याच हातात होतं. तिनं केलेली विनंती आपण पूर्ण करू शकत नाही याची खंत त्यांच्या डोळ्यांत उमटली. वीरकुमारीच्या कपाळावर थोपटल्यासारखं करून ते अश्रू आवरून तिच्या दालनातून बाहेर पडले. "आता फक्त थोडे दिवसच उरले होते तिचे. हे सत्य ना त्यांचं मन स्वीकारत होतं, ना ते कुणाला सांगू शकत होते. मात्र तिचा मृत्यू काही मोजक्या दिवसांवर येऊन ठेपलाय, हे ज्ञान त्यांना त्यांच्या वैद्यकीच्या अनुभवानं आणि ज्ञानानं दिलं होतं. 'कशाला मला हे समजलं!' असं त्यांना वाटून गेलं. आज पहिल्यांदाच आपण वैद्यकशास्त्राचं ज्ञान मिळवलं, याबद्दल त्यांना खंत वाटली. काही न बोलता ते त्या ईश्वराला शरण गेले. रतनसिंहांच्या महालाबाहेर पडल्यावर त्यांनी आकाशाकडं बघून हात जोडले. अत्यंत व्यथित स्वरांत ती वीरकुमारीची विनवणी त्यांनी त्या ईश्वरापर्यंत नेऊन पोचवली. आणि अश्रू पुसत ते तिथून बाहेर पडले.

असं म्हणतात की, वैद्यकशास्त्राचा मृत्यूविषयींचा अंदाज खोटा ठरत नाही. तसंच झालं. वैद्यराज त्या दिवशी गेले, त्यानंतरही ते येत राहिले. पण वीरकुमारी मृत्यूच्या

अधिकाधिक समीप जात होती, हे बघत बसण्याशिवाय त्यांच्या हातात काहीच नव्हतं. पाच दिवस असेच गेले. आणि सहाव्या दिवशी सगळी वीरकुमारीनं डोळे मिटले ते उघडलेच नाहीत. वैद्यराज तिथेच बसले होते. तिचा श्वास जोरजोरात चालला होता. घशातून घरघर आवाज येत होता. नाडीचे ठोके मंद-मंद अतिमंद होत होते. चेहरा पांढरा पडत चालला होता. धारदार असणारं नासिकेचं टोक वाकडं झालं होतं. शेवटचा उपाय म्हणून वैद्यराजांनी हेमगर्भाची मात्रा तिचं तोंड उघडून तिच्या जिभेवर चाटवली. क्षणभर तिला चैतन्य आलं. तिच्या पलंगाभोवती दूदाजी, रतनसिंह, मीरा, विमल सगळी जमली होती. वीरकुमारीनं क्षणभर डोळे उघडले. एकवार सर्वांच्यावरून नजर फिरवली. मीराच्या चेहऱ्यावर तिची नजर एक क्षण जास्त थांबली. रतनसिंह तिच्या अगदी जवळ होते. त्यांच्याकडं रोखून बघत किंचित मोठ्यांदा तिनं सांगितलं, 'मीरेला सांभाळा' ती असं बोलत असतानाच रतनसिंहानी तिची मान उचलून आपल्या मांडीवर घेतली. प्रेमाचा, निरोपाचा आणि प्रणामाचा एक कटाक्ष तिनं रतनसिंहांकडे टाकला. तिच्या नजरेतले ते भाव रतनसिंहांनी ओळखले, हे तिनं पाहिलं आणि तिनं मान टाकली. रतनसिंहांकडं बघणारे शेवटचं तेज आलेले तिचे डोळे हळूहळू विझत गेले. वैद्यराजांनी झटकन तिचं मनगट हातात घेऊन तिची नाडी पाहिली. ती शांत झाली होती. वीरकुमारीचे प्राण तिचा देह सोडून निघून गेले होते. वैद्यराजांनी तिची नाडी बघण्यासाठी मनगट हातात घेताच त्यांच्याकडं आशेनं बघणाऱ्या मीरेनं, त्यांनी नकारार्थी मान हलवत तिचा हाता अलगद खाली ठेवताच ''गाॅऽऽ!'' म्हणून टाहो फोडला. तिचा तो आकांत अवघ्या महालात चिरत गेला. आणि आपल्या सगळ्यांच्या आदराचं स्थान असलेल्या, आपल्यावर माया करणाऱ्या प्रेमळ वीर माँ आपल्याला सोडून गेल्या हे अवघ्या महालाला समजलं. आणि सगळ्या महालभर हुंदक्यांचे आवाज भरून राहिले.

मीरेच्या आयुष्यातलं एक मायेचं, ममतेचे, तिला सावरणारं, शिकवणारं, तिला भल्याबुऱ्याची जाणीव करून देणारं 'माँ' नावाचं पर्व संपलं होतं. सात-आठ वर्षांची मीरा या आघातानं केविलवाणी झाली. रतनसिंहांच्या जहागिरीचा आधार तर गेलाच होताच पण मीरेच्या बालपणाचा, निरागसतेचा जणू कणाच मोडला होता. माँना गमावून आपण काय गमावलंय हे कळण्याचं जरी मीरेचं वय नव्हतं तरी आपण फार मोठं काहीतरी गमावलंय, याची जाणीव मात्र तिच्या बालमनाला झाली होती.

१

वीरकुमारी गेली. या घटनेचा मीरेच्या मनावर फार मोठा आघात झाला. वीरकुमारीचा सहवास मीराला तसा फार लाभत नसे. कारण वीरकुमारी दिवसभर महालाच्या कामकाजात बुडलेली असे. रतनसिंहांच्या पराक्रमामुळं आणि दिलदार स्वभावामुळं वाड्यावरसारखा राबता असायचा. आलं गेलं, पाहुणारावळा, सणसमारंभ, राजकीय चर्चांसाठी होणाऱ्या बैठका यामुळं वाड्यावर सतत वर्दळ असायची. वीरकुमारी अखंड या कामकाजात बुडालेली असे. त्यामुळे मीरासोबत ती फार थोडा वेळ असायची.

मीरा लहान असताना दूदाजींसोबतच असायची. दूदाजी एकलिंगजीचे भक्त होतेच, पण ते श्रीकृष्णाचेही भक्त होते. ते मीराला रामायण, महाभारतातल्या कथा सांगायचे. कृष्णाच्या बाळलीला, त्याचं गोपींसोबतचं रास खेळणं, गोवर्धन उचलणं, सगळं छान रंगवून सांगणं, हे सगळं दूदाजीच करायचे. छोट्या मीराला त्या गोष्टी फार फार आवडत. आणि नंतर का तिला तिचा गिरिधर गोपालच भेटला. तिला आधीच गोपालकृष्ण आवडायचा. त्यातच माँनी तिला तोच तुझा नवरा आहे असं सांगितल्यावर तर तो तिला जास्तच आवडू लागला. गिरिधर गोपाल तिच्या जिवाचा सखा बनला. आता माँ गेल्यावर तर एक दूदाजी आणि दुसरा गिरिधर गोपाल हे दोघंच तिच्या अगदी जवळचे होते.

माँ गेल्या. आपल्या दैनंदिन कामात लक्ष घालत रतनसिंहांनी स्वत:ला सावरलं. देवपूजा, पोथीवाचन, मीरेशी गप्पागोष्टी आणि आल्यागेल्याची दखल यात लक्ष घालून दूदाजींनी आपला वेळ घालवायला सुरुवात केली. मीरा आता थोडा वेळ तिचं अध्ययन, तिचा नृत्यसराव, या बरोबरच थोडा वेळ मुदपाकखान्यात महाराजांसोबत स्वयंपाक करणं, शिकणं, पूजेच्या वेळी दूदाजींसोबत पोथी वाचणं, विमलासोबत वाड्याची देखभाल करणं, निजताना दूदाजींकडून गोष्टी ऐकणं आणि वेळ मिळेल तेव्हा आणि वेळ काढून गिरिधर गोपालासोबत बोलणं. त्याला दिवसभरातल्या घडामोडी

सांगणं, त्याच्याजवळ मन मोकळं करणं यात मीरेचा दिवस जाई. त्यातच आता शब्द गुंफून रचना करण्याचा नाद आणि आवड निर्माण झाली. होती. या सगळ्यांमुळं माँच्या जाण्याचं दुःख थोडं हलकं झालं आणि फार जाणवेनासं झालं. पोकळी हळूहळू कमी व्हायला लागली. त्या गिरिधर गोपाळशी बोलत असताना तिला दूदाजींनी सांगितलेल्या गोपाळकृष्णाच्या कथा आठवायच्या आणि मग त्या आठवून ती पुन्हा त्या कथा रचून शब्दरचना करायची. मीरेला एकटेपण जाणवू नये म्हणून रतनसिंहांनी तिच्या सख्यांना वाड्यावर तिच्या सोबतीसाठी यायला सांगितलं होतं. तशा त्या यायच्याही आणि मग मीरा त्यांना आपल्या शब्दरचना गाऊन दाखवे. कधी मग त्यात

जसवदा मैया नित सतावे कन्हैय्या।
वाकु भुरकर क्या कहूं मैया॥
बैल लावे भीतर बाधे। छोर देवता सब गैय्या॥
सोते बालक आन जगावे। ऐसा धीट कन्हैय्या॥
मीरा के प्रभु गिरिधर नागर। हरि लागुं तोरे पैय्या॥

असं श्रीकृष्णाच्या बाळलीलांचं वर्णन असे. मग तिच्या सख्या या रचनेचा अर्थ विचारत. आणि मीरा मग त्यांना श्रीकृष्णाच्या बाळलीला सांगत असे. कधी कधी श्रीकृष्णाच्या रासलीलांचं ती वर्णन करी, त्यात श्रीकृष्णाची गोपींशी चालत असलेली छेडछाड ती सांगे,

जल भरन कैसे जाऊं रे। जशोदा जल भरन कैसे जाऊं॥
बाट न घाटे पाणी मागे मारग मैं कैसे पाऊं॥
आलीकोर गंगा पलीकोर जमुना। बीच में सरस्वती में नहावू॥
ब्रिंदावन में रास रचा है। नृत्य करत मन भावू॥
मीरा कहे प्रभु गिरिधर नागर। हेते हरिगुण गाऊं॥

मीरा ही रचना चाल लावून सुंदर आवाजात गात असे आणि गाता गाता नाचत असे. तिच्या सख्याही तिच्यासोबत नाचत असत. त्या गिरिधर गोपाळाची मूर्ती मध्ये ठेवून त्या मूर्तीभोवती सगळ्या फेर धरून नाचत आणि जणू तिथं साक्षात वृंदावन अवतरे. त्या वातावरणाने मग साऱ्या वाड्यात आनंद पसरे. माँच्या मृत्यूचं दुःख विसरलं जाई.

दरम्यान एक दिवस मेवाडहून राणा संग आणि त्यांच्या सोबत युवराज भोज दुखवटा व्यक्त करायला आले. दूदाजींनी आणि रतनसिंहांनी त्यांचं स्वागत केलं. विमलला सोबतीला घेऊन मीरानं त्यांचा पाहुणचार केला. रीतीप्रमाणं राणा संग दुखवटा घेऊन आले होते. रतनसिंहांनी त्यांचा पाणावल्या डोळ्यांनं स्वीकार केला. राणा संगांनी मीरेसाठी एक

सुंदर चुनरी आणली होती. त्या ओढणीवर मोरपंखाची सुंदर नक्षीची कशिदाकारी केली होती. मीरेला ती चुनरी खूपच आवडली. आपलं आगत-स्वागत करण्यात मीरा विमलच्या बरोबरीनं धावपळ करते आहे, ते बघून जसं राणा संगांना बरं वाटलं तसंच दूदाजी आणि रतनसिंहही सुखावले. काम जरी विमलला सोबत घेऊन करत असली तरी मीरेची कामातली तत्परता, नीटनेटकेपणा, अचूकता, औचित्य हे लपत नव्हतं. ते बघून तर रतनसिंहांना फार समाधान वाटलं. निरोप घेताना रतनसिंहांनी मीरा आणि भोज यांच्या विवाहतिथीचं सूतोवाचही केलं. त्यांच्या राजगुरूंनी चार महिन्यांनंतरचा शुभमुहूर्त काढला आहे, असं जाता जाता ते सांगून गेले. विवाह मेवाडला होईल, असंही ते म्हणाले. आणि आता वीरकुमारी नसताना मीरेच्या विवाहाची तयारी कशी करायची, असा प्रश्न रतनसिंहांना पडला.

मीरेच्या सख्या आता रोज वाड्यावर येत. मीरेसोबत दिवस व्यतीत करत. त्या दरम्यान मीरेच्या कामकाजाबरोबर तिची कृष्णभक्तीही त्या पाहत. तिच्या रचना ऐकत. त्यांना प्रश्न पडे की, एवढी पराकोटीची कृष्णभक्ती मीरा कशी करते? एके दिवशी न राहवून रमा नावाच्या सखीनं मीरेला प्रश्न विचारलाच. ''मीरा एवढी उत्कट कृष्णभक्ती तू कशी करतेस? आणि इतकी त्या गोपालकृष्णाची भक्ती तुला का करावीशी वाटते?'' रमानं प्रश्न एकटीनं विचारला खरा. पण हा प्रश्न सगळ्या सख्यांच्या मनात होता त्यामुळं रमानं प्रश्न विचारताच सगळ्याच सख्यांनी तो उचलून धरला. तो प्रश्न ऐकला आणि मीराचे डोळे चमकले. तिचा चेहरा प्रसन्न झाला. तोच रमा पुढं म्हणाली, ''मीरा, या कृष्णाची तुझं काही जन्मोजन्मीचं नातं आहे की काय?'' हे ऐकून मीरा खुदकन हसली. गोड आवाजात तिनं गायला सुरुवात केली,

<blockquote>मनमोहन दिल का प्यारा। मनमोहन दिल का प्यारा॥
माता जसोदा पालना हलावे। हात में लेकर दोरा॥
कब से आंगन में खड़ी हे राधा। देखे किसन का चेहरा॥
मोर मुकुट पीतांबर शोभे। गळा मोतन का गजरा॥
मीरा के प्रभु गिरिधर नागर। चरन कमल बलिहारा॥</blockquote>

मीरानं गोड आवाजात ही रचना म्हटली. पण रमानं लगेच विचारलं, ''मीरा तू आमच्या प्रश्नाचं उत्तर दिलं नाहीस? काय आहे तुझ्या या कृष्णभक्तीचं रहस्य?'' यावर मात्र मीरांन लगेचच उत्तर दिलं. ती म्हणाली, ''सख्यांनो, माझी ही कृष्णभक्ती तर युगानुयुगांची आहे. त्रेता युगात श्रीराम प्रभू होते, तेव्हा मी शबरी होते. द्वापरयुगात श्रीकृष्ण होते, तेव्हा मी कुब्जा होते. शबरी होते, त्या जन्मात, मी श्रीरामांची अलोट भक्ती केली. कुब्जा होते त्या जन्मात, मी श्रीकृष्णाची अपरंपार भक्ती केली. आणि आता कलियुगात मी मीरा बनले आहे. माझ्या शबरी आणि कुब्जा या दोन जन्मात

राहिलेली भक्ती मी या जन्मात पूर्ण करते आहे. गोकुळातही मी श्रीकृष्णासोबत होते. तेव्हा माझं नाव होतं, ललिता. आणि ललितासुद्धा श्रीकृष्णाची महद्भक्त होती. मागच्या सगळ्या जन्मांत पूर्ण न झालेली भक्ती मी या जन्मात मीरा बनून पूर्ण करत आहे. म्हणून तर मी त्याची इतकी उत्कट भक्ती करते. समजलं?'' रमाच्या प्रश्नाचं मीरानं असं सविस्तर उत्तर दिलं. सख्यांचंही समाधान झालेलं दिसलं. त्यांनी पुन्हा खेळ सुरू केला. मात्र हा प्रसंग तिथंच बसलेल्या दूदाजींनी ऐकला आणि त्यांचे डोळे पाण्यानं भरले. त्यांचं त्यांनाही समजलं नाही की, आपल्या डोळ्यांत पाणी का आलं? मीरेचा समजूतदारपणा बघून, तिचं रामकृष्णकथांचं ज्ञान बघून की तिची कृष्णभक्ती आणि त्या पाठीमागचं तिनं सांगितलेला कार्यकारण भाव बघून? पण डोळे पाण्याने भरले खरे!

• • •

मेवाडहून खलिता आला. त्यात विवाह मुद्दा आणि इतर तयारीचा उल्लेख होता. आता रतनसिंहांच्या वाड्यावर गडबड सुरू झाली. मीरेच्या विवाहाची तयारी सुरू झाली. आता वीरकुमारीही नव्हती. म्हणून मग रतनसिंहांनी आपली बहीण निर्मला हिला बोलावून घेतलं. निर्मलाबुवाच्या देखरेखीखाली आता विवाहाची तयारी सुरू झाली. सोन्या-चांदीची जरतारी कशिदाकारी करण्यासाठी कापड दिलं गेलं. हिरे माणकं जडवणाऱ्या कारागिरांना बोलावण्यात आलं. तऱ्हेतऱ्हेच्या मिठाया, पक्वान्नं, अनेक प्रांतातील नवनवीन पदार्थ बनवण्यासाठी त्या त्या प्रांतातील आचारी बोलावले गेले. मीरेच्या सोबत देण्याच्या सामानाची यादी करायला सुरुवात झाली. मीरेसाठी शाही बग्गी बनवणारे कारागीर मेडतियामध्ये दाखल झाले. निर्मलाबुवा सगळीकडे जातीनं लक्ष घालत होती. विमला तिच्याबरोबर होतीच. मात्र निर्मला बुवाला मीरेचं सतत गिरिधर गोपालासोबत असणं, ती मूर्ती सतत सोबत ठेवणं हे आवडत नव्हतं. ती त्यावरून मीरेला सारखी बोलायची. ती गिरिधर गोपालाबद्दल बोलली की, मीरेला राग यायचा. ती निर्मला बुवासमोरून उठून जायची. ती मूर्ती घेऊन आपल्या दालनात जाऊन बसायची. अभंग गायची,

मैं गिरिधर के घर जाऊं।
गिरधर म्हारों सांचो प्रीतम देखत रूप लुभाऊं॥
रेण पडै तबही उठ जाऊं भोर भये उठि आऊँ।
रैन दिना बाके संग खेलूं ज्यूं त्यूं ताहि रिझाऊँ॥
जो पहिरावै सोई पहिरूं जो दे सोई खाऊँ।
मेरी उणकी प्रीति पुराणी उण बिन पल न रहाऊँ॥
जहा बैठावे तितही बैठू बेचै तो बिक जाऊँ।
मीरा के प्रभु गिरिधर नागर बार बार बलि जाऊँ॥

तिचा स्वर ओलावलेला असायचा. त्यात भाव गहिरा असायचा, ती गिरिधर गोपालाची आळवून आळवून विनवणी करायची. एक दिवस ती अशीच निर्मला बुवा रागावली म्हणून दालनात येऊन श्रीकृष्णाला आळवत बसली होती. आणि दूदाजी आले. त्यांनी मीरेचा ओलावलेला स्वर ऐकला. ते दालनात आले. मीरेच्या डोळ्यांत अश्रू होते. ते बघून दूदाजींना वाईट वाटलं. त्यांनी मीरेला पोटाशी घेतलं तिची समजूत काढली. 'निर्मला बुवाला मी रागावतो' असा दिलासा दिला. तेव्हा कुठं मीरेची समजूत पटली. ती खुदकन हसली. दूदाजींनी मनोमन ठरवलं की निर्मलेला सांगायचं.

बघता बघता चार महिने संपत आले. विवाहाचा दिवस आठ दिवसांवर आला आणि मेडतियाहून वधू मीराला घेऊन रतनसिंहांनी परिवार आणि लवाजम्यासह प्रस्थान केलं. उंट, घोडे, हत्ती आणि पालखी यांच्यासह हा लवाजमा पाच दिवसांनंतर चितोडगढला पोचला. चितोडगढच्या सीमेवरच त्यांचं जोरदार आणि शाही स्वागत झालं. मीरेची डोली तर अत्यंत सन्मानानं आणि कौतुकानं राजमहालात नेली गेली. स्वतः राणा संग, राणी कर्णावती सीमेवर स्वागताला हजर होते. मीरेच्या डोलीला तर स्वतः राणा संगांनी खांद्यावर घेतलं. मीरेचं होणारं हे स्वागत बघून दूदाजींचे डोळे पाणावले, तर रतनसिंहांना वाटलं, 'हे पाहायला वीरकुमारी हवी होती.' मोठ्या थाटामाटात वधूचं हे वऱ्हाड चितोडगढच्या महाली पोचलं. महालातही त्या सगळ्यांची व्यवस्था चोख होती. अगदी सांडणीस्वार, माहूत, घोडेस्वार यांच्यासोबत डोली उचलणारे भोई त्यांचीही व्यवस्था चोख होती. उंट, हत्ती, घोडे यांच्या चारापाण्याचीही व्यवस्था नीट केलेली होती. राणा संग स्वतः जातीने ही व्यवस्था पाहत होते. तर राणी कर्णावती वऱ्हाडातून आलेल्या महिलावर्गाची सरबराई स्वतः जातीनं बघत होत्या. मीरेचं हे सासर कीर्तीनं, नावानं पैशानं तर मोठं होतंच. पण मनानंही श्रीमंत होतं याचा दाखला मेडतियाच्या लोकांना पावलोपावली येत होता. एवढा लांबचा प्रवास करून आल्यावर तिथली भव्यता, आगतस्वागत, पाहुणचार, खास मेवाडी पदार्थांची रेलचेल आणि सगळ्यांची होत असलेली सरबराई असं सगळं बघून मन आणि पोट भरल्यावर सगळी निजली. दुसरे दिवशी पासून विवाह विधीच्या कार्यक्रमांना सुरुवात होणार होती.

डोलीत बसून बसून मीराही कंटाळली होती. तिला खरंतर घोड्यावर स्वार व्हायचं होतं. पण कुणीच परवानगी दिली नाही. वाटेतला तीन-चार दिवसांचा मुक्कामही तसा कंटाळवाणाच होता. त्यातच तिला तिच्या गिरिधर गोपालशी बोलताही आलं नव्हतं. एक तर मीरेशी सतत कोणी ना कोणी बोलायला येत होतं. किंवा तिला सतत खायला, प्यायला दिलं जात होतं. त्यातच तिला दिवसभर बागडायची सवय होती. असं एका जागी ठोकळ्यासारखं बसून राहणं तिच्या स्वभावात नव्हतं. पण डोलीत बसल्यावर काय आणि कसं बागडणार? गुपचूप बसून राहिली ती! आणि पाच दिवसांनी एकदाचा

तो प्रवास संपला. आगतस्वागत झालं. पाहुणचार झाला. खाणंपिणं झालं. सगळेजण दमले होते, म्हणून निजायला गेले आणि मीराला मोकळं मोकळं वाटलं. संध्याकाळची वेळ होती. गिरिधर गोपाललला घेऊन ती तिला दिलेल्या दालनातून बाहेर पडली. समोर चबुतरा होता. त्यावर कारंजे उडत होते. मीरा त्या चबुतऱ्यावर बसली. छान हवा सुटली होती. मीरा प्रसन्नचित्त होती. मेडतियापासून लांब आल्याचं, वियोगाचं दुःख थोडं बोथट झालं होतं. माँची उणीव भासत होती, पण त्याची ही तीव्रता कमी झाली होती. प्रसन्न मनानं मीरा तिच्या गिरिधर गोपालशी काही गोष्टी बोलत बसली होती. अंधार पडला तशी निर्मला बुवा तिला शोधत तिथं आली. आणि थोडंसं रागावून मीरेला आत घेऊन गेली. दूदाजींनी सांगितलं, म्हणून निर्मला बुवा इतर काहीच बोलली नाही. पण त्या गिरिधर गोपालाशी मीरेनं असं एकटीनंच बडबडत बसणं तिला आवडलं नव्हतं. त्यात मीरा चितोडगढमध्ये म्हणजे सासरी होती. कोणी पाहिलं असतं, तर भलते तर्क केले असते. पण निर्मला बुवा यातलं काहीच बोलली नाही. ती फक्त मीरेच्या दंडाला धरून तिला आत घेऊन गेली. मीरेच्या दंडावरची तिची पकड तिचा राग व्यक्त करत होती. तिनं आत नेऊन मीरेला दूध प्यायला दिलं आणि तिला अंथरुणावर चक्क झोपवलं. बुवा रागावली आहे, हे कळल्यावरही मीरेच्या मनाची प्रसन्नता कमी झाली नाही. ती तशीच प्रसन्न चित्ताने झोपी गेली.

दुसऱ्या दिवसापासून पुढचे तीन दिवस धामधुमीचे होते. एकीकडे विवाहाचे विधी सुरू होते, तर दुसरीकडे संगीताचे जलसे. चितोडगढच्या युवराज भोजाचा विवाह होता. राणा संग मोठा कलात्मक वृत्तीचा, कलेचा भोक्ता असणारा राजा. त्याच्या राजपुत्राच्या विवाहप्रसंगी दूरदूरचे कलाकार आपली कला सादर करण्यासाठी आले होते. युवराज भोज याचा विवाह मीरेशी होतो आहे याचं अप्रूप, कौतुक सगळीकडं पोचलं होतं. इतके दिवस रतनसिंहांची मुलगी एवढीच ओळख असलेल्या मीरेची आता राणा संगांची, चितोडगढची सून ही नवी ओळख निर्माण झाली होती. दूदाजींना, रतनसिंहांना या गोष्टीचं फार मोल होतं, फार अप्रूप होतं. फार अभिमान होता. या घटनेचा आणि मीरेचाही. पण यात काही फार मोठी गोष्ट आहे, फार आनंदाची बाब आहे असं काही मीरेला वाटत नव्हतं. ती आनंदात होती, पण अलिप्त होती. प्रसन्नचित्त होती, पण तटस्थ होती. विवाह विधीत, संगीत जलशात, मेंदी कार्यक्रमात समरसून भाग घेत होती. पण त्याच वेळी हे सगळं आपलं नाही, आपल्यासाठी नाही अशी एक अलिप्त भावना तिच्या मनात रुंजी घालत होती. मीरा प्रसन्न होती पण त्या प्रसन्नतेतही एक अलिप्तता होती. एक तटस्थता होती. या आठ-नऊ वर्षांच्या वयातही तटस्थता मीरेत कुठून आली होती? याचं उत्तर कुणाजवळ नव्हतं. अगदी स्वतः ती तटस्थता अनुभवणाऱ्या मीरेकडंही नव्हतं. याचं उत्तर मात्र काळच देणार होता. अर्थात, ते समजायला अवधी होता आणि मीरा विवाह

विधीत दंग होती. मीरा आणि युवराज भोज यांचे विवाह विधी तीन दिवस चालले होते. अवघं चितोडगढ या विवाहाला उपस्थित होतं. राणा संग जसे पराक्रमाबद्दल, शौर्याबद्दल प्रसिद्ध होते तसेच ते प्रजाहितरक्षक, प्रजादक्ष म्हणूनही प्रसिद्ध होते. रयतेचा लाडका राजा अशी त्यांनी जनमानसात प्रतिमा होती. राणा संगांच्या घराण्याला अत्यंत मान होता. मोठी प्रतिष्ठा होती. आणि त्यांचं घराणं राजपुतांचं असल्यामुळं त्यांना आपली प्रतिष्ठा ही प्राणापेक्षाही प्रिय होती. असं सगळं व्यवधान आणि परंपरा सांभाळत मीरेचा आणि भोजचा विवाह समारंभ पार पडला. दूदाजींच्या, रतनसिंहांच्या आणि विमलच्यासुद्धा डोळ्यांतून पाण्याच्या धारा ओघळत होत्या. त्यात किती भाव-भावना होत्या, आनंद, समाधान, सार्थकता, धन्यता याचबरोबर वियोगाचं दुःख, वीरकुमारीची आठवण अशा सगळ्या भावना त्या अश्रूंतून ओघळत होत्या.

प्रथेप्रमाणं मीरा तिथं पाच दिवस राहणार होती. त्यानंतर ती पुन्हा मेडतियाला परतणार होती. आणि मग न्हातीधुती झाल्यावर तिच्या आणि भोजच्या संसाराला सुरुवात होणार होती. विवाहविधी संपन्न झाल्यावर बाकीची मंडळी परतली. विमल मात्र मीरेची पाठराखीण म्हणून मीरेच्या सोबतीला तिथंच राहिली. मेडतियाच्या मंडळींना निरोप देण्यातच तो दिवस संपला. दुसरे दिवशी सकाळी विमलनं मीरेला लवकर उठवलं. स्नान उरकून, तयार होऊन कर्णावतींच्या महाली पाठवलं. त्यांना वंदन करून मीरा तिथेच उभी राहिली. कर्णावतींना कौतुक वाटलं. मीरेला त्यांनी विचारलं, ''मीरा बेटी, तुम्हाला चितोडगढ आवडलं का?'' मीरेनं होकारार्थी मान हलवली. कर्णावतींचा चेहरा प्रसन्न झाला. मीरेनं बघितलं, कर्णावती पूजेची तयारी करत होत्या. ''माँ जी, मी करून देऊ पूजेची तयारी?'' मीरेनं मनापासून विचारलं. कर्णावती प्रसन्नपणे हसल्या. म्हणाल्या, ''तुम्हाला येते?'' मीरेनं पुन्हा होकारार्थी मान हलवली. कर्णावतींनी अनुमती देताच मीरा देवघराकडे वळली. सोन्याचा प्रशस्त देव्हारा होता. एकलिंगजीचा सोन्याचा मुखवटा, रत्नजडित शंख, घंटा, रेशीम वस्त्र असा सगळा सरंजाम होता. फुलांचा ढीग एका मोठ्या चांदीच्या तसराव्यात ठेवला होता. अनेक रंग गंधाची फुलं त्यात होती. अनेक रंगाची रांगोळी भरलेलं चांदीचं चौकोनी पात्र होतं. मीरेनं एकदा हे सगळं न्याहाळून घेतलं आणि मग ती कामाला लागली.

दोन तास त्यात कसे गेले तिला ही कळलं नाही. कर्णावती स्नान करून, साजशृंगार करून परतल्या आणि त्यांनी देव्हाऱ्याकडं नजर टाकली. तो देव्हारा मूर्तिमंत देवालय बनला होता. मीरेनं केलेले पूजेची तयारी, फुलांचे केलेले हार, रेखलेली रांगोळी सगळ्यावरून नजर हटत नव्हती. तो देव्हारा आणि ती देवपूजेची तयारी इतकी देखणी दिसत होती की हा आपलाच देव्हारा आहे, हे पटायला कर्णावतीना थोडा वेळ लागला. त्या जेव्हा भानावर आल्या तेव्हा मीरा एका बाजूला उभी होती. कर्णावतींनी

दासीला हाक मारली आणि राणाजींना बोलावलंय, असा तिच्याकरवी निरोप पाठवला. राणाजी तातडीनं आले. कर्णावतीनी देव्हाऱ्याकडे निर्देश केला. राणाजींनी तिकडं नजर वळवली आणि तेही थक्क झाले. ''हे इतकं देखणं काम कुणी केलं?'' त्यांनी विचारलं. ''आपल्या सूनबाईंनी राणाजी!'' कर्णावर्तींनी जबाब दिला आणि कौतुकाचा वर्षाव करत राणाजींची नजर मीरेकडं वळली. त्यांनी उत्स्फूर्तपणे गळ्यातली पाचूची माळ काढली आणि कर्णावतीकडं देत म्हणाले, ''हे सूनबाईंना बक्षिस द्या!'' कर्णावर्तींनी ती माळ घेतली, मीरेच्या गळ्यात घातली. म्हणाल्या, ''खूपच देखणं काम केलंत तुम्ही!'' बाकी काही असो, त्या पहिल्या भेटीत मीरेनं राणाजींचं आणि महाराणींचं मन जिंकून घेतलं, हे नक्की!

पुढचे चार दिवस मीरानं हे काम आपल्या अंगावर घेतलं. अतिशय मन लावून ती सगळी पूजेची तयारी करायची. रोज नवी रांगोळी. रोज नवीन आकार. रोज नवी फुलं. नवीन प्रकारचे फुलांचे हार. रोज नवीन प्रकारची पूजेची तयारी, आणि तीही अतिशय मन लावून, रंगून जाऊन, तन्मय होऊन. मीराचं हे असं तन्मयतेनं काम करणं, तिथं सगळ्यांनाच आवडलं. बघता बघता पाच दिवस संपले. या पाच दिवसांत युवराज भोज तिच्याशी दोनदाच बोलायला आला. एकदा जेव्हा मीरा पूजेच्या तयारीत मग्न होती. थोडा वेळ तो ती काढत असलेली रांगोळी बघत उभा राहिला आणि एकदा जेव्हा ती गिरिधर गोपालशी बोलत होती. तेव्हा मात्र भोजने विचारलं, ''तुम्ही नेहमी असंच बोलता का या मूर्तीशी?'' तेव्हा मीरानं निरागसपणे उत्तर दिलं, ''होऽऽ! मी रोज माझ्या गिरिधर गोपालाशी अशीच बोलते.'' त्यावेळी भोजने तिला विचारलं, ''आमच्याशी पण असंच बोलाल ना तुम्ही?'' मीरानं काय उत्तर दिलं हे ऐकायला भोज थांबला नाही. मीरानं उत्तर दिलं होतं. ''त्यानं अनुमती दिली तर!'' पण हे उत्तर ऐकायला भोज तिथं नव्हताच.

मीराचा निघायचा दिवस उजाडला. ती आता पुन्हा काही वर्षं मेडतियाला राहणार होती. कर्णावतीनी तिच्या पाठवणीची तयारी केली. तिच्यासोबत हिरे माणसं जडवलेले अलंकार, एकलिंगजींची सोन्याची मूर्ती, रेशमी वस्त्रं असं सगळं दिलं. मीरा जायला निघाली. तिला डोलीत बसवायला राणाजी, कर्णावती, भोज सगळी हजर होती. मीरेनं सगळ्यांना वंदन करून आशिर्वाद घेतले. ती कर्णावतीच्या चरणावर डोकं ठेवायला आली तेव्हा तिला समोर उभं करून कर्णावर्तींनी विचारलं, ''मीरा, तुम्ही या पाच दिवसांत आमची सगळ्यांची मनं जिंकलीत! बोला, तुम्हाला काय पाहिजे? आमच्या मनाला तुम्हाला काहीतरी पारितोषक द्यायचे आहे. बोला तुम्हाला काय पाहिजे?'' आधी मीरा काहीच बोलली नाही. संकोचानं ती तशीच उभी राहिली. पण कर्णावतीनं पुन्हा तिला विचारलं, ''मीरा, संकोच करू नका! तुम्हाला काय पाहिजे ते निःसंकोचपणे

सांगा. आम्ही ते तुम्हाला देऊ!'' कर्णावतीच्या या बोलण्यावर राणाजींनीसुद्धा मान डोलावून संमती दर्शवली. मीराला सांगण्याचा आग्रह केला. मीरानं विमलाकडं पाहिलं. तिनं मान हलवून होकार दिला. मीरा क्षणभर तशीच उभी राहिली. मग मात्र धाडस करून म्हणाली, ''माँ जी, आपण मेडतियाला आला होतात तेव्हा आम्हाला एक गोष्ट सांगितली होती. आपण इथं चितोडगढमध्ये आमच्या गिरिधर गोपालसाठी मंदिर बांधून देऊ, असं म्हणाला होतात. आपण देऊ इच्छित असलात तर आम्हाला तेच द्या. आम्हाला दुसरं काही नको!'' मीरेनं नम्रपणे कर्णावतीला आठवण करून दिली. तिचं नम्रतेनं लाघवी बोलणं आणि सोनं, रत्न, माणकं, दागिने यातलं काही न मागता श्रीकृष्णाचं मंदिर बांधून मागितलं. याचं सगळ्यांना अतिशय कौतुक वाटलं आणि यावेळी मात्र स्वतः राणाजींनी शब्द दिला, ''मीरा बेटी, आम्ही राजपूत आहोत. आम्ही तुम्हाला वचन देतो की, तुम्ही मेडतियाहून परत चितोडगढला याल तेव्हा श्रीकृष्णाचं मंदिर बांधून तयार असेल!'' राणाजींचे वचन ऐकून मीरेच्या चेहऱ्यावर हसू उमललं. ते हसू घेऊनच ती डोलीत चढली. मीरा सासरहून परत माहेरी चालली. आता चार वर्षं ती माहेरीच राहणार होती. चितोडगढची अमानत म्हणून.

१०

चार वर्षं अशी बघता बघता गेली. मध्ये तीन-चार वेळा मीरा चितोडगढला जाऊन आली. श्रीकृष्ण मंदिराचं बांधकाम खरंच सुरू होतं. त्यासाठी जयपूरहून संगमरवर आणवलं जात होतं. त्यावर कोरीव नक्षीकाम करण्याचं काम चाललं होतं. ते बघून मीराला खूप आनंद झाला. मीरा आता खूपच समंजस आणि शहाणी झाली होती. या चार वर्षांत दूदाजींनी तिला आपल्या देखरेखीखाली घडवली होती. मीरेत झालेला हा बदल बघून कर्णावती आणि विशेष करून युवराज भोज सुखावले होते. मात्र मीरा बाकी सगळी बदलली असली तरी गिरिधर गोपालबद्दल तिला वाटणारं प्रेम किंचितही कमी झालं नव्हतं. उलटपक्षी, ते वाढतच गेलं होतं. मोठ्या झालेल्या मीरेला आता पतीचा अर्थही समजायला लागला होता. गिरिधर गोपाल म्हणजे श्रीकृष्णच आपला पती आहे, म्हणजे तोच आपल्या तना-मनाचा मालक आहे, हा अर्थ तिच्या मनात घर करून राहिला होता. आणि तोच अर्थ खरा, तोच अर्थ योग्य अशीच तिच्या मनाची खात्री झाली होती.

आपण मनाशी निश्चित केलेला अर्थ आपल्या भावी आयुष्यात अनर्थ घडवणार आहे याची यत्किंचितही कल्पना तिला नव्हती. अर्थात, मीरेचं हे गिरिधर गोपालबद्दलचं पती प्रेम इतकं पराकोटीला गेलंय, याची दूदाजींनाही कल्पना नव्हती. 'आपली मीरा बेटी श्रीकृष्णाची निस्सिम भक्ती करते ती श्रीकृष्णाची भक्त आहे' एवढाच अर्थ दूदाजींना अभिप्रेत होता. त्यांनाच काय पण मीरेच्या भोवती वावरणाऱ्या सगळ्यांनाच हाच अर्थ अभिप्रेत होता. आणि त्यामुळं यात कुणालाच काहीच गैर वाटत नव्हतं. चुकीचं वाटत नव्हतं. आत्ता या वेळी वीरकुमारी मीराची माँ असती तर मीरेच्या या अशा भक्तीचा योग्य अर्थ तिनं काढला असता, मीरेला शहाणपणाचे चार शब्द ऐकवले असते. शिकवले असते. योग्य काय अयोग्य काय, याचा सारासार विचार शिकवला असता. आणि त्यामुळं कदाचित मीरेचं आयुष्य बदललं असतं. भविष्य वेगळं झालं असतं. चितोडगढची

महाराणी बनून मीरानं कदाचित इतिहास बदलला असता. पण ते व्हायचं नव्हतं. हे असं घडू नये म्हणूनच तर नियतीनं वीरकुमारीला लवकर मरण दिलं आणि मीरेच्या आयुष्याला एक वेगळंच मिळालं. नियतीच्या हातात आपला हात देऊन मीरा चितोडगढला निघाली.

मीरेचं तिथं मोठ्या थाटात स्वागत झालं. यावेळी मीरेच्या स्वागताला राणाजी आणि कर्णावतींसोबत स्वत: युवराज भोज आले होते. सतरा-अठरा वर्षांचे तरणेबांड युवराज मोठे देखणे दिसत होते. हिरे-मोती जडवलेला किनखापी फेटा त्यांनी बांधला होता. मीरा निळ्याशार घागरा, चोळीमध्ये डोलीतून उतरली. चौदा-पंधरा वर्षांची मीरा घागरा-चोळीमध्ये अत्यंत देखणी दिसत होती. तिला बघून सगळ्यांच्या चेहऱ्यावर आनंद पसरला. युवराजांच्या चेहऱ्यावर तर जास्तच. फुलांच्या पायघड्यावरून मीरेनं महालात प्रवेश केला. तिच्या सोबत विमला आली होती. विमलाचंही स्वागत केलं गेलं. विमलाच्या हातात मीरेचा गिरिधर गोपाल म्हणते ती श्रीकृष्णाची मूर्ती होती. मीरा महालात आली. कर्णावतीनं तिला मंचकावर नेऊन बसवलं. विमलाच्या हातातून मूर्ती घेऊन ती मेजावर ठेवली. सोन्याच्या निरांजनानं मीरेचं औक्षण केलं. तिच्यावरून सुवर्ण मोहरा ओवाळून टाकल्या. तिला बदाम घालून दूध दिलं. आणि प्रवासानं दमून आल्यामुळं विश्रांती घ्यायला सांगून कर्णावती पक्वान्न करायला सांगायला मुदपाकखान्याकडं गेली. आजचा दिवस मीरेचा विश्रांतीचा होता. उद्या सकाळी देवीची पूजा होती. त्यानंतर मीरेचा संसार सुरू होणार होता. मीरा महालात बसून राहिली. भोज दोन-तीन वेळा महालात येऊन गेला. मीरेची विचारपूस करून गेला. विमलानं शिकवल्याप्रमाणं मीरा घुंगट घेऊन बसली होती. भोजानं विचारलेल्या जुजबी प्रश्नांना तिनं मान हलवूनच उत्तरं दिली. खरं तर तिला खूप बोलायचं होतं. पण विमलनं सांगितलं म्हणून ती गप्प बसली.

दुसरे दिवशी सकाळी विमलनं तिला लवकर उठवली. तिचं स्नान आटोपून विमलानं तिला तयार केलं. कर्णावतीनं आणून दिलेले सगळे अलंकार तिनं मीराला घातले. पूजेच्या वेळी युवराज मीरेच्या शेजारच्या चौरंगावर बसले. मीरेशी बोलण्याचा प्रयत्न केला. मीरेनं याही वेळी मान हलवूनच उत्तर दिलं. आधी कुलदैवत एकलिंगजी आणि नंतर महाकालीची पूजा झाली. अभिषेक झाला. त्या दिवशी पूजेच्या निमित्ताने खूप निमंत्रित आले होते. दिवसभराच्या दगदगीनं मीरा थकून गेली होती. तिचा शीण लक्षात घेऊन कर्णावती तिच्यासाठी महालातच जेवण घेऊन आली. तिला आग्रह करून जेवायला घातलं. मीरेचं जेवण झाल्यावर स्वत: राणाजी तिला भेटायला आले. ते आल्यावर मीरा अदबीनं उभी राहिली. राणाजींनी आपुलकीनं विचारलं, ''सूनबाई, काही कमी तर नाही ना? काही हवं असलं तर आम्हाला किंवा राणी माँ ना नि:संकोच सांगा!'' मीरेनं मान डोलावली. राणाजी निघाले तोच मीरा हळूच म्हणाली, ''राणाजी, एक विचारायचं होतं! अनुमती आहे?'' राणाजी थांबले. मागे वळले. ''विचारा सूनबाई!''

राणाजींनी प्रेमळ स्वरात अनुमती दिली. ''राणाजी ते... आमच्या... गिरिधर गोपालचं मंदिर...?'' मीरेनं चाचरत विचारलं आणि राणाजी मोठ्यांदा हसले. ''अरे! आम्ही सांगायचं विसरूनच गेलो होतो! तुमच्या गिरिधर गोपालाचं मंदिर बांधून तयार आहे. युवराजांच्या सोबत जाऊन तुम्ही पाहून या. आणि उद्या तुमच्या गिरिधर गोपालाची प्राणप्रतिष्ठा करा. राजगुरूंना आम्ही सांगून ठेवतो. '' राणाजींनी सांगितलं आणि मीरेचा चेहरा खुलला. तिला एकदम मोकळं वाटलं.

त्याच दिवशी संध्याकाळी पूजेचा कार्यक्रम संपल्यावर, सगळे निमंत्रित परत गेल्यावर उतरत्या संध्याकाळी, राणाजींच्या सांगण्यावरून युवराज भोज मीराला घेऊन महालाच्या बाजूच्या बगीच्यात आले. बगीच्यात मध्यभागी एक देखणे मंदिर उभे होते. मंदिराच्या भिंती तीन रंगांच्या संगमरवराच्या होत्या. त्यावर अनेक सुंदर सुंदर चित्रे रेखाटलेली होती. भिंतींच्या बाजूला कोरीव काम केलेले नक्षीदार खांब होते. खांबावर उत्तम कारागिरीने कोरलेली नक्षी लक्ष वेधून घेत होती. गर्भागाराचा दरवाजा थोडा लहान पण कोरीव नक्षीदार होता. गर्भागारात एक नक्षीदार चबुतरा होता. त्याच्या दोन्ही बाजूला समई ठेवण्यासाठी कोरीव नक्षीदार लहानसे खांब होते. गर्भागाराच्या छतावर कृष्ण कथा चितारलेली होती.

मंदिर पूर्व-पश्चिम होते. पश्चिमेच्या गवाक्षातून मावळणाऱ्या सूर्यांची सोनेरी किरणं बरोबर मूर्ती ठेवण्याच्या चबुतऱ्यावर सुवर्णाची पखरण करीत होती. ते सगळं बघून मीरा भारावून गेली. राणाजींनी आपलं वचन राखलं होतं. आता त्या चबुतऱ्यावर श्रीकृष्णाची मूर्ती प्रतिष्ठापित करणं बाकी होतं. ती झाली की, मंदिराला पूर्णत्व येणार होतं. त्या सगळ्या नक्षीकामाला, कलाकुसरीला एक आयाम प्राप्त होणार होता. मीरा या विचारात होती तेवढ्यात मंदिरातली घंटा वाजली. त्या घंटेचा आवाजही बासरीतून निघणाऱ्या सुरांसारखा होता. त्या आवाजानं मीरा भानावर आली. तिनं मागं वळून बघितलं. गर्भागाराबाहेर राणाजी उभे होते. मीरानं त्यांना बघून घुंगट सावरला. ''सूनबाई, आवडलं का मंदिर?'' राणाजींनी विचारलं. मीराचा खुललेला चेहरा त्या पारदर्शी घुंगटातूनही दिसत होता. मीरानं आनंदानं मान हलवली. ती ही राणाजींनी पाहिली. ''आता तुमचा गिरिधर गोपाल इथं आणून बसवा. उद्याच राजगुरूंना सांगून त्याची प्रतिष्ठापना करून घ्या!'' राणाजींनी हे सांगून मीराच्या आनंदात भरच घातली.

दुसरे दिवशी मोठ्या समारंभात मीरेच्या गिरिधर गोपालाची प्रतिष्ठापना त्या मंदिरात केली गेली. त्या समारंभासाठी सुद्धा मीरा एखाद्या नववधूसारखी नटली होती. युवराज भोज सगळ्यांचा आब राखून मीरेच्या अवतीभवती करत होते. त्यांच्या डोळ्यांत, नजरेत, कटाक्षात मीरेविषयीचं प्रेम, तिच्या सहवासाची ओढ दिसत होती. पण मीरा मात्र आपल्या गिरिधर गोपालाच्या प्रतिष्ठापनेच्याच आनंदात होती. भोजांची नजर

आपला पाठलाग करते आहे, आपल्याला काही सांगू पाहते आहे, याकडं तिचं लक्षच नव्हतं. सगळा समारंभ संपला. सगळे गेले. आता मंदिरात मीरा आणि भोज दोघंच राहिले आणि तिसरा गिरिधर गोपाल. मीरा त्याच्यासमोर बसली होती. तिचं मन अतिप्रसन्न होतं. ''मीरादेवी, आपण महालात जाऊया का? आता रात्र होत आली आहे. थंडी वाढेल. आपण आता जाऊया. चला!'' भोजाने मीरेला सुचवलं. पण मीरेला त्यांचं बोलणं ऐकू कुठं येत होतं? ती गिरिधर गोपालशी बोलण्यात दंग होती. भोजांनी पुन्हा तिला हाक मारून सांगितलं. त्याच्याकडं वळून बघत मीरा म्हणाली. ''आपण महालात जावं. मी थोड्या वेळ इथं बसते. नंतर येते.'' भोजाचा नाईलाज झाला. तो चेहरा पाडून आत गेला. मीरेची वाट बघत तो मध्यरात्रीपर्यंत जागत बसला. पण मीरा आली नाही. ती तिथंच बसून राहिली. तिच्या गिरिधर गोपालशी गोष्टी करत. कधीतरी रात्रीच्या तिसऱ्या प्रहरी ती निजायला महालात आली. तेव्हा भोज गाढ झोपला होता. मीरा येऊन निजली. पडताक्षणी तिला झोप लागली. पुन्हा पहाटेच ती उठली तेव्हाही भोज निजलेलाच होता. पहाटे उठून स्नान करून शूचिर्भूत होऊन मीरा कर्णावतीच्या महालात गेली. पूजेची तयारी करायला. आता तर ते काम मीरेचंच होऊन गेलं. मीरा ही ते काम अगदी मन लावून करायची.

• • •

एका व्यक्तीचं दु:ख सोडलं तर मीरा हळूहळू तिथं रुळत होती. ती व्यक्ती म्हणजे भोज, मीरेचा पती. त्याला मीरेचा सहवास लाभत नव्हता. भोजांं नानाप्रकारे मीरेला आपलंसं करायचा प्रयत्न केला. असा प्रयत्न बरेच दिवस केल्यावर भोजाची अधीरता शिगेला पोचली. एक दिवस मीरा महालात निजायला येईपर्यंत तो जागाच राहिला. मीरा आल्यावर त्यानं तिचा हात धरला आणि तीव्र स्वरात त्यानं विचारलं, ''मीरा, गेले कित्येक दिवस आम्ही पाहतोय, तुम्ही आम्हाला टाळताय. पण एक गोष्ट लक्षात ठेवा, तुम्ही आमच्या पत्नी आहात आणि आम्ही तुमचे पती आहोत.'' भोजाच्या तीव्र स्वराचा मीरेवर काहीच परिणाम झाला नाही. ती शांतपणे म्हणाली, ''महाराज, क्षमा करा. पण ना मी तुमची पत्नी आहे, ना तुम्ही माझे पती. लौकिक अर्थासाठी आपला विवाह झाला आहे. पण मी श्रीकृष्णाला माझा पती मानलं आहे. आणि तोच माझा पती आहे. आणि मी त्याचीच पत्नी! गेली कित्येक वर्षं, अगदी लहानपणापासूनच आमची ही भावना आहे आणि ही भावना आम्ही सुरुवातीलाच राणी माँना सांगितली होती. त्यांची ही आमच्या त्या विवाहास संमती आहे आणि होती. सुनेचं कर्तव्य आम्ही बजावत असलो तरी महाराज पत्नीचं कर्तव्य आम्ही पार पाडू अशी अपेक्षा तुम्ही करू नका. आमचा पती श्रीकृष्ण आहे. आम्ही आमचं आयुष्य त्याच्या चरणी वाहिलेलं आहे. लौकिकार्थानं

आम्ही तुमच्या पत्नी असलो तरी मनानं, देहानं आणि बुद्धीनं श्रीकृष्णाला आम्ही पती मानलं आहे!'' सुरुवातीला शांतपणे बोलणाऱ्या मीरेच्या स्वरात शेवटी शेवटी स्पष्टता आली, रुष्टता आली. तिचं हे बोलणं ऐकून भोज अवाक् झाला. मीरेनं लहानपणापासून हे वेड घेतलं होतं. ही गोष्ट त्याच्याही कानावर आली होती. वाङ्निश्चयाचे वेळीच हे त्याच्या कानांवर आलं होतं. तेव्हाच्या लहानग्या भोजला त्यात काही विशेष वाटलं नव्हतं. आणि मोठा झाल्यावर मीरेचं हे वेड गेलंच असणार, अशी त्याला खात्री वाटत होती. मात्र एरवी समंजस, शहाणी असणारी मीरा या बाबतीत एवढी हट्टी, आग्रही असेल असं त्याला वाटलं नव्हतं.

मीरेचं हे स्पष्ट बोलणं ऐकून तो नाराज झाला. तिचा विरह असह्य झालेला भोज मीरेला म्हणाला, ''मीरादेवी, मी मानतो की तुमची त्या श्रीकृष्णावर भक्ती आहे. पण त्याचं प्रेम तुमच्यावर आहे. याला पुरावा काय? तुम्ही त्याला पती मानलंय, म्हणून तुम्ही मला दूर ठेवताय. पण त्यानं तुम्हाला पत्नी मानलंय, याचा विश्वास कोण देणार? तुम्ही त्याला हरतऱ्हेची पक्वान्नं करून भोग चढवता. पण तो भोग तो खातो का? खात असेल तर तुमच्यावर त्याचंही प्रेम आहे. असं आम्ही समजू. दाखवताय खरं खोटं करून? तुमचा गिरिधर गोपाल भोग खाईल, तर मानू आम्ही तुमच्या प्रेमाला. बोला दाखवताय?'' भोजानंही तीव्र स्वरात मीरेला विचारलं. क्षणभर मीरा काही बोलली नाही. नंतर हळूच म्हणाली, ''युवराज, आजचा भोग तर आम्ही कधीच चढवलाय. आता फक्त तांबूल द्यायचा राहिलाय.'' मीरानं सांगितलं. ''ठीक आहे! मग तांबूल खाल्लेला दाखवा. तांबूल खाल्ल्यानं तोंड लाल होतं ना? तुम्ही तुमच्या श्रीकृष्णाला तांबूल द्या. त्यानं तो खाल्ला आणि जर त्याचं तोंड लाल झालं तर मीरादेवी, आम्ही आपल्याला आमची पत्नी होण्याचा आग्रह धरणार नाही. आम्ही सदैव आपल्यासोबत अंतर राखून राहू, असं आम्ही वचन देतो.'' भोजानं मोठ्या आत्मविश्वासानं सांगितलं. मीरा क्षणभर कावरीबावरी झाली. गोंधळली. भोज म्हणताहेत त्यात तथ्य आहे, असंही तिला वाटलं. पण तिचा आपल्या प्रेमावर विश्वासही होता. भोजानं सांगितलेली अट तिनं स्वीकारली. भोजाचा हात धरून त्याला घेऊन ती कृष्णमंदिरात गेली. समोर प्रसन्न मुद्रेनं तो उभा होता. तोच तो! गिरिधर गोपाल!

मीरा पुढे झाली. भोजाला तिनं तिथंच उभं केलं. मूर्तीसमोरच्या चांदीच्या तबकात चांदीच्या वर्खाचे विडे ठेवले होते. मीरानं त्यातला एक विडा उचलला. श्रीकृष्णाच्या मूर्तीच्या ओठाशी धरला. ओठाला त्याचा पुसटसा स्पर्श झाला. मीरेनं विडा पुन्हा त्या तबकात ठेवला. आणि हात जोडून डोळे मिटून ती उभी राहिली. अनवधानानं भोजानं डोळे मिटून हात जोडले. काही क्षणांनी त्यानं डोळे उघडले. पण जोडलेले हात खाली घ्यायचं भान त्याला राहिलं नाही. त्याची नजर श्रीकृष्णाच्या मूर्तीच्या चेहऱ्यावर

खिळली होती. त्या मूर्तीचे ओठ लालबुंद झाले होते. खाल्लेल्या विड्याचा एक ओघळ त्याच्या ओठांच्या कोपऱ्यातून ओघळून हळूहळू हनुवटीकडं सरकत होता. भोज अंतर्बाह्य थरारला. त्यानं मूर्तीवरची नजर हटवून ती मीरेकडं वळवली. मीरा अजूनही हात जोडून डोळे मिटून उभी होती. श्रीकृष्णानं निर्णय केला होता. तो मान्य करणं भोजला मान्य होतं. आणि भागही होतं. एक नजर मीरेकड टाकून तो खाली मान घालून उदास चेहऱ्यानं तिथून निघून गेला. आता तो मीरेकडून कसलीही अपेक्षा ठेवणार नव्हता. ना पत्नी होण्याची. ना पत्नीचं कर्तव्य निभावण्याची.

पण तोही राजपूत होता. स्त्रीचा सन्मान करण्याची रीत त्याच्याही संस्कारात होती. ''मीरा, तुम्ही माझी पत्नी बनाल, त्या दिवसाची मी वाट पाहीन!'' असं दुःखानं सांगून भोज त्या दालनातून बाहेर पडला. त्या रात्रीपासून भोजानं त्याच महालात पण दुसऱ्या दालनात आपला शयनकक्ष ठेवला. दोघांची शय्या पृथक झाली. भोजला वाईट वाटलं. मीरेचा रागही आला. पण त्यानं प्रतीक्षा करायची ठरवली. आज ना उद्या मीरेच्या मनात असलेलं कृष्णाविषयीचं प्रेम कमी होईल. श्रीकृष्ण आपला आभासी पती आहे, याची जाणीव तिला होईल. आणि मग तिला आपलं प्रेम कळेल. स्वतःचे कर्तव्य उमगेल आणि ती खऱ्या अर्थानं आपली पत्नी होईल. या आशेवर भोज दिवस कंठत होता. बघता बघता वर्ष उलटलं. पण मीरेच्या मनातली श्रीकृष्णाची ओढ काही कमी झाली नाही. उलट ती वाढली. आता तर ती दिवसरात्र श्रीकृष्णाच्या मंदिरात जाऊन थांबत असे. तिथं तासन्तास श्रीकृष्णाशी बोलत असे. भजन गात असे. नवनवीन भजनांची रचना करत असे. श्रीकृष्णाचं चरित्र, श्रीकृष्णाच्या जीवनातल्या कथा त्यात गुंफत असे. श्रीकृष्णाचं वर्णन तर कित्येकदा तिच्या भजनातून येई. त्यात कधी,

कृष्ण करो जजमान॥ प्रभू तुम करो जजमान॥
जा की किरत बेद बखानत॥ सांखी देत पुरान॥
मोर मुकुट पीतांबर सोभत। कुंडल झळकत कान॥
मीरा के प्रभु गिरिधर नागर। दे दरशन को दान॥

अशी श्रीकृष्णाची थोरवी असे, तर कधी असंही वर्णन असे,

झूलत राधा संग। गिरिधर झूलत राधा संग॥
अबिर गुलाल की धूम मचाई। भर पिचकारी रंग॥
लाल भई ब्रिंदावन जमुना। केशर चूवत रंग॥
नाचत ताल आधार सुरभर। धीमी धीमी बाजे मृदंग॥
मीरा के प्रभु गिरिधर नागर। चरन कमल कू दंग॥

असंही वर्णन असायचं. विशेष म्हणजे मीरा श्रीकृष्णावर प्रेम करायची. त्याला सर्वस्व मानायची. कधी कधी तो राधेसह किंवा इतर गोपबालांसह रासक्रीडा करतो, याबद्दल नापसंती दर्शवायची. पण मीरानं कधी राधेचा दुस्वास केला नाही. तिच्या प्रेमाशी ईर्ष्या केली नाही की तिचा तिरस्कार केला नाही.

मीराचं हे दिवसरात्र श्रीकृष्णाचं ध्यान करणं कर्णावतीलाही खटकायचं. ती त्या बाबत मीरेला छेडायची. एके दिवशी तर मीरा पूर्ण दोन दिवस दोन रात्री मंदिरातून बाहेरच आली नाही. दुसरे दिवशी मीरेची वाट बघून कर्णावती मीरेला भेटायला मंदिरात गेली. तिथं जाऊन मीराला विचारलं, ''सूनबाई, अगं कशासाठी तू संसार सोडून हे कृष्ण कृष्ण करत बसतेस! हे बघ पोरी, कृष्णाची भक्ती करणं वाईट नाही. पण असं संसार सोडून कृष्णाची भक्ती करायला आपण कोणी संत नाही. आपण संसारी स्त्रिया आहोत. गृहिणी आहोत. आपला पती हाच आपला परमेश्वर आहे. मग दुसऱ्या परमेश्वराला आपला पती मानणं हा वेडेपणा आहे मीरा. तू कशासाठी हे करते आहेस?'' म्हटलं तर समजावून, म्हटलं तर जाब विचारून कर्णावतीनं विचारलं. मीरा क्षणभर गप्प बसली. मग मात्र ठामपणे म्हणाली. ''राणी माँ, पतीला परमेश्वर मानण्यापेक्षा मी तर परमेश्वराला पती मानलंय. आणि त्याचा माझा संसार सुखाचा सुरू आहे. राणी माँ, हे आमचं या जन्माचं प्रेम नाही तर जन्मजन्मांतरीचं प्रेम आहे. द्वापरयुगात जेव्हा श्रीकृष्ण होता, तेव्हा त्याच्यावर निस्सीम प्रेम करणारी 'ललिता' नावाची भक्त गोपी मी होते. मी त्याच्यावर अपार प्रेम करते आहे, हे श्रीकृष्णालाही माहीत होतं. पण त्या जन्मात आमचं प्रेम सफल झालं नाही. श्रीकृष्ण तर जन्माजन्मांतरी आहेच. पण ते त्या जन्मातलं असफल प्रेम पूर्ण करण्यासाठी मी 'मीरा' म्हणून जन्म घेतला. त्या जन्मातली ललिता ती मीच आहे. तीच ती ललिता या जन्मात मीरा म्हणून जन्माला आली आहे. आणि राणी माँ आता या जन्मात मला श्रीकृष्णापासून, माझ्या गिरिधर गोपालापासून कुणीच वेगळं करू शकत नाही. तो माझा स्वामी मी त्याची दासी आहे राणी माँ!

बन जाऊं चरण की दासी रे दासी। मैं भई उदासी॥
और देव कोई न जाणूं। हरिबिन भई उदासी॥
नहीं न्हावूं गंगा, नही न्हावूं जमुना। नहीं न्हावू प्रयाग कासी॥
मीरा कहे प्रभु गिरिधर नागर। चरनकमल की प्यासी॥''

राणी माँ ना आपल्या मनातली गोष्ट सांगून मीरानं भजन रचलं, गायलं. आणि ती त्या श्रीकृष्ण मंदिरात नाचायला लागली.

श्रीकृष्णाप्रति मीराचं ते समर्पण बघून कर्णावती पुढं काहीच बोलली नाही. ती मंदिरातून निघून गेली. पण लेकाच्या संसाराची चिंता आणि मीराबद्दलचा राग मनात

ठेवूनच. आपल्या महालात गेल्यावर झालेली घटना तिनं राणा संग यांना आणि आपला दुसरा मुलगा विक्रमादित्य आणि मुलगी सुकांता यांना सांगितली. हे सगळं वृत्त ऐकून राणाजी संतापले आणि विक्रमादित्य आणि सुकांतालाही राग आला. जिथं श्रीकृष्णाचं मंदिर बांधलेलं होतं, तो बगीचा होता. तिथं काम करणाऱ्या लोकांची सतत त्या मंदिरात व भोवती वर्दळ असत असे. तिथं श्रीकृष्णासमोर बसून मीरा गायची आणि नाचायचीसुद्धा. ते बघायला सगळे नोकर-चाकर जमत. परपुरुषांसमोर चेहऱ्यावर पार हनुवटीपर्यंत येणारा घुंगट ओढून वावरणाऱ्या त्या रजपूत राजकुलातली स्नुषा मीरा श्रीकृष्णाची भजनं गात बेभानपणे नाचते, हे त्या राजवंशाला अपमानास्पद होते. त्यातच सगळे नोकर-चाकरही तिचं नृत्य बघायला जमत असत. हे तर त्या अपमानावर मीठ चोळल्यासारखं होतं. राणाजी आणि परिवारातली सगळी संतापली नसती, तरच नवल!

पण श्रीकृष्णभक्तीत आकंठ बुडालेल्या मीरेला परिवारातल्या या लोकांच्या ना रागाची पर्वा होती ना असंतोषाची. ती आपल्याच तंद्रीत दंग होती. मीरेच्या या वृत्तीचा राणाजींना राग आला. ती आपल्यापैकी कुणाचीच कदर करत नाही. या विचारानं त्यांच्या संतापाच्या आगीत तेल ओतलं आणि राणाजींना संताप अनावर झाला. ते तडक चालत गेले आणि भोजाच्या महालात शिरले. भोज तिथं कपाळाला हात लावून बसला होता. राणाजी आधी त्याच्यावर भडकले, ''पत्नीची तुला समजूत घालता येत नाही, तिला ताब्यात ठेवता येत नाही,'' असं बोलून त्यांनी भोजाची कानउघाडणी केली. भोजाने आपण हतबल असल्याचे सांगितल्यावर मात्र राणाजींनी संताप आवरला. भोजाचा उदास चेहरा त्यांना बघवेना. त्यांनी भोजाच्या महालातच कर्णावती, विक्रमादित्य आणि सुकांता यांना बोलावून घेतलं. आणि मीरेच्या या वर्तणुकीवर काही तरी उपाय शोधायला हवा, याबद्दल चर्चा केली.

मीरेची कृष्णभक्ती निस्सीम होती, हे सगळ्यांना माहीत होतं. तिच्या कृष्णभक्तीबद्दल त्यांचा कुणाचा आक्षेपही नव्हता. आक्षेप होता तो मीरेच्या भान हरपून नाचण्यावर. यावर तिला काहीतरी शिक्षा करणे. तिला उपाशी ठेवणे, कोंडून घालणे, ती महालाबाहेर पडणार नाही, यासाठी काहीतरी उपाययोजना करणे, असे अनेक मार्ग होते. टप्प्याटप्प्याने यातला एकेक मार्ग हाताळून बघावा, असे ठरले. कर्णावतीला लेकाचा उदासवाणा चेहरा बघवत नव्हता. त्यांची शय्या पृथक होऊनसुद्धा सहा महिने झाले होते, पण मीराला त्याबद्दल काहीच वाटत नव्हतं. आणि हीच तर दुःखाची आणि चिंतेची बाब होती. यासाठी जे योजलंय, ते करणं भाग होतं. राणाजी आणि त्यांच्या परिवारानं तेच करायचं ठरवलं.

श्रीकृष्णाच्या मंदिरात दोन दिवसांपासून थांबलेली मीरा महालात परतली. तेव्हा राणाजी, कर्णावती, विक्रमादित्य, सुकांता या चौघांनी तिला घेरलं. भोजराजही तिथं

होताच. त्यांनी मिळून तिला सुरुवातीला समजावून सांगायला सुरुवात केली. आपल्या समजुतीनं बोलण्याचा मीरेवर काहीच परिणाम होत नाही, ती नि:स्तब्ध, नि:शब्द उभी आहे, हे बघितल्यावर त्यांच्या समजूतदारपणाची जागा संतापानं घेतली. आणि त्याच संतापात त्या सगळ्यांनी मीरेला बोलायला सुरुवात केली. त्यांचे आवाज वाढले, तसे मीरेनं डोळे मिटले आणि श्रीकृष्णाचं ध्यान करत ती शांत उभी राहिली. त्यांचं बोलणं तिच्या मेंदूपर्यंत पोचतच नव्हतं, मात्र कानात उकळत्या तेलाप्रमाणं उतरत होतं. त्याचा परिणाम एवढाच झाला की तिच्या मिटल्या डोळ्यांतून घळाघळा अश्रू ओघळू लागले. सगळ्यांनी आपापल्या परीनं मीरेवर तोंडसुख घेतलं आणि त्या क्षणी राणाजींनी आज्ञा केली. 'श्रीकृष्ण मंदिराचे दरवाजे बंद करा. पुन्हा माझ्या आज्ञेशिवाय ते उघडणार नाहीत.' ती आज्ञा ऐकली आणि घायाळ झालेली मीरा कोसळली. आपला गिरिधर गोपाल कोंडला जाणार आणि आपल्याला त्याला भेटता, बघता, बोलता येणार नाही या भावनेनंच तिच्या मनाचा, मेंदूचा, हृदयाचा ताबा घेतला आणि विद्ध, जखमी पक्षिणीसारखी घायाळ होऊन मंचकावर कोसळली.

तिला तसंच तिथं सोडून सगळे त्या महालातून बाहेर पडले. ज्या मीराला गुलाबाचा काटा टोचला तर राणाजींचा सगळा परिवार तिच्या भोवती जमत असे, त्याच मीराला अशा घायाळ अवस्थेत टाकून राणाजींचा सगळा परिवार निघून गेला होता. कृष्णभक्तीची किंमत अशींही मोजावी लागणार आहे, याची जराही कल्पना नसलेली मीरा घायाळ आणि जखमी मन घेऊन मंचकानर पडली होती. आणि रडत होती. तिचं मन आक्रोश करत होतं, श्रीकृष्णासाठी. तिचे डोळे आसुसले होते, तिच्या गिरिधर गोपालाच्या दर्शनासाठी. पण आता ते शक्य नव्हतं. तशा घायाळ मनानं तिनं आपली कैफियत गिरिधर गोपालाला सांगितली,

तुमबिन मेरी कौन खबर ले। गोवर्धन गिरीधारी रे॥
मोर मुकुट पीतांबर सोभे। कुंडल की छबी न्यारी रे॥
भरी सभा में द्रौपदी ठारी। राखो लाज हमारी रे॥
मीरा के प्रभु गिरिधर नागर। चरन कमल बलहारी रे॥

आपलं दु:ख त्याला सांगत मीरा पुन्हा पुन्हा त्याला आळवत राहिली. हाक मारत राहिली. तशाच अवस्थेत उपाशी पोटी, दु:खी मनानं झोप कधी लागली, हे तिला कळलं नाही.

आठ दिवस होऊन गेले. मंदिराचे दरवाजे उघडले नाही. मीरा अस्वस्थ होती. उदास होती. कृष्णाला आळवत होती,

मेरी लाज तुम रख सय्या। नंदजी के कुंवर कन्हैया।।
बैस प्यारे काली नागनाथी। फेणपर नृत्य करैया।।
जमुना के नीर तीर धेनु चरावे। मुखपर मुरली बजैया।।
मोर मुकुट पीतांबर शोभे। कान कुंडल झलकैया।।
ब्रिंदावन के कुंज गलिन मे नाचत है दो भैय्या।।
मीरा कहे प्रभु गिरिधर नागर। चरनकमल लपटैया।।

आसवं पीत होती, अभंग रचत होती, विनवणीच्या सुरात गात होती आणि तशीच बेभान होऊन नाचतही होती. पण मीरा कृष्णभक्ती सोडत नव्हती. राणा आणि त्यांचा सगळा परिवार मीराच्या या हट्टापायी त्रासून गेला. तिला उपाशी ठेवून झालं होतं. श्रीकृष्ण मंदिराचे दरवाजे बंद ठेवून झाले होते. तिला महालात कोंडून झालं होतं. पण मीरा कृष्णभक्तीपासून पळत दूर नव्हती. श्रीकृष्णाविषयी तिला वाटणारी ओढ तसूभरही कमी झाली नव्हती. उलट या सगळ्यांच्या होणाऱ्या विरोधामुळे ती ओढ आणखीच वाढली होती. तिची कृष्णभक्ती अधिकच जाज्वल्य झाली होती. पेटती मशाल विझावी म्हणून खाली करून धरावी आणि ती विझण्याऐवजी तिच्या ज्वाळा उलट आणखी वर उफाळाव्यात, तसं झालं होतं. मीरा अधिकच कृष्णवेडी झाली होती आणि त्याला विनवत ती म्हणत होती,

लाज रखो तुम मेरी प्रभुजी। लाज रखो तुम मेरी।।
जब बैरीने कबरी पकरी। तबही मान मरोरी।
मैं गरीब तुम करुणा सागर। दुष्ट करत बलजोरी।।
मीरा के प्रभु गिरिधर नागर। तुम पिता मैं छोरी।।

आपलं सगळं दु:ख, आपल्या व्यथा, आपला विरह, आपली तक्रार, हे सगळं त्यालाच सांगत होती. कितीही अडवलं, विरोध केला, समजूत घातली, रागावून झालं, शिक्षा करून झाली तरी मीरा कृष्णभक्ती सोडत नव्हती. कृष्णाविषयीची ओढ, त्यांच्या भेटीची, दर्शनाची आस, त्याचं नाव सतत जपणं, या सगळ्यालाच मीरानं आपलं आयुष्य बनवलं होतं. राणाजींच्या परिवाराच्या मनातल्या संतापाची जागा आता क्रुरता धारण करू लागली. आपण केलेल्या शिक्षेमुळे मीराला काहीच फरक पडत नाही, हे बघून राणाजींनी एक भयंकर योजना आखली, महाभयंकर! यात कदाचित, कदाचित नव्हे तर नक्कीच मीरेचा मृत्यू आला असता. तिच्या जिवाशी खेळ होता तो. मीरा कृष्णभक्ती थांबवत नाही तर तिलाच संपवायचं, म्हणजे राजकुलाची बदनामी तरी वाचेल, असा त्या सगळ्यांचा होरा होता.

११

राणाजी आणि त्यांच्या परिवारानं संतापानं एक कठोर निर्णय घेतला. आणि तो लगेच अंमलात आणला. ते सगळे जाणून होते की या निर्णयामुळे, ही योजना यशस्वी झाली तर मीरेच्या जीवाला धोका होता. नव्हे, तो तिच्या जीवाशी खेळ होता. पण आता तो निर्णय घेणं भाग होतं. आणि त्या प्रमाणे तो घेतलाही. मंदिराचे द्वार बंद असल्यामुळं मीरा त्या दाराबाहेर बसून कृष्णाला आळवत राही. भजनं रचून गात राही. आपल्या मागे आपल्या परिवारातील सदस्य काय विचार करताहेत, आपल्या संदर्भात त्यांची काय कारस्थानं चालली आहेत, याकडं मीराचं लक्षच नव्हतं. अर्थात, तसं लक्ष द्यायची तिला गरजही नव्हती आणि तिची इच्छाही नव्हती. ती श्रीकृष्णाला आळवण्यात दंग होती,

हरि गुन गावत नाचूंगी, मैं हरिगुन गावत नाचूंगी॥
अपने मंदिर में बैठ बैठकर। गीता भागवत बाचूंगी॥
ग्यान ध्यान की गठरी बाँधकर। हरिहर संग में लागूंगी॥
मीरा के प्रभु गिरिधर नागर। सदा प्रेमरस चाखूंगी॥

मीरेच्या शब्दांशब्दांतून प्रेमरस पाझरत होता. भक्तिरसाचं कोंदण त्या शब्दरत्नांना लाभत होतं. श्रद्धेचे पैलू भावनांच्या हिऱ्याला पडत होते. बेभान होऊन मीरा भजन गात होती. तिच्या स्वरात इतकी प्रार्थना होती, इतकी आळवणी होती, की ती ऐकताना पत्थराची मूर्तिदेखील विरघळली असती. पण मागच्या बाजूला आडोशाला उभा राहून ही प्रार्थना ऐकणाऱ्या राणाजींचं आणि भोजाचं मन द्रवलं नाही. तर उलट त्यांना आलेला संताप त्या भजनामुळं आणखी तीव्र झाला. आणि आपण आता जे करणार आहे ते आपल्या कुलाच्या दृष्टीने योग्यच आहे अशी त्यांची खात्री पटली. आणि आपण ठरवलेली योजना अंमलात आणायची आणि तीही आजच असं त्यांनी नक्की केलं.

आठ दिवसांनी कृष्णाष्टमी होती. चितोडगढला किल्ल्यात राजपरिवाराचं एक कृष्णमंदिर होतं, तिथं श्रीकृष्ण जन्माचा सोहळा उत्साहात साजरा करण्याची त्यांची परंपरा होती. त्या जन्मसोहळ्याच्या वेळी कदाचित मीरा पुन्हा काहीतरी विचित्र वागली असती. त्यामुळं त्या जन्माष्टमी सोहळ्याला, आणि राजकुलाला मोठा डाग लागला असता. आणि तेच तर राणाजींना नको होतं. त्यासाठी मीरा तिथं हजरच नसली तरी ही आफत टळणार होती. तेव्हा योजलेला बेत अंमलात आणण्याची हीच योग्य वेळ होती, याबद्दल परिवारातल्या सगळ्यांचं एकमत झालं होतं. आता त्या योजनेची अंमलबजावणी होणं बाकी होतं. राणाजींनी ती करायचं ठरवलं.

राणाजींनी लाखनला बोलावणं पाठवलं. लाखन एक गारूडी होता. चितोडगढच्या आसपासच्या जंगलात जाऊन तो नाग साप पकडत असे. गावात आणून त्यांचे खेळ करीत असे. राणाजींचं बोलावणं आलं म्हटल्यावर लाखन लगेचच आला. राणाजींनी त्याला आपलं काम सांगितलं. मुजरा करून तो गेला. येताना उत्सुक असलेला त्याचा चेहरा जाताना गंभीर होता. थोड्या वेळानं तो परतला, तेव्हा त्याच्या हातात एक टोपली होती. राणाजी त्याची वाट बघत तिथंच बसले होते. त्यानं राणाजींना टोपली उघडून दाखवली त्यात फुलांचा भरघोस हार होता. लाखननं तो हार उचलला. आणि राणाजींचे डोळे विस्फारले त्या हाराखाली एक अस्सल जातिवंत नाग होता. सुवर्णासारखी पिवळी धमक कांती, त्यावर विटकरी रंगाचे खवले. चांगला ४-५ हात लांब असावा. राणाजींच्या दंडाएवढी त्याची जाडी होती. आता तरी तो सुस्तावल्यासारखा वेटोळे घालून पडून राहिला होता. 'थोड्या वेळापूर्वी त्यानं बेडूक खाल्लाय राणाजी! आणखी थोडा वेळ गेला की तो उठेल आणि आपलं काम होईल.'' लाखननं अदबीनं सांगितलं. ''हे काम चोख झालं लाखन! आता पुढचंही काम चोख कर! मग मागेल तेवढी बक्षिसी देऊ तुला. सध्या आता केलेल्या या कामगिरीबद्दल हे ठेव!'' असं म्हणत राणाजींनी हातातलं चांदीचं कडं काढलं आणि लाखनच्या अंगावर फेकलं. ते अलगद झेलून कपाळाला लावून लाखननं ते कनवटीला लावलं आणि नाग असलेल्या त्या टोपलीत तो हार नागावर ठेवून ती टोपली घेऊन तो तिथून बाहेर पडला. तो थेट मीरेच्या महाली आला. मीरा महालात नव्हतीच. ती कुठं असणार याची माहिती त्याला दिलेली होती.

मीरा श्रीकृष्ण मंदिराच्या बाहेर, मंदिराच्या द्वाराजवळ बसली होती. मंदिराचा दरवाजा बंद होता. एवढंच नव्हे तर मीरानं मंदिराकडं जाऊ नये म्हणून तिचा महाल ते मंदिर या ठिकाणी पहारेकरी नेमले होते. मीरा दुःखी मनानं तिथं बसली होती. श्रीकृष्णाला आळवत होती.

पुन्हा पुन्हा मीरा श्रीकृष्णाला आपली उदास अवस्था पुन्हा पुन्हा सांगत होती. डोळ्यांतून वाहणाऱ्या अश्रूंचं भान तिला नव्हतं. आपण राजस्नुषा असूनही जमिनीवर बसलो आहोत, याची तिला जाणीवही नव्हती. तिच्या मिटल्या नजरेसमोर फक्त श्रीकृष्णच दिसत होता. भान हरपून मीरा त्याला आळवत होती. तिच्या गळ्यात दोन हार येऊन पडले तरी तिला त्याची जाणीव झाली नाही. एक हार फुलांचा होता. तो गळ्यात पडला तरी मीरेची भावसमाधी मोडली नाही. आणि दुसरा हार? दुसराही हार तिच्या गळ्यात पडला. पण तरीही मीरेला भान आलं नाही की, तिनं डोळे उघडले नाहीत. दुसरा हार म्हणजे तो महाविषारी नाग होता. ते दोन्ही हार पाठीमागून मीरेच्या गळ्यात टाकून लाखन चोरपावलानं, जसा आला होता तसा निघून गेला. एक फुलांचा आणि एक विषारी नागाचा असे दोन्ही हार गळ्यात घेऊन मीरा डोळे मिटून भजन गात होती. तिला कसलंच भान नव्हतं. पण तो नाग निवांत होता. अत्यंत विषारी असलेला तो नाग आता जागा झाला, त्याला भान होतंच आता तर तो पूर्ण जागा झाला. पूर्ण भानावर आला. आपण टोपलीत नसून दुसरीकडंच कुठंतरी आहोत हे त्याच्या लक्षांत आलं असावं. मग पुढं सरकून त्यानं दुसरा फुलांचा हार बाजूला ढकलला आणि आपल्याला जागा करून घेतली. आता तो मीरेच्या गळ्यात अनिर्बंध सळसळत होता. मीरा निश्चल होती तिला याचं भानही नव्हतं. पण बाजूला उभे राहून लपून हे सगळं बघणाऱ्या राणाजी आणि लाखनला मात्र मीरेच्या गळ्यातला त्या नागाचा अनिर्बंध वावर सुखावतही होता आणि उरात धडकीही भरवत होता. मीरेच्या गळ्यातला फुलांचा हार त्याच्या त्या अनिर्बंध वळवळण्यानं तर घरंगळून बाजूला झाला होता. त्या नागाचं वळवळणं वाढलं आणि राणाजी आणि लाखनच्या अंगावर काटा उभा राहिला.

आता कुठल्याही क्षणी...! कुठल्याही क्षणी तो नाग मीरेला डसणार होता. डंख मारणार होता. त्या अतिजहाल विषाच्या डंखानं मीरेचा तत्काळ मृत्यू होणार होता. नागाच्या डंखामुळं तिनं मारलेली किंकाळी अवघ्या राजमहालात घुमणार होती आणि तत्क्षणी तडफडून मीरा प्राण सोडणार होती. राजघराण्याला कलंकित करणाऱ्या मीरेचा मृत्यू होणार होता आणि आळ कुणावरच येणार नव्हता. नागाने डंख मारल्यामुळं मीरा श्रीकृष्णचरणी विलीन झाली, अशी बातमी पसरवता येणार होती. राजघराण्याची

जनमानसात होणारी बदनामी थांबून उलट राजघराण्याची प्रतिमा आणखी उजळणार होती. सगळी योजना कशी बेमालूम होती. राणाजी आणि लाखन यांच्याशिवाय ही गोष्ट या कानाची त्या कानाला कळणार नव्हती. लाखनला चितोडगढपासून दूर असलेल्या एखाद्या गावाची जहागिरी बक्षिसी म्हणून दिली की तो आपला परिवार घेऊन तिकडेच राहणार होता. आणि हे गुपित कायमच गुपितच रहाणार होतं. शिवाय लाखन निष्ठावान होता. तो कधीच दगा देणार नव्हता. मीराचा काटा परस्पर निघणार. भोजराजांचं वैवाहिक आयुष्य सुरू होण्याआधीच संपणार होतं. त्याचा दुसरा विवाह करून देता आला असता. तोही सुखी होणार होता. सगळं कसं बेमालूमपणे उत्तम जुळून आलं होतं. आता फक्त त्या नागानं मीरेला डसणं बाकी होतं.

नाग आता चांगलाच जागा झाला होता. त्याचं सळसळणं वाढलं होतं. मीरेच्या गळ्याभोवती असणारा आपला रुंद फणा त्यानं वर उचलला होता. मीरेच्या कानाजवळ त्याचं तोंड होतं. आता पुढच्या क्षणाला तो नाग तिच्या मानेवर डंख मारणार होता. राणाजींनी आणि लाखननं आपले श्वास रोखून धरले. नागानं फणावर उचलला. आता तो मीरेला डंख मारणार इतक्यात...

इतक्यात एक विपरीत घडलं. त्या नागाचं रूपांतर फुलांच्या हारात झालं. त्याचा विषारी फणा गुलाबाच्या गेंदात रूपांतरित झाला. राणाजी आणि लाखनचा आपल्याच डोळ्यांवर विश्वास बसेना. समोर घडतंय ते सत्य आहे की आपल्याला भ्रम झाल्यामुळं भास होतोय, हेही त्यांना कळेना. मीरेच्या गळ्यातला विषारी नाग नाहीसा होऊन तिथं फुलांचा हार आला. हार आला म्हणण्यापेक्षा त्या नागाच्या जागी फुलांचा हार दिसत होता. म्हणजे नागाचं रूपांतर फुलांच्या हारात झालं की नाग निघून गेला होता आणि फुलांचा हारच तेवढा राहिला होता, की नागाचाच हार बनला होता? की आपल्याला तसं दिसत होतं? की मीरेला नागानं दंश करावा हे आपल्या मनात होतं म्हणून नागाऐवजी हार दिसत होता? की हाराचा नाग झाला होता? नक्की काय होतं? राणाजी गोंधळले होते? योजना तर फसलीच होती. पण हे काय दिसत होतं? राणाजी थक्क झाले. लाखन तर तिथून घाबरून पळूनच गेला. जाता जाता 'मीरादेवी कुणी साधीसुधी नसून काळी जादू येणारी एक चेटकीण आहे!' असं राणाजींना सांगून तो पळाला.

राणाजी थक्क होऊन तिथंच उभे राहिले. आपण पाहिलंय ते नक्की काय हे बघण्यासाठी पुन्हा पुन्हा मीरेच्या गळ्याकडं निरखून बघू लागले. पण तिथं खरंच फुलांचा हारच होता. नाग तर तिथं कुठंच दिसत नव्हता. आणि विशेष म्हणजे एवढं सगळं होऊनही मीरा शांत होती, आपल्याच नादात होती, कृष्णाला आळवण्यात दंग होती. इथं काय काय घडलंय याची किंचितही जाणीव तिला नव्हती. इथं एवढं मोठं काय काय घडून गेलंय हे तिला कळतंच नव्हतं. इतकी ती श्रीकृष्णाला आळवण्यात दंग होती.

तिला काहीच फरक पडलेला नव्हता. राणाजी मात्र पडलेल्या चेहऱ्यांनं तिथून निघाले. हे अपयश सहनही करता येणार नव्हतं राणाजी वैतागले. त्याच उद्विग्न अवस्थेत त्यांनी मंदिराचे दरवाजे उघडण्याचा हुकूम दिला. पण त्याच वेळी भोज तिथे आला. मंदिराचे दरवाजे उघडणाऱ्या त्या द्वारपालाला त्याने हटकले. आणि पुन्हा श्रीकृष्ण मंदिराचे दरवाजे बंदच राहिले. दरवाजाबाहेर बसून मीरा गात होती,

हाथी घोडा महाल खजीना दे दवलत पर लात रे॥
करीयो प्रभुजी की बात सब दिन करीयो प्रभुजी की बात रे॥
मां बाप और बहन भाई कोई नहीं आयो साथ रे॥
मीरा के प्रभु गिरिधर नागर भजन करो दिन रात रे॥

तिला तसंच तिथं गात सोडून राणाजी आणि भोज निघून गेले. नागाच्या दंशातून वाचलेली, मृत्यूच्या हातातून निसटलेली मीरा मात्र अनभिज्ञ होऊन भजन गात होती. त्याच श्रीकृष्णाची ज्यानं तिचा त्या मृत्यूच्या सापळ्यातून जीव वाचवला होता. पण हे राणाजींना कळलं होतं. भोजानं जाणलं होतं, श्रीकृष्णानंच तर केलं होतं. पण मीरा? तिला काहीच माहीत नव्हतं. ना तो फुलांचा हार, ना तो विषारी नाग आणि त्या नागाचा बनलेला हार. ती तिचा गिरिधर गोपाळ, तिची भजन, ती गाणं यातच ती दंग होती. मीरा अशी संपूर्ण कृष्णमय झाली. संपूर्ण कृष्णमय.

• • •

योजना सफल होण्यात आलेलं अपयश झाकून राणाजी दैनंदिन कामकाजाला लागले. पण मनातून त्या अपयशाची खंत जात नव्हती. त्या विषारी नागाचं रूपांतर फुलांच्या हारात कसं झालं याचं उत्तर प्रयत्न करूनही आणि डोके शिणवूनही राणाजींना सापडत नव्हतं. यातच आठ दिवस गेले आणि गोकुळाष्टमी आली. श्रीकृष्ण जन्माचा तो उत्सव. राजस्थान, मेवाडमध्ये तर या दिवशी उत्सवाला आणि आनंदाला नुसतं उधाण यायचं. जवळपास प्रत्येकाच्या घरी कृष्णजन्म साजरा व्हायचा. कृष्णजन्म मध्यरात्री बारा वाजता. त्यामुळं संपूर्ण रात्र नुसता उल्हास आणि जल्लोष चालायचा. श्रीकृष्ण चरित्राची मोहिनी लहानांपासून वृद्धांपर्यंत सगळ्यांवर होतीच. श्रीकृष्ण अष्टमीच्या दिवशी तीच मोहिनी आनंद आणि उल्हास बनून उत्साहानं सगळीकडं दरवळायची आणि अवघा माहोल कृष्णमय होऊन जायचा. राजपरिवारही याला अपवाद नव्हता. त्यांचं स्वतःचं असं एक भलं मोठं विशाल असं श्रीकृष्ण मंदिर होतं. ते राजपरिवाराचं असलं तरी सगळ्या रयतेसाठी ते खुलं होतं. अतिशय भव्य, विशाल आणि देखणं मंदिर

होते ते! दरवर्षी तिथं अत्यंत उत्साहात आनंदात कृष्णाष्टमी साजरी केली जायची. रात्री जन्मसोहळ्यानंतर दांडिया खेळला जायचा. पहाटे महाप्रसाद व्हायचा. तो घ्यायला अवघं गाव लोटायचं. जन्माष्टमीच्या आधी तीन रात्री, जन्माष्टमीची रात्र, आणि नंतरच्या चार रात्री असा दांडिया चालायचा. चितोडगढमधले तमाम स्त्री-पुरुष त्यात सामील व्हायचे ते आठ दिवस, आठ रात्री सगळं जणू कृष्णमय होऊन जायचं. राजपरिवारही उत्साहानं, आनंदानं यात सहभागी व्हायचा. श्रीकृष्णाला छप्पन भोग चढायचे. त्याची तयारी आधीपासूनच सुरू व्हायची. राजमहालात ही आनंदाचं, उत्साहाचं वातावरण असायचं.

ही अशी दरवर्षीची कहाणी होती. पण या वर्षी? या वर्षी राजपरिवार उदास होता. भोजाचा संसार म्हणावा तसा बहरला नव्हता. राजस्नुषा मीरेचं वागणं ठीक नव्हतं. तिचं भोजाकडं, संसारात लक्षच नव्हतं. श्रीकृष्ण हा जरी राजपरिवाराचा लाडका असला तरी घरच्या सुनेनं आपल्या जबाबदाऱ्यांकडं दुर्लक्ष करून दिवसरात्र त्याच्या सेवेत राहावं, त्याचे गुणगान गावं, हे त्यांना पसंत नव्हतं, पटत नव्हतं. राजपूत घराणं होतं ते! इतर कशाहीपेक्षा त्यांना स्वतःची इज्जत जास्त प्रिय होती. याच इज्जतीसाठी राणी पद्मावतीनं आपल्या शंभर सख्यांसह जोहार केला होता. हा वैभवशाली इतिहास २०० वर्षांपूर्वींचा, अजून ताजा होता. आणि मीरेचं वागणं हे राजपरिवाराच्या प्रतिष्ठेला धक्का लावणारं होतं. त्यामुळं कितीही रिवाज, परंपरा असली तरी यावेळी जन्माष्टमी साजरी करण्याच्या बाबतीत राजपरिवार तेवढा उत्साही नव्हता. मीरेचं कृष्णप्रेम त्या सगळ्यांनी जाणलं होतंच, पण अवघ्या चितोडगढला ही ते माहीत होतं. त्यामुळं त्या दिवशी श्रीकृष्ण मंदिरात मीरा आली नाही तर ते चौकशीला एक कारण ठरणार होतं. आणि आली तर तिचं बेभान होऊन भान हरपून नाचणं, हे चर्चेला कारण ठरणार होतं. यामुळं राजपरिवार चिंतेत होता. द्विधा मनःस्थितीत होता, पण यातल्या कोणत्याही गोष्टीला पर्याय नव्हता. त्यामुळं या गोष्टींचा निर्णय काळावर सोपवून जन्माष्टमी नेहमीच्याच उत्साहात साजरी करायची, असं राजपरिवारानं ठरवलं आणि ते तयारीला लागले.

कृष्णाष्टमी जवळ आली आहे, हे मीरेच्याही लक्षांत आलं आणि तिनं आपल्या गिरिधर गोपालासाठी अंगरखा करायला घेतला. दोन-तीन दिवसांतच तो अंगरखा पूर्ण झाला. दृष्ट लागेल असा अंगरखा मीरेनं शिवला होता. त्यावर मोरपिसांची कशिदाकारी होती. मोती जडवलेले होतेच, पण झालरही मोत्यांचीच होती. तीन दिवस-तीन रात्र जागून मीरेनं तो अंगरखा शिवला होता. आता जन्माष्टमी दिवशी तो अंगरखा ती श्रीकृष्णाला घालणार होती. तिच्या महालाजवळच्या श्रीकृष्ण मंदिराचे दरवाजे अद्याप बंदच होते. पण राजपरिवाराचं एक श्रीकृष्ण मंदिर चितोडगढ गावात आहे, आणि ते सर्वांसाठी कायम खुलं असतं, हे तिला माहीत होतं. त्या मंदिरातही श्रीकृष्णाची सुबक,

तीन हात उंचीची, संगमरवरी मूर्ती होती, जी अतिप्रसन्न होती. हिरेमाणकांचा मोर मुकुट त्या मूर्तीच्या मस्तकावर होता. हातात रेशीम गोंडे बांधलेली बासरी होती. पायाचा तिढा घातलेला होता. डोळे तेजस्वी पण स्निग्ध होते. चेहरा प्रसन्न होता. लग्नानंतर दोन-तीन वेळा मीरा त्या मंदिरात गेली होती. मात्र तेव्हाही श्रीकृष्णाच्या त्या स्निग्धतेचा वर्षाव करणाऱ्या डोळ्यांत तिला खट्याळ आमंत्रण दिसलं होतं. ती मूर्ती आणि त्या मूर्तीचं माप डोळ्यांपुढं आणून मीरेनं अंगरखा शिवला होता.

आपल्या गिरिधर गोपालाला आळवत त्याच्या जन्म सोहळ्याला जाण्याची तयारी मीरा करत होती.

जन्माष्टमीचा दिवस उजाडला. अवघ्या चितोडगढमध्ये उत्साह, उल्हास आणि आनंद भरला होता. गोपांचा आणि गोपबालांचा पोशाख करून स्त्री-पुरुषांचे तांडेच्या तांडे रस्त्यावरून फिरत होते. रंगीबेरंगी पताकांनी रस्ते सजले होते. फुलांच्या माळांनी ठिकठिकाणी सजावट केली होती. मंदिराकडे जाणाऱ्या रस्त्यांवर दुतर्फा रांगोळी रेखाटली होती रस्त्यांच्या दोन्ही बाजूंना असणाऱ्या घरांना रंग रंगोटी केली होती. दीप लावून, दारांना तोरणं बांधून सजावटीत रंग भरला होता. पक्वान्नांचा मधुर, गोडसर गंध सगळ्या आसमंतात दरवळत होता. अवघं चितोड असं कृष्णमय झालं होतं. राणाजींचा राजपरिवारही याला अपवाद नव्हता. राजमहालातही रात्रीच्या कृष्णजन्म सोहळ्याची तयारी चालली होती. विशेष म्हणजे आज मीराही छप्पन भोग बनवण्याच्या कामात राणी माँना मदत करत होती. राणी माँनी तिला बोलावलं नव्हतं. पण ती आली तर तिला नाकारलंही नव्हतं. श्रीकृष्णाची भजनं गुणगुणत मीरा कामात मग्न झाली होती. क्षणभर राणी माँना वाटलं तिला काही दोन शब्द सांगावेत, पण त्यांनी मोह आवरला. त्या काही न बोलता काम करत राहिल्या. मीरा मात्र उत्साहात, आनंदात भजन गुणगुणत काम करत होती. एका वेगळ्या आनंदात आणि एका वेगळ्या ओढीनं.

बघता बघता संध्याकाळ झाली. सगळं चितोड त्या श्रीकृष्ण मंदिराशी जमा झालं. राजगुरू श्रीकृष्ण मूर्तीची पूजा बांधण्यात गर्क होते. काही सरदार स्त्रिया पाळणा सजवत होत्या. पाळणा सजवता सजवता त्या श्रीकृष्णाचं वर्णन करणारी गाणी गात होत्या. त्यातल्या काही मध्येच ताल ठेका धरून नृत्य करत होत्या. मध्येच फेर धरत होत्या. एकमेकींना टाळ्या देऊन गोल फिरत होत्या. त्या ठेक्यावर एखादं गाणं म्हणून, नृत्य

करून झालं की पुन्हा पाळणा सजवण्याच्या कामात दंग व्हायच्या. रात्र झाली. आता लोकांचे तांडेच्या तांडे मंदिराकडे यायला लागले. रंगीबेरंगी आणि तऱ्हेत‍ऱ्हेचे पोशाख केलेले ते स्त्री-पुरुष आनंदानं गाणी गात, नाचत मंदिराकडे येत होते. रात्र चांगलीच झाली. लक्ष दिव्यांनी श्रीकृष्णाचं ते मंदिर उजळलं. रात्र होती तरी दिवस असल्याचा भास होत होता. बघता बघता मंदिराचं आवार गर्दीनं फुलून गेलं. लोकांना आता प्रतीक्षा होती, ती राजपरिवाराची. थोडा वेळ गेला आणि सगळा राजपरिवार तिथं दाखल झाला. राणाजी, राणी कर्णावती, युवराज उदयसिंह, युवराज भोज, युवराज विक्रमसिंग, राजकन्या सुकांता ही सगळी जण आली. सगळ्यांत शेवटी आली ती राजस्नुषा मीरा. राजपरिवार मीरेपासून थोडा लांब लांब राहत होता. सगळ्यांच्या चेहऱ्यावर चिंता दिसत होती. पण मीरा मात्र प्रचंड आनंदात होती, उत्साहात होती. तिच्या लाडक्या कृष्णाचा आज जन्मोत्सव होता. आणि महालातलं कृष्णमंदिर बंद केलेलं असलं तरी हे मोठं मंदिर खुलं होतं. ते मंदिर जरी राजपरिवाराच्या मालकीचं असलं तरी ते गावातल्या लोकांसाठी होतं त्यामुळं ते बंद करणं शक्य नव्हतं. आणि आज कृष्णाष्टमीच्या दिवशी मीरेला इथं येता आलं होतं. तिचा आनंद गगनात मावत नव्हता.

बघता बघता मध्यरात्र झाली. कृष्णजन्माची वेळ झाली. मोठमोठे पलिते पेटवले गेले. मशाली पाजळल्या गेल्या. आणि मध्यरात्री जणू सहस्र सूर्यांचा प्रकाश पसरला. गोपाळकृष्णाची बालरूपातली एक सुंदर मूर्ती, जी गाभाऱ्यात मुख्य मूर्तीच्या शेजारी ठेवलेली असे, ती बाहेर आणली गेली. आणि मोठ्या समारंभानं तो बालकृष्ण त्या सजवलेल्या पाळण्यात ठेवला. त्याची साग्रसंगीत पूजा राणी माँनी केली. त्याला अलंकार घातले. त्यानंतर बाकीच्या लोकांनी आणलेली बाळलेणी, बाळवस्त्रं त्या बालकृष्णाला घालण्यात आली. जमलेल्या स्त्रियांनी बाळकृष्णाचा पाळणा म्हटला. त्याची आरती झाली. त्या सजवलेल्या पाळण्यात अलंकारानं नटलेला तो गोपाळकृष्ण विलक्षण देखणा दिसत होता. मीरा हा सगळा सोहळा बाजूला उभी राहून बघत होती. तिला या कृष्ण जन्म सोहळ्याचा आनंद तर झालाच होता, पण तिचा सखा, तिचा प्रियतम होता तिचा गिरिधर गोपाल. तिचा पती, प्रियकर. हे बालरूप त्याचंच असलं तरी मीरेला मात्र आवडत होतं, त्याचं प्रियकराचं रूप! त्याच रूपात मंदिरातल्या गाभाऱ्यात त्याची मूर्ती होती. त्याच्यासाठीच तर तिनं अंगरखा शिवून आणला होता.

राजपुरोहित बासरीधारी श्रीकृष्णाच्या मूर्तीची आता पूजा बांधत होते. ते बघून मीरा पुढं झाली. ती शिवलेली अंगी तिनं सोबत आणली होती. मीरानं तो अंगरखा राजपुरोहितांकडे दिला. पुरोहित अंगरखा मूर्तीला घालू लागते. इतक्याच गाभाऱ्याबाहेर समोरच उभ्या असलेल्या राणी माँ नी त्यांना थांबवलं, ''थांबा राज पुरोहित! श्रीकृष्णाला तो अंगरखा चढवू नका. आम्ही दुसरा पोशाख आणला आहे तो चढवा!

आणि तो अंगरखा आमच्याकडे द्या!'' राणी माँनी असं सांगून सुकांताच्या हातातल्या तबकात असलेला दुसरा अंगरखा राजपुरोहितांना दिला. आणि त्यांच्या हातातला मीरेनं शिवलेला अंगरखा घेऊन सेवकाला तो निर्माल्य कुंडात टाकून यायला सांगितलं. मीरा हे सगळं बघत होती. आपण शिवलेला अंगरखा श्रीकृष्णाला घातला तर जाणार नाहीच. पण टाकून दिला जाणार हे ऐकल्यावर तिच्या डोळ्यांत पाणी भरलं. पण ती गप्प बसली. बाजूला जाऊन उभी राहिली. पूजा बांधून झाली. छप्पन भोग चढवून झाले. आणि अचानक जोराचा अगदी जोराचा वारा सुटला. इतका जोराचा की सगळी दीप, सगळे पलिते, सगळ्या मशाली विझून गेल्या. एका क्षणात ते मंदिर, सगळी स्त्री-पुरुष अंधारात बुडून गेले. पुढच्या क्षणाला सेवकांनी धावत धावत पुन्हा पलिते पेटवले, मशाली पाजळल्या, दिवे लावले. मंदिरात पुन्हा लखख उजेड पसरला. लोकांनी श्रीकृष्णाची आरती सुरू केली, ढोल, ताशे, झांजा यांच्या तालात आरती सुरू झाली. शंभर तेवत असलेल्या वार्तींचं तबक पुरोहित श्रीकृष्णाच्या मूर्तीभोवती फिरवत होते. आणि त्या लखलखत्या उजेडात सगळ्यांना जे दिसलं ते अतर्क्य होतं, अगम्य होतं, अनाकलनीय होतं. गाभाऱ्यातल्या त्या श्रीकृष्णाच्या मूर्तीच्या अंगात मीरेनं शिवलेला अंगरखा होता. छान मापात बसलेला तो मोतीजडित, हिरेजडित अंगरखा घालून श्रीकृष्ण मिरवत होता. त्याच्या चेहऱ्यावर विलक्षण प्रसन्नता होती. राणी माँनी दिलेला अंगरखा बाजूला पडला होता. ते बघितलं आणि मीरा आनंदानं बेभान झाली. ढोल ताशे, झांजा वाजतच होत्या. उभ्या असलेल्या कोपऱ्यातून मीरा झटकन मध्यभागी, श्रीकृष्णाच्या मूर्ती समोर आली. आणि एक चपळ गिरकी घेऊन तिनं नृत्य सुरू केलं. बेभान होऊन, भान हरपून मीरा नाचत होती. आणि भान हरपून गातही होती.

मैं गिरिधर के आगे नाचूंगी।
नाच नाच पिव रसिक रिझाऊँ।
प्रेमी जन को जाचूँगी॥
प्रेम-प्रीत के बाँध घुंगरू।
सुरत की कछनी काछुंगी॥
लोक-लाज कुल की मरजादा।
या मैं एक न राखूँगी॥
पिव के पलना जा पड़ूँगी।
मीरा हरि रंग राचूँगी॥

आपण सार्वजनिक मंदिरात आहोत, इथं अख्खं चितोड आलंय, आपण राजस्नुषा आहोत, हे असं गावातल्या लोकांसमोर नाचणं योग्य नाही, हा राजपरिवाराचा अपमान

आहे, यातलं काही काही मीरेला जाणवत नव्हतं. तिला फक्त जाणवत होतं श्रीकृष्णानं आपण शिवलेला अंगरखा घातला आहे, त्यानं आपलं मन राखलं आहे. म्हणजेच त्याचंही आपल्यावर प्रेम आहे. आणि मीराला एवढंच पुरेसं होतं आणि बेभान होऊन नाचत होती. नाचताना तिचा घुंगट मागे पडला होता, पल्लू सरकला होता. पण तिला भान नव्हतं.

हे सगळं बघणाऱ्या राणाजींना मात्र हे असह्य झालं. आज या पोरीनं राजपरिवाराची अब्रू वेशीवर टांगली होती. सगळ्या गावात छी थू होणार होती. राणाजी आणि राणी दोघांना संताप आवरत नव्हता. भोज दिङ्मूढ होऊन स्तब्ध उभा होता. मंदिरात जमलेले चितोडवासी विस्फारल्या नजरेनं मीरेचा नाच बघत होते. राजपुरोहितांनी डोळे झाकून घेतले होते. नाचता नाचता चुकून मीरा कोसळली. आणि राणाजींचा संयम सुटला. ''तिला उचलून महालात आणून टाका!'' त्यांनी ओरडून आज्ञा केली. आणि ते तिथून संतापानं थरथरत बाहेर पडले, राजपरिवारावर आलेलं हे लांछन आता कायमचं संपवलं पाहिजे, असा निश्चय करूनच! त्यांचे डोळे आग ओकत होते. मीराला संपवण्याचा, तिचा कायमचा बंदोबस्त करण्याचा निर्धार त्या डोळ्यांत स्पष्ट दिसत होता.

१२

राजपरिवाराच्या मनात काय चाललंय, याची किंचितही जाणीव मीरेला नव्हती, पण ते माहीत करून घेण्याचीही तिला गरज वाटत नव्हती. आपल्या मनात काय चाललंय याची तिला पूर्णपणे जाणीव होती. आपल्या मनात असलेली ही भक्ती आपला गिरिधर गोपालही जाणतो, ही भावना तिला, तिच्या मनाला दिलासा द्यायला पुरेशी होती. म्हणूनच श्रीकृष्णाची भक्ती ती बिनधास्त करत होती. मंदिराचे दरवाजे तर बंद होते. पण मीराची भक्ती थांबली नव्हती.

फूल मंगाऊ हार बनाऊं। मालीन बनकर जाऊं॥
कै गुन ले समजाऊं। राजधन के गुन ले समजाऊं॥
गला सैली हात सुमरनी। जपत जपत घर जाऊं॥
मीरा कहे प्रभु गिरिधर नागर। बैठत हरिगुन गाऊं॥

एकापाठोपाठ एक असे अभंग रचून मीरा ते गायची. तिचा आवाज ही किंचीत अनुनासिक पण गोड होता. अभंग गाताना मीरा त्यात जीव ओतायची. अत्यंत उत्कटपणे गायची. त्यामुळं तिनं गायलेला अभंग ऐकत राहावासा वाटायचा. रामदीन तर मीरेचा अभंग ऐकता ऐकता तल्लीन होऊन जायचा. रामदीन राणा परिवाराचा सर्वांत जुना सेवक होता. तो मीरा आणि भोज यांच्या महालाची साफसफाई करायचा. महालाची इतर व्यवस्थाही तोच बघायचा. मीरेबद्दल त्याला फार आस्था होती. तिचा महालातला चैतन्यदायी वावर, सगळ्यांना मान देत सगळ्यांशी अदबीनं संभाषण करण्याचा तिचा स्वभाव, तिची कृष्णभक्ती, तिचं अभंगरचना करून उत्कटतेनं गाणं, हे सगळं त्याला आवडायचं. राजपरिवारातल्या इतर सदस्याप्रमाणं मीरा कधीच तोऱ्यात, उर्मटपणे वागायची नाही. रामदीनला सुद्धा ती 'ताऊ' म्हणजे 'काका' या नावानं हाक मारायची.

तो सेवक असूनही त्याचाशी प्रेमानं, अदबीनं वागायची. ती कृष्णाची भक्ती करते म्हणून राजपरिवारातले इतर सदस्य तिचा राग करतात, याचं रामदीनला वैषम्य वाटायचं. मीरेवर तो लेकीसारखी माया करे. मीरेला तिच्या कृष्णभक्तीपायी काहीतरी शिक्षा झाली की, तो मीरेला भेटे. चार धीराच्या, समजुतीच्या गोष्टी सांगून तिची समजूत काढे. लोकव्यवहाराच्या चार शहाणपणाच्या गोष्टी सांगायचा. आत्ताही राणाजी मीरेवर अतिशय संतापलेले आहेत आणि ते तिला जबर शिक्षा भाषा बोलत आहेत, हे जेव्हा त्यानं ऐकलं, तेव्हा तो मीरेला भेटायला आला. मीरा श्रीकृष्ण मंदिराच्या बाहेर बसली होती. मंदिराचे दरवाजे पुष्कळ दिवस बंद ठेवूनही मीरेवर काहीच परिणाम होत नाही, हे बघून, देवाला आणखी किती दिवस कोंडून ठेवायचं, या विचारानं राणाजींनी मंदिर उघडण्याचा आदेश नुकताच दिला होता. पण अजून दरवाजे बंद होते. मंदिर बंद असताना त्या गोष्टीचं अति दुःख न मानता मंदिरांच्या द्वाराबाहेर बसून मीरा श्रीकृष्णाची भजनं गात असे. मात्र आपला गिरिधर गोपाल आपल्याला दिसत नाही, याचं दुःख तिच्या डोळ्यांतून वाहायचं. मंदिर उघडलं गेल्यावर ती मंदिरात श्रीकृष्णासमोर बसून भजनं गाऊ लागली असती एवढाच काय तो फरक होता. मात्र आता तिच्या डोळ्यांतून आसवं वाहायची नाहीत.

राणाजी संतापले आहेत, हे समजल्यावर रामदीन मीरेला भेटायला आला. मंदिराबाहेर मीरा कृष्णमूर्तीची आळवणी करत बसली होती. सवयीनं पूजेची तयारीही करत होती. ती करता करता तल्लीन होऊन अभंगही गुणगुणत होती. पूजेची तयारी करण्यात आणि अभंग गाण्यात ती अगदी रंगून गेली होती,

माई मैंने गोविंद लीन्हो मोल॥धु॥
कोई कहे इसका कोई कहे भारी। लियो है तराजू तोल॥१॥
कोई कहे ससता कोई कहे महंगा। कोई कहे अनमोल॥२॥
ब्रिंदावन के जो कुंजगलीन मो। लायों है बजा कै ढोल॥३॥
मीरा के प्रभु गिरिधर नागर। पूरब जनम के बोल॥४॥

तिचं ते भजन गाणं, पूजेत तल्लीन होणं इतकं मोहक होतं की, त्या श्रीकृष्णाच्या मूर्तीच्या डोळ्यांतूनही प्रसन्नता ओसंडत होती. रामदीन तिथं पोचला. क्षणभर त्याला वाटलं, तिची भावसमाधी मोडू नये. पण राणाजींचा संताप बघता तिच्याशी बोलणंही महत्त्वाचं होतं. मंदिराच्या दाराशी उभं राहून त्यानं हाक मारली, ''मीरा बेटी, ठकुराईन, काही बोलायचं होतं!'' पहिल्यांदा मीरेला त्याची हाक ऐकायला गेलीच नाही. मग रामदीनंनं थोडं पुढं जाऊन पुन्हा हाक मारली. तेव्हा मीरेने वळून त्याच्याकडं पाहिलं ''ताऊ, या ना!'' तिनं त्याला आत बोलावलं. ''माझी पूजा होतच आली आहे. हा

एवढा हार घालते श्रीकृष्णाच्या गळ्यात की मग झालं. थांबाल थोडा वेळ?'' मीरेनं लाघवीपणे विचारलं. तिच्या लाघवीपणापुढं त्याला नाही, म्हणता येईना. त्यानं मानेनंच होकार दिला.

मीरेची बाहेर पूजा करून झाली. आता ती ही प्रसन्न होती आणि तिचा गिरिधर गोपालही. उठून ती बाहेर आली. मंदिराबाहेरच्या पायरीवर रामदीन बसला होता. मीरा आलेली बघून तो उठून उभा राहिला. तिला तो 'बेटी' म्हणत असला तरी ती त्याची मालकीण होती, राजपरिवाराची बहू होती, हे विसरून चालणार नव्हतं! रामदीनला पुन्हा बसण्याचा इशारा करत बाजूला विश्रामासाठी ठेवलेल्या संगमरवरी आसनावर मीरा जाऊन बसली. ''बोला ताऊ! तुम्ही काय सांगणार होतात?'' मीरेनं विचारलं. क्षणभर रामदीन गप्प बसला. मग म्हणाला, ''बिटीया, तुम कभी तुलसीदासजी से मिली हो?'' रामदीनच्या या प्रश्नावर मीरेनं नकारार्थी मान हलवली आणि विचारलं, ''कोण आहेत हे तुलसीदास? मला माहीत नाही पण मी कधीतरी त्यांचं नाव ऐकलंय.'' मीरानं सांगितलं. ''बेटी, यह तुलसीदासजी बहुत सुलझे हुए संत है. यह श्रीरामजी के बड़े भक्त है. उत्तर दिशा में इनका बहुत बडा बोलबाला है. साक्षात राम प्रभू इन्हें रुबरू होते हैं, ऐसा सुना है मैंने. बेटी तुम श्रीकृष्ण भक्त हो. राम, कृष्ण दोनों विष्णू भगवान के अवतार है. एक ही है दोनो. तुम एक बार तुलसीदासजी से मिल क्यों नहीं लेती. शायद कुछ भला हो जाये!'' रामदीननं विस्तारानं सांगितलं. 'तुलसीदासांना भेटल्यावर कदाचित अडचणीचं होत जाणारं मीरेचं हे कृष्ण वेड कमी होईल, अशी आशा त्याला वाटत होती.

रामदीनचं बोलणं ऐकून मीरा विचारात पडली. काही वेळानं तिला खरोखरच वाटू लागलं की आपण. एकदा का होईना या तुलसीदासांना भेटलं पाहिजे. काही दिवसांनी रामदीनने तिला तुलसीदासांनी लिहिलेले दोहे आणून दाखवले. ते वाचून ती प्रभावित झाली. त्या दोह्यातल्या प्रत्येक शब्दांतून रामभक्ती ठिबकत होती. मीरेला वाटलं, तुलसीदासजी करतात ती भक्ती आहे आणि आपल्याला मात्र श्रीकृष्णाचं वेड लागलंय. आपल्याला त्याच्याशिवाय काही सुचत नाही. सतत त्याचा ध्यास लागलेला असतो. मग आपण करतो ती भक्ती आहे की ध्यास? आणि तुलसीदास करतात ती भक्ती आहे की पूजा? अर्थात या प्रश्नांची उत्तरं मीरेकडे नव्हतीच. आणि तिला ती माहीतही नव्हती,

पानी में मीन प्यासी। मोहे सुन सुन आरत हांसी॥
आत्मज्ञान बिन नर भटकत है। कहां मथुरा काशी॥
भवसागर सब हार भरा है। थंडल फिरत उदासी॥
मीरा कहे प्रभु गिरिधर नागर। सहज मिळत अविनासी॥

आपल्या मनातले प्रश्न मनालाच विचारत श्रीकृष्णाचा ध्यास असा व्यक्त करून आपण तुलसीदासांना भेटायचं असा मनाशी निश्चय केल्यावर मीरेला समाधान वाटलं.

योगायोग असा की तो योग लवकरच जुळून आला. एके दिवशी रामदीननं येऊन सांगितलं की स्वामी तुलसीदासजी तीर्थयात्रा करत आहेत आणि ते चितोडला येणार आहेत. हे ऐकलं आणि मीरेला आनंद झाला. मीरा तुलसीदासांना भेटायला जायची तयारी करू लागली. आणि नेहमीप्रमाणं आपण काय करणार आहोत, हे तिच्या गिरिधर गोपालाला सांगत राहिली. आपण तुलसीदासजींना भेटणार, याचा तिला आनंद झाला होता. आणि त्या आनंदात आपल्या गिरिधर गोपालाला सहभागी करून घेऊन आपला आनंद तिला द्विगुणित करायचा होता. पण नियतीच्या किंवा गिरिधर गोपालाच्या मनात काही वेगळंच असावं. मीरा रोजच्या प्रमाणं त्याच्या पूजेची तयारी करत होती. चंदन उगाळता उगाळता ती श्रीकृष्णाशी बोलत होती. "तुला माहीत आहे का? मी जाणार आहे त्यांना भेटायला. तू येशील का सोबत? आपण दोघे जाऊ. तू आलास तर तुझीही त्यांच्याशी भेट होईल आणि तुला सोडून कुठं जायचं तर माझ्या जीवावर येतं बघ! तुझ्या शिवाय मला करमतच नाही. काय म्हणालास? मी खोटं बोलते आहे? नहीं मेरे गोपाल। मैं झूठ नहीं बोल रहीं। माझं तुझ्यावर प्राणापलीकडे प्रेम आहे, ते तू जाणत नाहीस का? मला माहीत आहे की, ते तू जाणतोस! आणि तुझं ही माझ्यावर प्रेम आहे. पण मी जशी माझ्या प्रेमाची प्रांजळपणे कबुली देते, तशी तू देणार नाहीस. तेवढा तू नटखट आहेस!"

चंदन उगाळताना, हार करता करता मीरा श्रीकृष्णाशी बोलत होती. मंदिराचा दरवाजा बंद होता. मीरा श्रीकृष्णाशी लटकं लटकं भांडत होती. तिचा आवाज दाराबाहेर ऐकू येत होता. आणि कर्णावतीचा दुर्गापूजेचा निरोप सांगण्यासाठी आलेली मीरेची नणंद, भोजराजाची बहीण उदाबाई म्हणजे सुकांता बाहेर उभी राहून सगळा संवाद ऐकत होती. ते मीरेचं सगळं बोलणं ऐकून उदाबाईची खात्रीच पटली की मीरेचा कोणीतरी प्रियकर आहे. आणि मीरा या प्रेमाच्या गोष्टी त्याच्यासोबतच करते आहे. भोजाशी, आपल्या भावाशी मीरा फटकून वागते, त्याचं हेच कारण असावं. तिचं दुसऱ्या कोणावर तरी प्रेम आहे. आणि त्या प्रियकराला मीरेनं मंदिरात लपवून ठेवलं आहे या बद्दल उदाबाईची खात्री झाली. संतापलेली उदाबाई तिथून तडक कर्णावतीच्या महाली गेली आणि मीरेचं आपण जे बोलणे ऐकलं त्याला आणखी थोडा मिर्चमसाला घालून तिनं ते सगळं कर्णावतीला सांगितलं. मीरा श्रीकृष्णाची अपरंपार, अपरंपार म्हणण्यापेक्षा थोडी विचित्र वाटावी अशी भक्ती करते, ही भक्ती देव आणि भक्त या पातळीवर न राहता ती मनुष्य पातळीवर उतरली आहे हे कर्णावतीला माहीत होते. पण मंदिरात मीरेनं कुणी प्रियकर लपवून ठेवला आहे आणि त्याला सोबत घेऊन ती कुणाला तरी भेटायला

जाणार आहे, ही उदाबाईनं एकलिंगजींची शपथ घेऊन सांगितलेली माहिती कर्णावतीला नवीन होती.

ती उठली आणि उदाबाईला घेऊन थेट मंदिरात आली. मीरेची पूजा झाली होती. मंदिराचा दरवाजा उघडलेला होता. श्रीकृष्णाच्या मूर्तीसमोर एकतारी घेऊन मीरा भजन गात बसली होती.

तेरे सावरे मुखपर वारी। वारी वारी बलिहारी॥

मोर मुकुट पीतांबर शोभे। कुंडल की छबि न्यारी न्यारी॥

ब्रिंदावन में धेनु चरावे। मुरली बजावत प्यारी॥

मीरा कहे प्रभु गिरिधर नागर। चरण कमल चित वारी॥

कर्णावती रागारागानं आत गेली. तिनं मीरेची एकतारी हिसकावून घेतली. तिच्या केसाला धरून तिला उभं केलं. आणि संतापानं थरथरत म्हणाली, ''मीरा, तुम कुलकलंकिनी हो! श्रीकृष्ण के भक्ती के नाम के पीछे छुपकर तुम व्यभिचार करती हो. गैर मर्दोंसे तालुकात रखती हो. मीरा, कृष्णाच्या भक्तीच्या नावावर तू तुझ्या प्रियकराला भेटतेस? काय हे खरं आहे?'' कर्णावतीनं जाब विचारला. मीरा खाली मान घालून उभी होती. तिनं काहीच उत्तर दिलं नाही. ते बघून कर्णावती आणखी संतापली. ती काहीं बोलणार तोच उदाबाई पुढं झाली. मीरेच्या हाताला हिसडा मारून म्हणाली, ''भाभी, तू आता नाही म्हणू शकत नाहीस. मी स्वतः माझ्या कानांनी ऐकलंय तुला तुझ्या प्रियकराशी बोलताना! त्याला सोबत घेऊन तू आणखी कोणाला तरी भेटायला जाणार आहेस. होय ना? माताजी हिचं बाहेर जाणंच बंद करा. चौक्या-पहारे बसवा हिच्यावर. म्हणजे आता पळून गेलेला तो प्रियकर हिला भेटायला येऊ शकणार नाही आणि ही सुद्धा त्याला भेटायला बाहेर जाऊ शकणार नाही!'' उदाबाईनं उपाय सांगितला. कर्णावतीलाही तो पटला आणि 'आताच राणाजींना सांगून हिच्यावर पहारा बसवते! असं म्हणत कर्णावती तिथून उदाबाईसह बाहेर पडली. आणि खरोखरच काही क्षणांत मीरेच्या महालाबाहेर हत्यारं घेऊन पहारेकरी उभे राहिले. मीरेच्या महालाकडे जाण्याचा रस्ता लाकडाच्या फळ्या मारून बंद करण्यात आला. आता ती बाहेरच पडू शकणार नव्हती.

मीरा समजली. आपण नजरकैदेत आहोत. त्यामुळं तुलसीदासजींना भेटायचं जे ठरवलं होतं, ते काही घडणार नव्हतं. रामदीनन सांगितल्यापासून तुलसीदासांना भेटावं, त्यांचं मार्गदर्शन घ्यावं, त्यांना आपल्या कृष्णभक्तीबद्दल सांगावं, त्यांच्या रामभक्तीबद्दल विचारावं अशी आस मीरेला लागून राहिली होती. पण आता ती आस मनातच रहाणार होती. आणि या गोष्टीचं मीरेला अत्यंत वाईट वाटत होतं. तिनं हे दुःख गिरिधर गोपालाजवळ बोलून मन मोकळं केले.

गली तो चारो बंद हुई, मैं हरि से मिलूं कैसे जाय।
उंची नीची राह लपटीली पांव नहीं ठहराय।
सोच सोच पग धरूं जतन से बार बार डिग जाय॥
उंचा नीचा महल पिया का म्हांसू चढ्यो न जाय।
पिया दूर पंथ म्हारो झीणों, सुरत झकोला खाय॥
कोस कोस पर पहरा बैठ्या, पैंड पैंड बटमार।
है बिधना कैसी रच दीनी दूर बसायों म्हारों गांव॥
मीरा के प्रभु गिरिधर नागर सत्गुरू दई बताय।
जुनन जुगन से बिछडी मीरा घर में लीनी लाय॥

असं सगळं त्या गिरिधर गोपालला सांगून तिनं आपलं मन तरी मोकळं केलं. पण मन पूर्ण मोकळं झालंच नाही. आपण नजरकैदेत आहोत ही खंत होतीच.

ती खंत मनांत घेऊन मीरा दिवसभर उदासपणानं वावरत राहिली. संध्याकाळी शमादानं लावायला रामदीन आला. मीरेचा उतरलेला चेहरा त्यानं बघितला. काहीतरी घडलं असावं याचा त्याला अंदाज आला. सगळी शमादानं लावून झाल्यावर तो मीरेजवळ गेला. म्हणाला, ''मीरा बेटी, क्या हुवा? काही झालंय का? तुझा चेहरा असा उदास का?'' रामदीननं असं विचारलं आणि मीराचे डोळे भरून आले. तरीही आपलं दुःख आवरत ती म्हणाली, ''ताऊ, मला महालाबाहेर पडायची बंदी केलीय. ना महालात कुणी यायचं नाही आणि महालाबाहेर कुणी जायचं नाही. मला, मला नजरकैदेत ठेवलंय! त्यामुळं मी तुलसीदासांना भेटायला जाऊ शकणार नाही. मला त्यांना भेटता येणार नाही.'' मीरेनं दुःखी स्वरात आपल्या मनातली खंत बोलून दाखवली. मीरेचं बोलणं ऐकून रामदीन विचारात पडला. ही मोठीच अडचण निर्माण झाली होती. रामदीनला फार वाटत होतं की मीरेची आणि तुलसीदासांची भेट व्हावी. त्यामुळं मीरेच्या कृष्णभक्तीला एक वेगळं वळण मिळेल. पण ही नजरकैदेची घटना समजल्यावर रामदीनसुद्धा निराश झाला.

तुलसीदास तर येत्या चार दिवसांतच चितोडला येणार होते. त्यांना पुढं जायचं होतं. ते थोडा वेळच चितोडला थांबणार होते. आता त्यांना मीरेनं भेटायला जाणं तर शक्यच नव्हतं. पण मीरेच्या कृष्णभक्तीबद्दल तुलसीदासांना समजणं आवश्यक होतं. आता ते कसं शक्य होतं? रामदीन विचार करत होता. मीरेचं तुलसीदासांना भेटणं तर आता शक्य नव्हतं पण मीरा तुलसीदासांना पत्र लिहू शकत होती. आणि ते पत्र पोचवणं रामदीनला शक्य होतं. हा विचार मनांत आला आणि रामदीनचा चेहरा एकदम उजळला. तो झटकन मीरेला म्हणाला, ''बिटियां, मला एक उपाय सापडला आहे. तुम्ही तुलसीदासांना

भेटायला जाऊ शकत नाही. पण तुम्ही तुलसीदासांना पत्र लिहून आपल्या मनातले प्रश्न त्यांना विचारू शकता. तुम्ही पत्र तयार करा. मी स्वतः ते तुलसीदासांपर्यंत नेऊन पोचवेन!'' रामदीननं आश्वासन दिलं आणि त्यानं सांगितलेला उपाय एकूण मीरेचे डोळे चमकले. हे खरोखरच शक्य होतं. तिचा उजळलेला चेहरा बघून रामदीनलाही आनंद झाला. ''बिटिया, मी उद्या येतो. पत्र लिहून तयार ठेवा.'' असं सांगून रामदीन निघून गेला. आणि मीरा श्रीकृष्णाच्या मूर्तीसमोर बसून रामायण आठवायला लागली. तिच्या लहानपणी तिच्या आजीनं कुंवरबाईनं तिला रामायणातल्या अनेक गोष्टी सांगितल्या होत्या. राम, लक्ष्मण, सीता, हनुमान, रामायणातल्या या सगळ्या व्यक्तिरेखा तिला आठवल्या. क्षणभर मीरा त्या रामायणाच्या आठवणीत हरवून गेली. आजी तिच्या गोड आवाजांत रामायणातले श्लोक गायची ते तिला आठवलं. श्लोक ऐकता ऐकता कित्येकदा आजीच्या मांडीवर झोपी जायची. आणि स्वप्नातही मग तिला राम, लक्ष्मण, सीता ही सगळी दिसायची, भेटायची, बोलायची. आताही विचार करता करता मीराला ते सगळं आठवलं. आणि तिनं अभंग रचला,

लक्ष्मण धीरे चलो में हारी॥धृ॥

रामलक्ष्मण दोनों भीतर। बीच में सीता प्यारी॥

चलत चलत मोहे छाली पड़ गये। तुम जीते मैं हारी॥

मीरा कहे प्रभु गिरिधर नागर। चरण कमल बलिहारी॥

गाता गाता मीरा सींतेच्या भूमिकेत गेली आणि लक्ष्मणाला विनवू लागली. त्या आनंदात आपल्याला कधी झोप लागली ते मीरेला समजलंच नाही.

दुसरे दिवशी मीरा उठली ते पत्राचा विचार घेऊनच. तुलसीदासांना पत्र लिहायचं, काय लिहायचं, काय मजकूर लिहायचा, त्यांना काय विचारायचं, काय सांगायचं, याचाच विचार तिच्या मनात घोळत होता. बराच विचार करून ती लिहायला बसली. तिच्या महालात एक लहानशी कृष्णमूर्ती होती. एकवार त्या श्रीकृष्णाकडं नजर टाकून त्याची अनुमती घेतली. आणि लिहिलं,

स्वति श्री तुलसी कुलभूषण दुषन-हरन गोसाई।

बारहिं बार प्रनाम कर हूँ अब हर हूँ सोक समुदाई॥

घर के स्वजन हमारे जेते सबन्ध उपाधि बढ़ाई।

साधु-संग अरु भजन करत माहिं देत कलेस महाई॥

मेरे माता-पिता के समहौ, हरिभक्त सुखदाई।

हमको कहा उचित करिबो है, सो लिखिए समझाई॥

तुलसीदासांना प्रणाम करून आपल्या मनाचं दुःख त्यांच्यासमोर मांडून आपली कृष्णभक्ती, आणि त्या कृष्णभक्तीत आपण कसे रममाण झालो आहोत, हेही त्यांना मोकळेपणानं लिहिलं. आपले स्वजन या विरोधात आहेत हे लिहून श्रीकृष्ण आपलं सर्वस्व कसं आहे हेही लिहिलं आणि मग विनवणी केली की, जे उचित आहे ते मला समजावून सांगण्याची कृपा करावी. मला या पत्राला उत्तर पाठवून मला मार्ग दाखवावा असा अत्यंत अदबीचा आणि विनंतीवजा मजकूर मीरेनं लिहिला. त्या पत्राला तिनं कुंकुमतिलक लावला आणि आपला आदर व्यक्त केला. नंतर एका सुंदर लहानशा संदुकीमध्ये ते पत्र तिनं जपून ठेवलं. संदूक मिटवण्यापूर्वी तिनं त्या पत्रावर एक मोरपीसही ही ठेवलं आणि आपली कृष्णभक्तीही प्रगट केली. नंतर ती संदूक मिटून तिनं ती आधी आपल्या मस्तकाला लावली. नंतर ती संदूक महालात असलेल्या छोट्या श्रीकृष्णाच्या मूर्तीसमोर ठेवली. आणि त्याला सांगितलं,

<blockquote>

ये ब्रिजराज कूं अर्ज मेरी। जैसी राम हमारी॥

मोर मुकुट श्री छत्र बिराजे। कुंडल की छब न्यारी॥

हारी हारी पगया केशरी जामा। उपर फूल हाजारी॥

मीरा कहे प्रभु गिरिधर नागर। चरण कमल बलिहारी॥

</blockquote>

असं सगळं श्रीकृष्णाला सांगितल्यावर मीरेला बरं वाटलं. श्रीकृष्णाच्या चेहऱ्यावर जी प्रसन्नता उमटली होती तीही मीरेला दिसली, समजली आणि तिच्याही चेहऱ्यावर ती प्रसन्नता उमटली.

संध्याकाळ झाल्यावर नेहमीप्रमाणं शमादानं लावायला रामदीन आला. तो आल्यावर मीरानं ती संदूक त्याच्या हातात दिली. आणि त्याला सांगितलं, ''ताऊ, यात पत्र आहे. तुम्ही तुलसीदासजींना द्याल ना?'' रामदीनचा चेहरा प्रसन्न झाला. त्यानं ती संदूक घेतली आपल्या बाराबंदीत लपवली. आणि शमादानं प्रज्वलित करून तो मीरेचा निरोप घेऊन निघून गेला.

●　●　●

चार दिवस झाले. मीरा कृष्णभक्तीतच रमत होती, पण मनाच्या एका कोपऱ्यात कुठंतरी प्रतीक्षा होती. प्रतीक्षा होती तुलसीदासजींच्या उत्तराची. हुरहूर होती पत्र त्यांच्यापर्यंत पोचलं असेल का याची? चिंता होती, त्यांनी पत्र वाचलं असेल का याची! आणि प्रतीक्षा होती त्यांच्या उत्तराची! एक मन शंका घेत होतं ते प्रत्युत्तर पाठवतील का? तर एक म्हणत होतं ते रामभक्त आहेत, तर नक्की उत्तर पाठवतील. हे सगळे प्रश्न

श्रीकृष्णाला विचारून मीरेनं त्याला भंडावून सोडलं होतं. पण तो ही काहीच बोलत नव्हता. उत्तर देत नव्हता. मीरा वाट बघत होती.

आणि रामदीन आला. त्याच्या चेहऱ्यावरून आनंद ओसंडून वाहत होता. त्यानं बाराबंदीत लपवलेली संदूक त्यानं बाहेर काढली आणि मीरेच्या हातात दिली. ती संदूक बघून मीरेचे डोळे चमकले. ती धावत कृष्णासमोर गेली. ती संदूक त्याला दाखवून तिनं ती मस्तकाला लावली आणि उत्सुकतेनं उघडली. आत एक पत्र होतं. त्या पत्रावर दोन छोट्या पादुका होत्या. त्या पादुकांवर फुलं वाहिलेली होती. मीरेने हलक्या हातानं त्या पादुका उचलल्या. त्यावर मस्तक टेकवलं. मग अलगद त्या पादुका श्रीकृष्णाच्या मूर्तीसमोर असलेल्या फुलांवर ठेवल्या. मग तिनं ने पत्र अलगद उघडलं आणि वाचलं. तुलसीदासांचंच ते पत्र होतं. तिच्या पत्राला उत्तर देत त्यांनी लिहीलं होतं...

जा के प्रिय न राम बैदेही।
सो नर लजिए कोटि बैरी सम नद्यपि सनेहा॥
नाते सबै राम के मनियत सुह्रद सुसंख्य जहाँ लौ॥
अंजन कहा आँखि जो फूटे, बहुतक कहो कहां लो॥

तुलसीदासांनी सांगितलं होतं सगळीकडे रामरूप पाहावं. जो कोणी याचा विरोध करेल त्याच्या डोक्यात प्रभूच अंजन घालेल. आपण शत्रुत्व किंवा मित्रत्व न ठेवता रामभक्ती करावी. सीतेरामान रामाला प्रिय मानावं.

मीरेनं ते वाचलं आणि तुलसीदासांना काय म्हणायचं आहे ते तिला बरोबर उमगलं. आपण कृष्णाची भक्ती करतो, तुलसीदासजी रामप्रभूची भक्ती करतात. दोघांचा भक्तिमार्ग एकच आहे फक्त भक्तिरूपं वेगवेगळी आहेत. पण आपण स्त्री आहोत, कुणाची कन्या, कुणाची पत्नी, कुणाची बहू यामुळं आपल्यावर ही बंधनं येत आहेत. पण जर श्रीरामांना किंवा श्रीकृष्णाला याबद्दल काही आक्षेप नाही तर तो इतरांना का असावा? शबरी, चंद्रलेखा या श्रीरामाच्या स्त्रीभक्त होत्याच ना!

श्रीकृष्णाच्या तर अवघ्या गोकुळातला गोपी भक्त होत्या. राधाराणीही होतीच की! मग आपल्याच बाबतीत हा भेदभाव का? पण आज तुलसीदासजींनी श्रीरामप्रभूंचे चरण प्रतीक मला दिले. मला साक्षात श्रीरामप्रभू भेटले, असं वाटलं. श्रीराम प्रभूंचे चरण प्रतीक मला मिळणं ही माझ्यासाठी फार अनमोल गोष्ट आहे. त्रैलोक्याचं धन मिळाल्यासारखं आहे. भारावलेली मीरा विचारात बुडाली होती. रामदीन समोर उभा होता, याचंही भान तिला नव्हतं. तिनं एकतारी उचलली आणि त्याच भारावल्या अवस्थेत तिनं गायला सुरुवात केली.

पायो जी मैंने राम रतन धन पायो।
वस्तू अमोलिक दी मेरे सतगुरु। कृपा कर अपनायो।।
जन्म जन्म की पूंजी पाई। जग में सभी खुमायो।।
खर्च ना खुटे, चोर ना लूटे। दिन दिन बढत सवायो।।
सत् की नाव खेवटिया सतगुरू। भवसागर तरवयो।।
मीरा के प्रभु गिरिधर नागर। हर्ष हर्ष जस गायो।।
पायो जी मैंने राम रतन धन पायो।।

भान हरपून अत्यंत आर्त स्वरात मीरा गात होती. पुन्हा पुन्हा ते शब्द गात होती. आळवत होती. श्रीकृष्णाच्या मूर्तींच्या चेहऱ्यावरून प्रसन्नता ओसंडत होती. आणि स्वर्गलोकात 'श्रीराम प्रभू अचानक इतके आनंदित का झाले आहेत', याचं उत्तर शोधण्यात सीतामाई आणि लक्ष्मण गर्क होते.

१३

संतापानं पेटलेले राणाजी चितोडच्या त्या कृष्णमंदिरातून ताडताड पावलं टाकत बाहेर पडले. ते बाहेर पडताच मोतद्दार त्यांचा घोडा घेऊन पुढं आला. पण घोड्यावर बसायचं भानही त्यांना नव्हतं. आता मनांत, डोक्यात एकच विचार घोळत होता. 'राजपरिवाराला कलंक ठरणारी, राजपरिवाराची इज्जत घालवणारी ही मीरा आता संपली पाहिजे. अशा प्रकारे राजपरिवाराच्या अब्रूशी खेळण्याचा, राजपरिवाराची प्रतिष्ठा धुळीला मिळवण्याचा, आपल्या नसत्या छंदापायी राजपरिवाराला वेठीस धरण्याचा या मीरेला अधिकार नाही. आता काहीही करून मीरा या जगातून गेली पाहिजे. आपण एक प्रयत्न केला. पण तो फसला. ते काही नाही. आता कुणाकडून किंवा दुसऱ्याच्या हातून हे काम करून घ्यायचं, नाही तर आपण स्वतःच करायचं!' विचार करून करून राणाजींच्या मस्तकाच्या ठिकऱ्या उडताहेत की काय? असं वाटायला लागलं.

राणाजींच्या पाठोपाठ बाकीचा राजपरिवारही मंदिरातून बाहेर पडला. तसा कृष्णजन्म सोहळा झालाच होता. आता भोग चढवून गावाला जेवण घालायचं तेवढे बाकी होतं. ते काम प्रधानमंत्री करतच होते. फक्त आता गावातली लोकं जेवत असताना राजपरिवार उपस्थित राहणार नव्हता. अर्थात याचे कारणही गावकऱ्यांना समजलं होतं. त्यांच्या समोरच तर सगळं घडलं होतं. राणाजींची सूनबाई मीरा हिला असं लोकांच्यात नाचताना बघून संतापानं निघून गेलेले राणाजी गावकऱ्यांनी पाहिले होते. त्यांच्या पाठोपाठ बाकीचा राजपरिवारही गेला होता. मंदिरात राहिली होती ती फक्त मीरा. पण तीही नाचता नाचता चक्कर येऊन पडली होती. आणि तिला उचलून डोलीत घालून नेली होती. हे सगळं लोकांच्या समोरच तर घडलं होत. राणाजी मंदिरात होते तेव्हा दबक्या आवाजात चर्चा करणारे गावकरी आता राणाजींची पाठ वळल्यावर मोठ्या आवाजात बोलू लागले. मीरेला नावं ठेवू लागले. हातात मुरली धरून उभा

असलेला तो श्रीकृष्ण मात्र शांत उभा होता. त्याच्या चेहऱ्यावरची प्रसन्नता जराही ढळली नव्हती.

राणानी संतापानं थरथरत महालात परतले त्यांच्या पाठोपाठ राणी माँही आल्या. आज मीरेनं अगदी कहर केला होता. पण संतापाच्या या गदारोळात बाजूला टाकलेला मीरेनं शिवलेला अंगरखा परत श्रीकृष्णाच्या अंगावर कसा चढला हे कुणाच्याच लक्षात आलं नाही. मीरेवर असलेल्या आपल्या प्रेमाचा आणि मीरेच्या आपल्यावर असलेल्या अधिकाराचा असा दाखला श्रीकृष्णानं देऊनसुद्धा तो कुणाच्याच लक्षात आला नाही. संतापाचा परिणाम इतका मोठा होता की प्रेमाचा आविष्कार कोणालाच दिसला नाही. राणाजी, कर्णावती, भोज, विक्रमसिंग, सुकांता यांच्या संतापानं खदखदण्यातच ती रात्र संपली. मात्र पहाटेपहाटेपर्यंत खल करून सर्वांनी एकमतानं निर्णय घेतला की, राजपरिवाराला पडलेला हा डाग कायमचा पुसून टाकला पाहिजे. फक्त त्याची अंमलबजावणी कुठं आणि कशी करायची ते निश्चित करायचं होतं. राणाजी म्हणाले, ''ते सगळं आता तुम्ही माझ्यावर सोपवा. मी बघतो काय करायचं ते! त्यासाठी मात्र एक करा. महालातल्या मंदिराचे दरवाजे उघडे ठेवा! तिला तिथंच बसू दे, नाचू दे, गाऊ दे, काय वाटेल ते करू दे. तिला वेळच्या वेळी जेवण द्या. तिला काही बोलायला किंवा सांगायला जाऊ नका. मला फक्त दोन दिवस पाहिजे आहेत. तिचा कायमचा बंदोबस्त होईल, असं काहीतरी केलं पाहिजे!'' राणाजींनी निर्णय घेतला आणि चर्चा तिथंच संपली. मीरेच्या आयुष्याचा निर्णय झाला होता. फक्त 'कधी' एवढंच ठरायचं होते. आणि तेही राणाजी ठरवणार होते. मीरा अनभिज्ञ होती.

डोलीतून आणून मीराला महालात ठेवलं. ती अजून बेशुद्ध होती. तशा बेशुद्धीतच सगळी रात्र संपली. पहाटे पहाटे मीरा शुद्धीवर आली. आपण मंदिरात नसून आपल्या महाली कसे आलो, याचं भान तिला काही वेळानं आलं. आपण काल श्रीकृष्ण मंदिरात जन्माष्टमीच्या सोहळ्यात बेभान होऊन नाचलो होतो हे तिला आठवलं. मंदिरात खूप गर्दी होती. आपण श्रीकृष्णाच्या मूर्ती समोर उभं होतो. आणि श्रीकृष्णानं आपण शिवलेला अंगरखा घातला होता हे ही तिला आठवलं. आणि या आठवणीनं तिच्या फिकुटल्या चेहऱ्यावर हसू उमटलं. मोठ्या कष्टानं ती उठली. वेणी-फणी, स्नान करून शुचिर्भूत झाली. तिनं पाहिलं महालात भोज नव्हतेच. ते अलीकडे महालात नसायचेच. मुळात चितोडात ते कमीच असायचे आणि असले तरी विक्रमसिंगांच्या महाली असायचे. भोजांचा विचार मनात आला आणि एक क्षणभर, मीरेच्या काळजात कळ उठली. पण श्रीकृष्णाची मूर्ती नजरेसमोर आली आणि ती कळ शमली आणि मुखातून शब्द उमटायला लागले,

मोरे लय लगी गोपालसे मेरा काज कोन करेगा।
मेरे चित्त नंदलाल छे॥
ब्रिंदाजी बनके कुंज गलिन मो। मैं जप धर तुलसी माल छे॥
मोर मुकुट पीतांबर शोभे। गला मोतन के माली छे॥
मीरा के प्रभु गिरिधर नागर। तुट गई जंजाल छे।

असा अभंग गुणगुणत मीरानं आपला सगळा साजशृंगार केला. श्रीकृष्णाला भेटायला ती दिवसातल्या सकाळच्या प्रहरी जायची तेव्हा असाच साजशृंगार करून जायची. श्रीकृष्णाला आपण आवडतो. तेव्हा आपण त्याच्या समोर जाताना नीटनेटकं, आवरूनच जायचं, अशी तिची भावना असायची. आपण सुंदर दिसलो की श्रीकृष्णाचा चेहरा प्रसन्न होतो हे तिनं पाहिलं होतं. आपण जसं त्याच्यात गुंतलो आहोत तसा तोही आपल्यात गुंतला आहे असा तिचा विश्वास होता. आणि तो सार्थही होता. म्हणून तर एवढ्या गर्दीत, वाऱ्यानं सगळे दिवे, पलिते आणि मशाली विझल्या असताना श्रीकृष्णानं तो बाजूला टाकलेला अंगरखा जो मीरेने शिवला, सजवला होता तो धारण केला. आणि म्हणून तर त्यालाही आपण आवडतो, या तर्कावर मीरेचा विश्वास बसला. साजशृंगार करून मीरा महालाबाहेर आली. महालाचे दरवाजे उघडलेले होते. कदाचित आता मीरेचा कायमचा बंदोबस्त करायचा आहे हे निश्चित झाल्यामुळं राणाजींनी ते उघडायची आज्ञा दिली असावी. महालाच्या बाहेर येऊन ती समोरेच्या सौंधावर उभी राहिली. नुकताच पाऊस पडून गेला होता. अजून काही चुकार थेंब आसमंतात तरंगत होते. सूर्य मात्र तेवढी संधी घेऊन आकाशात आला होता. सूर्याचे किरण त्या थेंबांच्या आरपार गेले आणि इंद्रधनूचा सात रंगाचा तो पट आकाशात उलगडला. मीरेला वाटलं या इंद्रधनुष्यावरून आपला श्रीकृष्ण येईल आणि आपल्याला भेटेल. आलिंगन देईल हा विचार आला आणि मीरा खुदकन हसली. अचानक तिचं लक्ष महालापलीकडे असलेल्या श्रीकृष्ण मंदिराकडे गेलं आणि तिचे डोळे विस्फारले गेले. मंदिराचे द्वारही खुले होते तो नक्षीदार दरवाजा उघडलेला होता. मीरेला अतोनात आनंद झाला. ती धावतच बाहेर आली आणि थेट मंदिराच्या दारात जाऊन उभी राहिली.

तिथून तिनं समोर नजर टाकली. गाभाऱ्यात चबुतऱ्यावर तिचा गिरिधर गोपाल विराजमान होता. त्याला बघून ती आनंदानं वेडीपिशी झाली.

शाम मुरली बजाई कुंजनमों।
रामकली गुजरी गांधारी। लाल बिलावत भयरोमों॥
मुरली सुनत मोरी सुदबुद खोयी। भूल पडी घरदारोमों॥
मीरा के प्रभु गिरिधर नागर। वारी जाऊं तोरो चरननमों॥

कृष्णगीत मीरा गुणगुणायला लागली, गुणगुणत मीरा नाचू लागली. तिचा चेहरा आनंदानं फुलला होता. आपल्यासोबत श्रीकृष्णही नाचतो आहे, अशी अनुभूती तिला होत होती. आणि तिच्या गाण्याला आणि नृत्याला अधिकच रंग चढत होता. मीरा देहभान हरपून नाचत होती.

सेगमेंट

काना चालो मारा घेर काम छे। सुंदर तारं नाम छे॥
मारा आंगनमो तुलसीनु झाड छे। राधा गौळण मारुं नाम छे॥
आगला मंदिरमा ससरा सुवेला छे। पाछला मंदिर सामसुम छे॥
मोर मुकुट पितांबर शोभे। गला मोतन की माल छे॥
मीरा के प्रभु गिरिधर नागर। चरन कमल चित्त जाय छे॥

श्रीकृष्ण आपला प्रियतम आहे आणि आपण त्याची प्रिया ही भावना मीरेच्या मनांत ओतप्रोत भरली होती. आणि या प्रेमाच्या भावनेनं ती सगळं सगळं विसरली होती. मीरा अशी कृष्णमय झाली होती. तिचं हे कृष्णमय होणंच, तर खटकत होतं सगळ्यांना.आणि त्यासाठी तर त्यांना मीरेचा जीव घ्यायचा होता. मीरा इकडं अशी आनंदात कृष्णभक्तीत गुंग असताना तिकडं राणाजींच्या महाली मात्र प्रचंड अस्वस्थता होती.

• • •

दरम्यान राणाजींच्या संतापात भर टाकणारी आणखी एक घटना घडली तुलसीदासजींच्या पत्रावरून प्रेरणा घेऊन मीरेनं ते रामाचं भजन रचलं, गायलं आणि पुन्हा ती आपल्या गिरिधर गोपालच्या सेवेत दंग झाली. मात्र आपण रचलेलं ते रामाचं भजन आपल्या जीवनाला एक वेगळं वळण देणार आहे याची तिला किंचीतही कल्पना नव्हती. मात्र विधात्याच्या मनांत काय आहे हे कोणीच जाणू शकत नाही हेच खरं. मीरानं ते रामाचं भजन लिहिलं, एकतारी घेऊन गाईल आणि ती जेव्हा पुन्हा श्रीकृष्णाच्या भक्तीत गर्क झाली तेव्हा आपण श्रीरामाचं भजन रचलं होतं हे ती विसरूनही गेली.

मोरी लागी लटक गुरु चरण की॥
चरन बिना मुज कुछ नहीं भावे। झूठ माया सब सपनकी॥
भवसागर सब सुख गयी है। फिकीर नहीं मुज तरुणोनकी॥
मीरा कहे प्रभु गिरिधर नागर। उलट भयी मोरे नैननकी॥

श्रीकृष्णाची, तिच्या गिरिधर गोपालाची अशी भजनं गाण्यात ती दंग होती आणि आपण रचलेल्या श्रीराम प्रभूच्या त्या भजनाचा काय किती आणि कोणावर परिणाम झाला आहे या वार्तेपासून ती पूर्णपणे अनभिज्ञ होती. काय झाला होता तो परिणाम?

मीरेनं रचलेलं ते श्रीरामाचे भजन 'पायोजी मैने राम रतन धन पायो' हे रामदीननं त्या दिवशी मीरेकडून मागून घेतलं आणि ते लिहिलेलं भजन घेऊन तो राम मंदिरात गेला. चितोडला गावाबाहेर हे लहानसं राममंदिर होतं. अनेक रामभक्त रोज तिथे जमत आणि रामायण वाचत असत. तुलसीदासजीही इथेच आले होते. रामदीन ते भजन घेऊन गेला आणि तिथे असलेल्या जमलेल्या रामभक्तांना त्यानं ते भजन दाखवलं. मीरेने जसं गायलं होतं तसं गाऊनही दाखवलं. ते भजन तिथं जमलेल्या रामभक्तांना इतकं आवडलं की त्याच वेळी अनेक वेळा गाऊन त्यांनी ते पाठही केलं. या गोष्टीलाही बरेच दिवस झाले. मीरेचं ते भजन त्या मंदिरात आता रोज गाईलं जात होतं. आणि असंच हस्ते परहस्ते या मुखातून त्या मुखात असं करत ते भजन राज्याच्या सीमा ओलांडून पार दिल्लीपर्यंत पोचलं आणि त्यामुळंच मीरेच्या जीवन प्रवाहाला वेगळं वळण मिळायला सुरवात झाली.

दिल्लीपती अकबर बादशहा हा गुणांचा भोक्ता होता. त्याच्या दरबारात एकापेक्षा एक कलाकार असलेली नऊ रत्नं होती. त्यातच एक होते तानसेन. त्या काळात अखंड आर्यावर्तात तानसेनासारखा उत्कृष्ट गायक कोणी नव्हता. इतकी तानसेनजींची कीर्ती पसरली होती. मुखा-परमुखातून मीरेनं रचलेले हे श्रीरामांचं भजन तानसेनजींपर्यंत पोचलं आणि त्यांनी जेव्हा एका रामभक्ताच्या तोंडून ते भजन ऐकलं तेव्हा त्यांना ते अतिशय आवडलं. त्या रामभक्ताकडून ते उतरून घेऊन तानसेनजी घरी आले. रियाजाला बसले आणि ते भजन त्यांनी पहाडी रागात बांधलं. त्यांनी पहाडी रागात बांधलेली ती सुरावट त्यांना स्वतःला ही अतिशय आवडली. आणि पुन्हा पुन्हा ते भजन तानसेनजी गायला लागले. बराच वेळ घोटून घोटून त्यात भाव भरल्यावर तानसेनजी अकबर बादशहाला भेटायला गेले.

आपण नवीन काही केलं, एखादी नवीन चीज बांधली की तो बादशहासमोर सादर करायची हा त्यांचा शिरस्ता होता. म्हणून आजही ते महालात गेले. बादशहाची अनुमती घेऊन त्यांनी पहाडी रागात बांधलेलं ते रामाचं भजन बादशहाला गाऊन दाखवलं. अकबर बादशहा जसा गुणग्राहक होता तसाच तो रसिकही होता. तानसेनजींनी गायलेलं हे भजन बादशहाला अतिशय आवडलं. ''वाहवा तानसेनजी! कमाल है आप की! आप की आवाज और लफ्जों की बंधाई! जवाब नहीं! खासकर इसमें जो लफ्जों की रचना है वह लाजवाब है। आप गाते तो बेहतरीन है। लेकिन आज का ये दोहा आपकी आवाज को चार चांद लगा देनेवाला है।'' 'इस शब्दों की बंधाई के लिए ये हमारी तरफसे!' असं म्हणत अकबर बादशहानं गळ्यातला रत्नहार काढला आणि तानसेनजींना दिला. पण तो रत्नहार नाकारत तानसेनजी म्हणाले, ''जहाँपनाह! मैं जानता हूँ यह आपकी हौसला अफजाई है। लेकिन हुजूर ये दोहा मैंने नहीं लिखा। मैंने इसे सूरसाज चढाकर गाया है।

इसकी रचयिता तो कोई और है.'' तानसेनजींचे हे बोलणं ऐकून बादशहाला नवल वाटलं. आपल्या आसनावरून उठत त्याने विचारलं, ''तानसेनजी, कौन है इसकी रचयिता? हम उसे मिलता चाहते हैं. और यह नवरत्नोंका हार उसें देना चाहते हैं. तानसेन उस शख्स से हमे मिलाईए.'' बादशहानं इच्छा तर प्रगट केलीच पण जणू आदेशही दिला. ''हुजूर, उन्हें जाकर मिलना आसान नहीं है. इस दोहे की रचयिता मीराबाई है. चितोडके राणा संग महाराज की बहुरानी. हम वहाँ नहीं जा सकते. हमें कोई देखेगा, पहचानेगा तो आफत आ जाएगी. नहीं महाराज हम वहाँ नहीं जा सकते.'' तानसेननं बादशहाला सावध करायचा प्रयत्न केला. पण बादशाचा आग्रह कायम होता. ''तानसेन हम चितोड जाएँगे. बादशहा के रूपमें नही. हम भेस बदलकर जाएँगे. मुसाफिर बनकर जाएँगे. लेकिन हम मीराबाई के दर्शन जरूर करेंगे.'' बादशदाच्या या आग्रहापुढं तानसेनजींचा नाईलाज झाला. दोघांनी वेष बदलून चितोडला जायचं नक्की केले. आणि त्या प्रमाणे ते निघाले.

मजल दरमजल करत दोघं चितोडला पोचले. दोघांनीही वेष बदलून प्रवाशांचे वेष घातले होते. त्यामुळं त्या दोघांना कोणी ओळखलं नाही. राणा संगांच्या महालात तर जाणं शक्य नव्हतं. चौकशी करता असं कळलं की मीराबाई इथल्या श्रीकृष्णाच्या मंदिरात येतात. दोघांनीही तिथं जायचं ठरवलं आणि ज्या दिवशी त्यांना कळलं की आज मीरा कृष्णमंदिरात येणार आहे ते आधीच त्या मंदिरात जाऊन थांबले. खरंतर फार मोठा धोका दोघांनी पत्करला होता. पण बादशहाच्या इच्छेपुढं काय चालणार? हळूहळू मंदिरात गर्दी वाढू लागली. संध्याकाळ झाली. कोणीतरी म्हटलं ''मीराबाई आल्या, मीराबाई आल्या!'' आणि काही क्षणांतच हातात एकतारी घेऊन मीरा तिथे आली. श्रीकृष्णाच्या मूर्तीला वंदन करून तिनं श्रीकृष्णाचं भजन गायला सुरवात केली.

मथुरा के कान मोही मोही मोही॥

खांदे कामरिया हातमां लकरिया। सीर पाग लाल लोई लोई॥

पाउपे पैजण आण बट बीचवे। चाल चलत ता ता थै थै थै॥

मीरा कहे प्रभु गिरिधर नागर। हदय बसत प्रभु तूही तूही तूही॥

मीरा आळवून आळवून भजन गात होती. भजन गाता गाता हळूहळू उभी राहिली, पायांनं ताल धरला आणि थोड्याच वेळात मीरा नृत्य करायला लागली. नृत्य करता करता तिचं भान हरपलं तरी ती तशीच नाचत राहिली. मीरेचं ते कृष्णमयी असणं तिच्या प्रत्येक शब्दांतून आणि पदन्यासातून पुरेपुर व्यक्त होत होतं. बादशहा ते बघून भारावून गेला. मीरा नाचून नाचून थकली. श्रीकृष्णांच्या मूर्तीसमोर कोसळली. तशीच पडून राहिली. मंदिरातली गर्दी पांगली. लोक मंदिराबाहेर पडले. बादशहा आणि तानसेन पुढं झाले.

बादशहाने आपल्या डोक्याला बांधलेल्या पगडीतून नवरत्नांचा तो हार काढला. एक नजर श्रीकृष्णाच्या मूर्तीकडं टाकून त्यांनी तो हार मीरेच्या पावलांजवळ ठेवला एक आदराची नजर डोळे मिटून पडलेल्या मीरेकडं टाकली आणि ते दोघे तिथून झपाट्यानं बाहेर पडले. आपले घोडे जिथं उभे केले होते तिथे येऊन 'आता काम झालं' या भावनेनं बादशारानं पगडी काढली आणि घात झाला. ''अरे! हे तर अकबर बादशरा दिसताहेत!' कुणीतरी ओळखलं. घाईघाईन घोड्यावर मांड टाकून वेगानं घोडे पळवत अकबर बादशहा आणि तानसेन तिथून दूर गेले. पण मीरेला भेटण्यासाठी अकबर बादशहा स्वतः आले होते आणि रत्नहार देऊन गेले ही गोष्ट कर्णोपकर्णी वाऱ्यासारखी पसरली. मग ती राजमहालात राजपरिवाराच्या कानावर जायला किती वेळ लागणार? मंदिरातून बाहेर पडून मीरा राजमहालात परतण्याआधी ती खबर महालात पोचली होती. आणि राणा संगांच्याही कानावर गेली होती.

राजपुतांचा दुष्मन असलेला बादशदा अकबर या मीराला भेटण्यासाठी चितोडमध्ये येऊन जातो ही धक्कादायक बाब राजद्रोहाच्या पातळीची होती. याचाच अर्थ मीरेच्या इथं राहाण्यानं राणा संगांच्या राज्याला धोका होता. आणि इतर काहीही दुर्लक्ष केलं तरी ही बाब दुर्लक्षित करण्यासारखी नव्हती मीरेमुळं राज्याच्या अस्तित्वालाच धोका पोहोचला असता. राणा संग आणि इतर सगळ्या राजपरिवाराला या वार्तेमुळे बसलेल्या धक्क्यातून सावरायला थोडा वेळ लागला. तोवर मीरा राजमहालात परतली होती. मात्र राजमहालात तिनं पाऊल टाकलं आणि राणाजी कडाडले ''बहू, तिथंच थांब! पुढे पाऊल टाकू नकोस. तुम्ही कुलकलंकिनी तर आहातच. पण आता तुम्ही राजद्रोहही केला आहे. आपल्या राज्याचा दुष्मन असलेल्या बादशहा अकबराला तुम्ही भेटलात. त्यांनं तुम्हाला रत्नहार दिला. तुम्हाला काय वाटलं, ही वार्ता आमच्यापर्यंत पोचणार नाही? आम्हाला काही कळणार नाही? आम्ही चितोडचे राजे आहोत. राणा संग आहोत आम्ही! पराक्रमी आणि शूर योद्धा अशी आमची ख्याती आहे. शरीरावर असंख्य जखमा घेऊनही आम्ही लढतो, अशी आमची कीर्ती आहे. आमचे शेकडो हेर हे आमचे डोळे आहेत. आणि एवढी मोठी घटना घडलेली आम्हाला समजणार नाही असं वाटलंच कसं तुम्हाला?'' राणाजींना संताप अनावर होत होता. त्यांचे डोळे अंगार ओकत होते. शरीराला संतापानं थरथर सुटली होती. असं वाटत होतं की राणाजी कुठल्याही क्षणी तलवार काढतील आणि मीरेचा शिरच्छेद करतील. सगळा राजपरिवार घाबरून उभा होता. राणाजींना आवरणं कुणालाच शक्य नव्हतं. मध्ये पडेल त्याचाही शिरच्छेद झाला असता.

मीरा मात्र तटस्थ, स्तब्ध, उभी होती. माथ्यावरचा घुंगट तिनं अदबशीरपणे नाकापर्यंत ओढून घेतला होता. 'बोला बहू, या राजद्रोहाबद्दल तुम्हाला आम्ही काय

शिक्षा करू? बोला? तुम्हाला सुळावर चढवायचं की तुमचा शिरच्छेद करायचा? की तुम्हाला हत्तीच्या पायाखाली द्यायचं? बोला! तुम्हीच तुमच्या तोंडानं तुमची सजा ठरवा!'' राणाजी जरबेनं बोलले. मीरा काहीच बोलली नाही. राणी कर्णावती काही बोलणार तोच 'प्रधानजी, आले आहेत आणि तातडीने भेट मागताहेत' असा निरोप घेऊन प्रतिहारी आला. राणाजी काही न बोलता तिथून बाहेर पडले. सगळा राजपरिवार मीरेकडे खाऊ की गिळू या नजरेने बघत होता.

संतापलेल्या मन:स्थितीतच राणाजी आपल्या महालात आले. समोर प्रधानजी मागे हात बांधून उभे होते. राणाजींना बघून त्यांनी मुजरा केला पण तो स्वीकारण्याच्या मन:स्थितीत राणाजी नव्हते. आपण आपल्या सुनेला शिक्षा फर्माविण्याच्या विचारात असताना प्रधानजींनी एवढी तातडीनं का भेट मागितली हे त्यांना कळत नव्हतं. ''बोला प्रधानजी! एवढी तातडीनं भेट मागायचं काय कारण? अकबर बादशहानं स्वारी केली की काय?'' राणाजींच्या मनात जी शंका उभी राहात होती ती त्यांनी बोलून दाखवली. प्रधानजींनी मान खाली घातली. म्हणाले ''क्षमा असावी हुजूर! पण तसाच तातडीचा निरोप होता, म्हणून त्रास दिला. पण आपल्या हेरांनी खबर आणली आहे ती हुजुरांच्या कानांवर घालायची होती. अनुमती है?'' राणाजींनी मान हलवून होकार दिला. प्रधानजी म्हणाले ''हुजूर, आपल्या हेरांनी खबर आणली आहे की दिल्ली पातशहा अकबर आपले दरबार गायक मियाँ तानसेनजींना सोबत घेऊन कृष्ण मंदिरात वेष बदलून आले होते. त्यांनी मुसाफिराचा वेष घेतला होता. सुरुवातीला त्यांना कुणीच ओळखलं नाही. आणि हे आलेले दोघे मुसाफिर म्हणजे अकबर पातशहा आणि तानसेन आहेत हे जसं इतर कोणाला माहीत नव्हतं, तसंच ते बहुराणींनाही माहीत नव्हतं आणि ते दोघे आले बहुराणीला दुरून बघितलं, बहुराणी नेहमीप्रमाणे श्रीकृष्णाच्या मूर्तीसमोर नृत्य करून बेहोश होऊन पडल्या होत्या, तेव्हा त्यांच्या चरणाजवळ रत्नहार ठेवून ते दोघे निघून गेले. ते मंदिरातून बाहेर पडल्यावर कोणीतरी त्यांना ओळखले. आणि मग दगा झाला. राणाजी त्या दोघांच्या येण्यामागे बहुराणींचा काहीच हात नाही. आणि... आणि महाराज दिल्ली पातशहाने हे पत्र आपल्याला दिले आहे.'' असं सांगून प्रधानजींनी मागे बांधलेले हात पुढे घेतले. त्यांच्या हातात एक गुंडाळी केलेलं पत्र होतं. प्रधानजींनी आदबीनं ते पत्र राणाजींच्या हातात दिलं आणि दोन पावलं मागं सरकून ते अदबीनं उभे राहिले.

राणाजींनी प्रधानजींच्या हातातून ते पत्र घेतलं, ती गुंडाळी उलगडली आणि वाचलं. तो पत्रातला मजकूर वाचला आणि त्यावर काय प्रतिक्रिया व्यक्त करावी हेच राणाजींना कळेना. त्यांचा गोंधळ उडाला होता आणि तो त्यांच्या चेहऱ्यावर स्पष्ट दिसत होता. हातात ते पत्र उघडून राणाजी पुन्हा पुन्हा ते वाचत होते. आणि त्यातल्या मजकुराचा

अर्थ त्यांना कळत नव्हता. आणि कळला तरी त्यावर काय प्रतिक्रिया द्यावी हे ही त्यांना कळत नव्हते. काही न बोलता त्यांनी ते पत्र प्रधानजींकडे दिलं. प्रधानजींनी एकदा राणाजींकडं बघितलं, अदबीनं ते पत्र हातात घेतलं आणि वाचायला सुरवात केली. पत्रातला मजकूर असा होता...

मेवाडनरेश राणा संगजी महाराज, आम्ही दिल्लीचे पातशहा जलालुद्दिन महंमद अकबर. आमचे दरबार गायक तानसेनजींसोबत आम्ही मीरादेवींच्या दर्शनासाठी चितोडला येऊन गेलो. त्यांच्या दर्शनाने आणि कृष्णभक्तीनं आम्ही खूप भारावलो. त्यांनी रचलेले दोहे आमचे तानसेनजी आम्हाला ऐकवत असतात. राणाजी, चितोडनरेश तुम्ही असलात तरी चितोडवर राज्य मीरादेवींच्या भक्तीचं आहे. आमचा त्यांच्या भक्तीला सलाम. जोवर मीरादेवी चितोडमध्ये आहेत तोवर भगवान श्रीकृष्णही चितोडमध्ये आहे. म्हणून चितोड सुरक्षित आहे. खुदा हाफिज! अल्ला आप को सलामत रखे।

प्रधानजींनी तो मजकूर वाचला आणि त्यांनी ते पत्र राणाजींकडं दिलं. राणाजींच्या चेहऱ्यावर काहीतरी विचित्र भाव होते. थोडा गोंधळ होता, थोडे दडपण होतं, थोडी मुक्ततेची भावना होती. थोडा अभिमान होता, थोडी खंत होती, थोडं दुःख होतं, थोडी अपराधीपणाची भावना होती आणि नक्की यातली आपली खरी भावना कोणती हेच त्यांना कळत नव्हतं. अकबराचे ते पत्र हातात घेऊन कितीतरी वेळ राणाजी तसेच उभे होते. मुजरा घालून प्रधानजी कधी निघून गेले हेही त्यांना समजलं नाही.

१४

अकबराचं पत्र वाचून राणाजी अस्वस्थ झाले होते. मीरेच्या कृष्णभक्तीबद्दल त्यांनाही आदर होता पण तिचं कुलाची मर्यादा सोडून वागणं, सगळ्या गावासमोर घुंगटची मर्यादा न ठेवता नाचणं, कुलाची, राजकुलाची, राजस्नुषा म्हणून कोणतीच मर्यादा न पाळता लोकांच्या चर्चेचा, कुचेष्टेचा, हसण्याचा, निंदेचा विषय होणं याचा त्यांना संताप येत असे. आणि समजावून, प्रेमानं, रागावून, धाक दाखवून, शिक्षा करून, तिच्या वडिलांना बोलावून त्यांना चार शब्द सांगायला लावून असे सगळे उपाय करून झाले होते. पण मीरा कृष्णभक्ती सोडत नव्हती. राणाजी आणि त्यांच्या परिवाराच्या मते ही कृष्णभक्ती नसून वेड होतं. आणि या वेडातून मीरा बाहेर येणं शक्य नव्हतंच, पण हे वेड असंच चालू राहिलं तर ते वाढत जाणार होतं. आणि आत्ताच हे वेड राजपरिवाराला लज्जास्पद होत होतं. ते आणखी वाढल्यावर परिवाराच्या अब्रूचे धिंडवडे निघाले असते आणि मग मात्र आत्मघात करण्यावाचून राजपरिवाराला दुसरा उपाय नव्हता. युद्ध करावं अशी शौर्याची परंपरा असलेल्या राजपरिवाराला आत्मघात करायला लागावा, यासारखी दुसरी नामुष्की नव्हती. विशेष म्हणजे राजपरिवाराची अब्रू, कीर्ती, मर्यादा, आपल्या वागण्यामुळे धुळीला मिळते आहे, या गोष्टीचं मीरेला काहीच वाटत नव्हतं. विवाहित असूनही आपला पती एकटाच जगतोय, याचं ही तिला काही वाटत नव्हतं. ना खंत, ना खेद, ना दुःख, ना अपराधीपणाची भावना, ना चूक होत असल्याची जाणीव. आणि राणाजीच्या दृष्टीनं मीरेचा हाच मोठा अपराध होता. तिच्या एकटीच्या अपराधापायी सगळ्या राजपरिवाराचा जीव, इज्जत, अब्रू, कीर्ती पणाला लावणं राणाजींना मान्य नव्हतं.

गोकुळाष्टमीच्या त्या प्रसंगानंतर त्यांनी मनाशी एक विचार नक्की केला. या सगळ्याचं मूळच नष्ट करायचं, मीरेला संपवायची. असा उपाय करायचा की ती जगलीच

नाही पाहिजे. आणि म्हणूनच आज पुन्हा राणाजींनी लाखनला बोलावणं धाडलं होतं. ते त्याची वाट बघत आपल्या महालात अस्वस्थपणे फेऱ्या मारत होते. प्रतिहारीनं येऊन सांगितलं की 'लाखन आला आहे.' राणाजींनी त्याला आत पाठवायला सांगितलं आणि लाखन आत आला की कुणालाही आत सोडू नकोस असंही सांगितलं. 'जी' म्हणत मुजरा करत प्रतिहारी गेला. लाखन आत आला. त्यानं समोर येऊन राणाजींना मुजरा केला. ''हुकूम! काय आज्ञा आहे? हा सेवक सेवेसाठी हजर आहे!'' लाखननं नम्रतेनं विचारलं. ''लाखन, आज तुझ्याकडे एक वेगळंच काम आहे. मागच्या खेपेला तू मला विषारी साप आणून दिला होतासच आणि तो सूनबाईच्या फुलांच्या टोकरीत ठेवला होता. पण तिनं काळी जादू केली आणि त्या सापाचा हार झाला. लाखन यावेळी तिला कसलीही संधी द्यायची नाही. यावेळी मी वेगळीच योजना आखली आहे आणि ती खात्रीने यशस्वी होईल. लाखन, तू मला आज नागाचं विष काढून आणून दे मी ते तिला प्यायला लावेन. तेही माझ्यासमोर आणि मग तिला कसलीच संधी मिळणार नाही. आणि राजपरिवारावर लागत असलेला हा कलंक कायमचा पुसला जाईल!'' असं सांगून राणाजींनी बोटातली सोन्याची पोची काढली आणि ती लाखनला दिली. आदरानं ती घेऊन कपाळाला लावून मुजरा करून लाखन निघून गेला. राणाजींना खात्री होती की तो लगेचच परत येईल. आणि तसंच झालं. झपाट्यांनं महालाबाहेर पडलेला लाखन अध्या तासातच परत आला. तेव्हा त्याच्या कनवटीला एक कुपी होती. लाखन राणाजींच्या समोर येऊन उभा राहिला, तेव्हा रात्रीचा तिसरा प्रहर संपत आला होता. राणाजींच्या समोर येऊन त्यानं मुजरा केला. कनवटीला खोचलेली ती काचेची कूपी काढली. आणि राणाजींसमोर धरली. त्यात एक द्रव होता. हिरवट, पिवळसर रंगाचा. जहाल विष होतं ते. ती कुपी राणाजींच्या हातात देत लाखन म्हणाला ''हुकूम, लयीच जहाल विष आहे. जपून हाताळा. एखादा थेंब हातावर जरी पडला तरी कातडं जळून जाईल!'' राणाजींनी मान हलवत सावधगिरीनं ती कुपी हातात घेतली. एकदा ती डोळ्यांसमोर धरली. त्यांच्या नजरेत एक आसुरी चमक होती. हे जहाल विष आता काम करणार होतं. राजपरिवारावरचा कलंक पुसला जाणार होता, कायमचा.

लाखन निघून गेला. राणाजींनी ती कुपी आपल्या खास संदुकीत ठेवली. आणि ते मंचकावर आडवे झाले. उजाडायला अजून अवकाश होता. आणि उजाडल्यावर त्यांना आपली योजना अंमलात आणायची होती. आणि त्या योजनेची अंमलबजावणी झाल्यावर तर त्यांना खूपच काम होतं. योजनेचा पहिला टप्पा तरी यशस्वी झाला होता. राणाजींचं मन थोडसं शांत होतं. त्यांना लगेचच झोप लागली. सकाळी राणी माँ त्यांना उठवायला आल्या. राणाजी जागे झाले. मनःस्थिती प्रसन्न होती आपली आन्हिकं आवरून राणाजी महालाबाहेर पडले. बाहेर पडताना ती कुपी अलगद, सांभाळून

घ्यायला ते विसरले नाहीत. आपल्या महालातून बाहेर पडून ते भोजाच्या महाली आले. सोबत ती कुपी होतीच आणि तिच्यात बंदिस्त होतं मीरेचं आयुष्य. तिचं जीवन, तिचे श्वास, तिचं भवितव्य राणाजींनी बघितलं भोज मोहिमेवर गेला होता. राणाजींनी चहुकडे नजर टाकली. मीरा महालात नव्हतीच. राणाजींना ते अपेक्षितच होतं. ते तिथून बाहेर पडले. आणि भोजाच्या महालाशेजारी असलेल्या कृष्णमंदिराकडे गेले. मंदिराचं द्वार खुलं होतं. त्यांच्याच आज्ञेनं तर ते उघडलं गेलं होतं. राणाजी मंदिरासमोर उभे राहिले. त्यांची नजर मंदिराकडं गेली त्यांच्या अपेक्षेप्रमाणं मीरा तिथंच होती. मंदिरात! श्रीकृष्णाच्या मूर्तीसमोर बसली होती. हातात एकतारी घेऊन भजन गात होती. भजनही श्रीकृष्णाचंच होतं. अगदी तल्लीन होऊन मीरा भजन गात होती.

> *चरन रज महिमा मैं जानी। याहि चरनसे गंगा प्रगटी। भागीरथ कुल तारी॥*
> *याहि चरनसे विप्र सुदामा। हरि कंचन धाम दिन्ही॥*
> *याहि चरणसे अहिल्या उधारी। गौतम घर की पट्टराणी॥*
> *मीरा के प्रभु गिरिधर नागर। चरनकमल से लटपटानी॥*
> *चरण रज महिमा मैं जानी॥*

प्रत्येक शब्दांत आपलं प्रेम, भक्ती, ओढ, आणि प्रतीक्षा ओतून मीरा गात होती ते भजन ऐकून क्षणभर राणाजीही भावूक झाले. मीरेच्या शब्दांत इतकी भक्ती होती की, राणाजींचं मनही क्षणभर हेलावलं. पण अचानक मीरा उठून नाचायला लागली आणि राणानी भानावर आले. सावध झाले. आपण काय करणार आहोत याची त्यांना आठवण आली. आणि ते पुढं झाले.

मीरेला चाहुल लागली. तिनं मान वळवून बघितलं. मागे राणाजी उभे आहेत म्हटल्यावर ती चकित झाली. 'राणाजी आणि इथे? श्रीकृष्ण मंदिरात?' तिला नवल वाटलं. ती अदबीनं उभी राहिली. डोईवरचा पदर, घुंगट सावरला. खाली मान घालून उभी राहिली. ''घणी खम्मा राणाजी।'' अदबीनं वंदन करत मीरा म्हणाली. राणाजींनी मान तुकवून तिचा प्रणाम स्वीकारला. मग म्हणाले ''मीरा, आम्हाला इथं बघून तुम्हाला नवल वाटले असेल ना? पण आज कामही तसंच होतं, म्हणून आम्ही इथे आलो. मीरा, तुम्ही शहाण्या आहात. समंजस आहात. बुद्धिमान तर आहातच. पण हे सगळे गुण तुमच्या त्या कृष्णभक्तीच्या वेडापायी व्यर्थ जात आहेत. एवढंच नव्हे तर या कृष्णभक्तीच्या वेडापायी तुम्ही तुमची मर्यादा, राजपरिवाराची मर्यादा हे सगळं सोडून दिलं आहेत. या वेडापायी तुम्हाला कसलंच भान नाही. राणा संगांच्या परिवाराची सून बेभान होऊन अशी गावासमोर नाचते, ही या परिवारासाठी बेइज्जत करणारी गोष्ट आहे. तुमच्या अशा वागण्याची चर्चा आता लोकांच्यात होऊ लागली आहे. राजपरिवाराच्या

कीर्तीला हा डाग पडायला लागला आहे. मीरा आम्ही राजपूत आहोत. इज्जत, अब्रू, कीर्ती आम्हाला प्राणापेक्षाही प्रिय आहे आणि तुमच्या वागण्यानं हे सगळं लयाला जाऊ लागलं आहे. या राजपरिवाराचे आम्ही कर्ते पुरुष आहोत. आमच्या वचनाचे आम्ही पक्के आहोत. 'प्राण जाय पर वचन न जाय' हे आम्हा राजपुतांचे ब्रीद आहे. 'तुम्हाला सांभाळू' असं वचन आम्ही तुमच्या पिताजींना तुमच्या विवाहात दिलं होतं. त्या वचनाची याद ठेवून मीरा आम्ही तुमच्यापुढं दोन पर्याय ठेवतो आहोत. एक तर कृष्णभक्तीचं हे पराकोटीचं वेड सोडा, सामान्य व्यक्तीसारखी कृष्णाची भक्ती करा. त्याच्या भक्तीच्या, प्रेमाच्या नादानं बेभानपणे वागणं, नाचणं, गाणं बंद करा. राजपरिवारच्या मर्यादित रहा. कुलपरंपरा सांभाळा, संसाराकडे लक्ष द्या. भोजाला सुखी करा. हे सगळं करा आणि राजपरिवाराची सून म्हणून ऐश्वर्य, मानसन्मान भोगा. म्हणजे तुमचं आयुष्य, भोजाचा संसार आणि राजपरिवाराचा सन्मान कायम राहील. अन्यथा....'' असं म्हणून राणाजी थांबले. त्यांनी टाळी वाजवली. त्यांच्या मागे थोड्या अंतरावर उभा असलेला प्रतिहारी पुढं आला. मुजरा करून त्यानं राणाजींच्या हातात एक कटोरी दिली आणि पुन्हा मुजरा करून गेला.

'अन्यथा...!' म्हणून राणाजी थांबले होते. 'अन्यथा काय' याची उत्सुकता मीरेला लागून राहिली. धाडस एकवटून, धीर गोळा करून तरीही खालच्या मानेनं तिनं विचारलं, ''अन्यथा काय राणाजी?'' तिच्या स्वरात उत्सुकता होती. राणाजींच्या चेह-यावर दुःखाचं सावट उमटलं. डोळे खिन्न झाले. बोलावं की नाही, या द्वंद्वात सापडलेल्या राणाजींनी एक दीर्घ श्वास घेतला. डोळे मिटून एकलिंगजींचं स्मरण केले, त्याची क्षमा मागितली. आणि खोल गेलेल्या आवाजात तरीही ठामपणे ते म्हणाले, ''मीरा, आपण हे कृष्णभक्तीचं वेड सोडा, अन्यथा आम्ही आणलेलं हे दूध प्या. यात विष मिसळलं आहे. राजपरिवाराची जनमानसात होणारी बदनामी टाळण्यासाठी आम्हाला हे करणं आवश्यक आहे. आम्हाला माहीत आहे की, हे विष पिणं तुमच्यासाठी कठीण आहे. पण कृष्णभक्ती की, विषाचा प्याला यापैकी एकाचीच निवड तुम्हाला करायची आहे. निवड तुमची असेल. पण ती करायचीच आहे. तुम्ही कृष्णभक्ती सोडलीत तर आम्ही आमच्या वचनाला जागू. प्राणापलीकडं तुमचा सांभाळ करू. पण तुम्ही श्रीकृष्णभक्ती सोडली नाहीत तर हा विषाचा प्याला तुम्हाला प्यावाच लागेल. तुमचा सासरा म्हणून, घराचा कर्ता म्हणून आणि मेवाड नरेश म्हणून आमची तुम्हाला आज्ञा असेल की, तुम्ही विष प्राशन करा!'' बोलता बोलता राणाजींचा स्वर कठोर, तीव्र होत गेला. मीरा मात्र तो स्वर ऐकत स्तब्ध उभी होती.

निःस्तब्ध राणाजींचा शब्द न् शब्द तिच्या कानात शिशाचा तप्त रस ओतत होता. आपली कृष्णभक्ती कोणाला तरी इतकी त्रासदायक ठरेल, याची तिला कल्पनाही

नव्हती. अर्थात, ती असती तरी कृष्णभक्तीनं आणि श्रीकृष्णानं तिच्या बुद्धीचा, मनाचा, शरीराचा घेतलेला ताबा सुटणं शक्यच नव्हतं. अगदी सोडायचा म्हटलं तरी तिला ते जमणार नव्हतं. मीरा बुद्धी, मन आणि देहानं श्रीकृष्णाच्या पूर्ण अधीन होती. ना तिला स्वतःचा विचार होता ना स्वतःचं अस्तित्व! अशा परिस्थितीत ती कृष्णभक्तीचा त्याग करणं शक्यच नव्हतं. कृष्णभक्तीचा त्याग करणं, हा पर्याय तिच्या समोर उरलाच नव्हता. आणि त्यामुळे एकच पर्याय उरत होता तो म्हणजे विषाचा प्याला. मीरानं तोच पर्याय निवडायचं ठरवलं. डोक्यावरचा घुँघट सारखा करत खाली मान घालून ती उद्गारली, ''राणाजी, मला तुमची आज्ञा मंजूर आहे आम्ही तुमच्या आज्ञेचा स्वीकार करतो आहोत! आम्ही विष प्राशन करायला तयार आहोत!''

मीरेनं हे इतक्या निश्चयानं सांगितलं की, ते ऐकून राणाजींचा थरकाप उडाला. थक्क झाले ते! एवढं धाडस? श्रीकृष्णाचं एवढं वेड? त्याच्या भक्तीची इतकी पराकोटीची खोली? इतकी की त्याच्यासाठी ही मुलगी स्वतःचा जीव द्यायला तयार झाली. तेही हसत हसत, इतक्या शांतपणे, इतक्या सहजतेनं! ही भक्ती म्हणायची? प्रेम म्हणायचं की असोशी? ऐश्वर्यसंपन्न सासर, राजस्नुषेची प्रतिष्ठा, मान-सन्मान, भोजासारखा देखणा पती आणि अमर्याद उज्ज्वल भविष्य हे सगळं सोडून ही मुलगी चक्क मृत्यू स्वीकारायला तयार झाली आहे? श्रीकृष्णाची एवढी मोहिनी मनावर की मृत्यूची जरादेखील भीती वाटू नये?'' विचार करून राणाजींचं मस्तक फुटायची वेळ आली, पण मनात उद्भवलेल्या एकाही प्रश्नाचं उत्तर त्यांना सापडलं नाही. मीराचा चेहरा इतका शांत होता, ठाम होता की तिची काही समजूत घालावी, असं धाडस राणाजींना झालं नाही. काही न बोलता त्यांनी विष मिसळलेला तो दुधाचा प्याला मीरेसमोर ठेवला आणि धडधडणाऱ्या काळजावर हात ठेवून ते मीरेकडं पाठ करून उभे राहिले. अंगावर तलवारीचे वार हसत हसत झेलणारे राणाजी मीरेला, आपल्या सुनेला विष पिताना पाहू शकत नव्हते.

राणाजींनी पुढे केलेला तो विषाचा प्याला मीरेनं आपल्या हातात घेतला. मान झुकवून राणाजींना प्रणाम केला. आणि तो प्याला घेऊन ती तिथून उठली. मंदिरातल्या गर्भागाराजवळ आली. गर्भागारातून आत जाऊन श्रीकृष्णाच्या मूर्तीसमोर बसली. एक वेळ मान वळवून तिनं राणाजीकडं पाहिलं. चकित पण घायाळ नजरेनं डोळे विस्फारून ते मीरेकडंच पाहत होते. मीरा श्रीकृष्णाला सामोरी झाली. एक नजर तिनं श्रीकृष्णाकडं, तिच्या गिरिधर गोपालाकडं टाकली. मीराच्या नजरेत कारुण्य होतं, निरोप होता, तक्रार होती, विनवणी होती, प्रेम होतं, विश्वास होता, अभिमान होता आणि होती प्रचंड भक्ती! आणि मीरा गाऊ लागली,

नाव किनारे लगाव प्रभुजी। नाव किनारे लगाव॥

नदीया घहेरी नाव पुरानी। डुबत जहाज तराव॥

ग्यान ध्यानकी सागड बांधी। दवरे दवरे आव॥

मीरा कहे प्रभु गिरिधर नागर। पकरो उनके पाव॥

श्रीकृष्णाच्या मूर्तींसिमोर बसून मीरा गात होती. तिचं भजन संपलं. तिनं मान वळवून राणाजींकडं पाहिलं. व्यथित चेहऱ्यानं राणाजी तिथंच उभे होते. 'एकदा युवराज भोजना भेटावं!' मीरेच्या मनात आलं. पण युवराज भोज कालच सैन्य घेऊन गेले होते. बाबर आपल्या सैन्यानिशी चितोडवर स्वारी करायला निघाला आहे. ही खबर हेरांनी आणल्यावर त्याला वाटेतच अडवायला युवराज भोज गेले होते. आता त्यांची गाठ पडणं शक्य नव्हते. त्यांची गाठ आता पडणार नाही कधीच, या विचारांनी का कोण जाणे, मीरेच्या डोळ्यांत अश्रू जमा झाले. तिचा नवरा असूनही तिच्या भावनांची कदर राखणारा, तिच्यावर अधिकार कधीच न गाजवणारा भोज आता कधीच परत भेटणार नव्हता. मीरेनं तो ओघळलेला अश्रू पुसला. पुन्हा राणाजींकडं पाहिलं. आता ते खोळंबून थांबले होते. जणू मीरा विष कधी पिते यांची ते वाट बघत होते. ते त्यांच्या डोळ्यांत स्पष्ट दिसत होतं. काही न बोलता मीरानं मान वळवली. श्रीकृष्णाची मूर्ती समोर होती. तिनं त्या मूर्तीवर नजर रोखली. आणि हातातला विषाचा प्याला ओठाला लावला. ते विष मिसळलेलं दूध तिनं एका घोटात संपवलं. हातातला प्याला श्रीकृष्णाच्या मूर्तांच्या बाजूला ठेवला आणि दुसऱ्या क्षणाला ती कृष्णमूर्तींच्या पायांवर कोसळली. त्या अर्धवट शुद्धी-बेशुद्धीमध्ये तिनं आपल्या हाताची मिठी कृष्णाच्या पायांना घातली आणि तिची मान झुकली.

• • •

मीरेनं विषाचा प्याला ओठाला लावला. संपवून खाली ठेवला आणि ती कृष्णाच्या पायांवर कोसळली. हे राणाजींनी बघितलं. क्षणभर त्यांच्या काळजाचा ठोका चुकला. पण लगेच त्यांनी स्वतःला सावरलं, आणि ते झपाट्यानं तिथून निघून गेले. एकवार त्यांनी मागे वळून बघितलं. डोळ्यांतून ओघळलेले अश्रू पुसले आणि ते झपझप चालू लागले. आता त्यांचा चेहरा कठोर झाला होता. तरीही नजरेत एक अस्वस्थता, एक दुःख तरळत होतं. मात्र राणाजींनी त्यावर प्रयत्नपूर्वक मात केली. आणि तिथून ते आपल्या महाली आले. प्रतिहारीला त्यांनी महालाचा दरवाजा बंद करायला सांगितला. आता त्यांना कोणाला भेटायचं नव्हतं. कोणाशी बोलायचं नव्हतं. कोणाला काही सांगायचं नव्हतं की कोणाचं काही ऐकायचंही नव्हतं. आपण केलंय ते योग्य केलंय, असा कौल त्यांचं

एक मन देत असलं तरी आपण केलंय, हे पाप होतं. अशी एक काळीज कुरतडणारी अपराधीपणाची भावना मनाच्या कुठल्यातरी कोपऱ्यात मनाचे लचके तोडत होती. त्या भावनेवर मात करण्यासाठी त्यांनी मदिरेचा प्याला उचलला.

तो दिवस तसाच गेला. मीरा कृष्णमूर्तींच्या पायांवर कोसळलेली तशीच होती. तर स्वतःला कोंडून घेऊन राणाजी महालातच बसले होते. रात्रही संपली. सकाळ झाली आणि मीरेनं डोळे उघडले. आपण पृथ्वीवर आहोत की, स्वर्गात याचा तिला बोध होईना. पण नेहमीची कृष्णमूर्ती नजरेला पडली आणि आपण जिवंत असल्याबद्दल तिची खात्री पटली. कृष्णमूर्ती नेहमीची होती पण तिचा रंग वेगळा होता. तिचा सोनेरी रंग निळा झाला होता. मीरा चकित झाली. तिनं आपल्या ओढणीनं मूर्ती पुसली, पण तो निळा रंग गेला नाही. विष प्राशन केल्यामुळं शंकराचा कंठ निळा झाला आहे, ही कथा तिला माहीत होती. पण इथं तर विष तिनं प्राशन केलं होतं. विषाचा प्याला तिनं घशात ओतला होता. एका घोटात संपवलाही होता. ती बेशुद्धही झाली होती. पण आता सकाळी झोपेतून जागं व्हावं, तशी तिला त्या बेशुद्धीतून जाग आली होती. ती जिवंत होती, सुखरूप होती, सुरक्षित होती. पण मूर्तीचा रंग निळा का झाला होता, याचं उत्तर तिला सापडत नव्हतं. तिला कोणाची तरी चाहूल लागली. तिनं मान वळवून पाहिलं. राणाजी होते. त्यांच्यासोबत चार-पाच सेवक होते. झपझप पावलं टाकत राणाजी मंदिरात आले आणि मीरेला जिवंत बघून तिथल्या तिथं थिजले, बधीर झाले.

असं कसं झालं होतं? तिला विष पिताना त्यांनी प्रत्यक्ष बघितलं होतं. ती कोसळलेली बघूनच तर ते तिथून गेले होते. राणाजी डोळे विस्फारून मीराकडं बघत होते. अचानक त्यांची नजर सरकून मूर्तीवर पडली. आणि त्यांना आश्चर्याचा आणखी एक धक्का बसला. ती सोनेरी रंगाची मूर्ती निळीशार झाली होती. विष मीरा प्यायली होती, आणि मूर्ती निळी झाली होती. मीराला जिवंत बघून त्यांच्या मनाला लागलेली अपराधीपणाची टोचणी थोडी कमी झाली होती खरं, पण मूर्ती निळी बघून त्यांना फारच धक्का बसला होता. हा राणाजींचा पराभव तर होताच पण मीरेच्या भक्तीचा विजय होता. हे सूर्यप्रकाशाइतके सत्य होतं. दिङ्मूढ होऊन राणाजी गोठल्यासारखे उभे होते. काही क्षणात आपल्या महालात परतून राणाजींनी स्वतःला मदिरेच्या अधीन केले. सध्यातरी त्यांना एवढंच शक्य होतं.

एवढं जहाल विष पचवूनही मीरा जिवंत राहिली, या गोष्टीचं राणाजींना नवल तर वाटलंच, पण त्याहीपेक्षा त्यांना त्या गोष्टीचा राग जास्त आला. काहीही आपण केलं तरी मीराला मृत्यू कसा येत नाही, याचा त्यांना राग यायला लागला. नुसताच राग नव्हे तर आपण मेवाड नरेश, इतके महापराक्रमी, शूर, आपले शत्रू आपल्या नुसत्या

नावावं चळाचळा कापतात आणि ही एक स्त्री, कालची पोर, नात्यानं आपली सून, आपण इतके प्रयत्न केले तरी ती जिवंत राहते, ती आपल्याला मात देते, अशी एक अपमानाची भावना त्यांच्या मनात घोळू लागली. आणि त्यांचा संताप वाढत चालला. 'आपलंच काहीतरी चुकत असेल. ते विष कदाचित इतकं जहाल नसेल, किंवा फुलांच्या करंडीतला तो नाग, शेवटी ते जनावर आहे, त्यांच्या मनात असेल तसं तो वागणार, कोणाला चावावं, अशी आपण त्याला जबरदस्ती करू शकत नाही.' असे विचार त्यांच्या मनात येऊ लागले. आणि आपले हे तर्क खरेच असावेत, याकडे त्यांचा कल झुकू लागला. ते काही नाही ; आता कोणत्याही प्राण्यावर, जनावरावर विसंबून राहायचं नाही. माणसाच्या बुद्धीवर विश्वास ठेवायचा, असं त्यांनी ठरवलं आणि त्यांनी बनवारी लोहाराला बोलावणं धाडलं. बनवारी लोहार लोखंडाच्या सगळ्या वस्तू बनवायचा. तो एक चांगला कारागीर होता. त्याच्या कामात तो माहीर होता. राणाजींनी बोलावलंय म्हटल्यावर बनवारी हातातलं काम टाकून आला.

त्याचा मुजरा स्वीकारत राणाजींनी त्याला बोलावण्याचं कारण सांगितलं. त्यांनी बनवारीला एक मंचक बनवायला सांगितला. मात्र तो मंचक साधासुधा नव्हता. त्या मंचकावर सगळीकडं अत्यंत अणकुचीदार खिळे लावायचे होते. ते अशा खुबीनं लावायचं होतं की, वरून दिसलं तर नाही पाहिजे, पण त्या मंचकावर कुणी झोपलं तर त्याच्या सर्वांगात ते खिळे जोरातच घुसले पाहिजेत. नुसतेच घुसून चालणार नाहीत तर मंचकावर निजलेल्या त्या व्यक्तीनं त्या खिळ्यांवरून उठायचं ठरवलं तरी त्याला उठता नाही आलं पाहिजे. ते खिळे त्याच्या शरीरात तसेच घुसले पाहिजेत. असा तो मंचक बनवायचा होता.

बनवारीला ही गोष्ट नवीन नव्हती. एखाद्या दुसऱ्या राजाच्या गुप्तहेराकडून काही माहिती काढायची असेल तर त्याला अशा मंचकावर निजवत असत. हे त्याला माहीत होतं. 'चार दिवसांत पलंग घेऊन येतो' असं सांगून बनवारी निघून गेला. तो खरंच बरोबर चार दिवसांनी तसा मंचक बनवूनच घेऊन आला. राणाजींनी त्या खिळ्यांच्या मंचकाला हुबेहुब मीरेच्या मंचकासारखं बनवलं आणि एक दिवस मीरा श्रीकृष्णाच्या पूजेत मग्न असताना सेवकांना सांगून राणाजींनी मंचक बदलला. आता रात्री उशिरापर्यंत जागून श्रीकृष्णाची भजनं गाणारी मीरा त्या मंचकावर निजणार होती. ते खिळे तिच्या सर्वांगात घुसणार होते. रक्त वाहणार होतं आणि मीरेचा मृत्यू निश्चित होता. बनवारीला मोठी बक्षिसी देऊन राणाजींनी परत पाठवला. आता मीरेनं त्यावर जाऊन निजण्याची खोटी होती. राणाजी आपल्या महालात जागून या वार्तेची वाट बघत बसले होते. मीरा निजायला गेली, हे सांगण्यासाठी त्यांनी तिथे एक दासी उभी केली होती.

कुंजवनमों गोपाल राधे॥धृ॥

मोर मुकुट पीतांबर शोभे। नीरखत शाम तमाल॥

ग्वाल बाल रुचित चारू मंडला। वाजत बनसी रसाळ॥

मीरा कहे प्रभु गिरिधर नागर। चरनपर मन चिरकाल॥

असं श्रीकृष्णाला वचन देऊन मीरा निजायला आपल्या महालात आली. तेव्हा चंद्र माथ्यावर आला होता. मीरानं मान उचलून चंद्राकडं नजर टाकली त्यातही तिला कृष्णाचा चेहरा दिसला. ''चल, तू बहुत नटखट है.' असं लटक्या रागानं म्हणत मान उडवून मीरा महालात आली. आपला साजशृंगार उतरून मंचकावर आडवी झाली. डोळे मिटले. मिटल्या डोळ्यांसमोर श्रीकृष्णाची छबी आली. मीरेच्या चेहऱ्यावर मंद हास्य पसरलं. दुसऱ्या क्षणाला तिला झोप लागली.

मीरा तिच्या महालात जाऊन 'त्या' मंचकावर झोपली, ही वार्ता त्या दासीनं जाऊन राणाजींना सांगितली. ते ऐकून 'आता आपण बेअब्रूतून सुटलो' असं मनाशी म्हणत राणाजीही झोपी गेले. सकाळी त्यांना जाग आली. त्यांनी प्रतिहारीला आवाज दिला. त्या दासीला बोलावून घेतलं आणि तिला मीरेच्या महाली जाऊन बघायला सांगितलं. धावत गेलेली दासी धावतच परत आली. ती काय सांगते, याची अपार उत्सुकता राणाजींना लागून राहिली होती. दासीनं मीरेच्या मृत्यूची खबर आणली की, तिला बक्षिस म्हणून देण्यासाठी त्यांनी हातातलं चांदीचं कडं काढूनही ठेवलं होतं. दासी धावत आली. मुजरा करून म्हणाली, ''महाराज, मीरादेवी अजून निजल्या आहेत. आणि त्यांच्या मंचकावर सगळीकडं फुलंच फुल पसरलेली आहेत!'' ''काय? फुलंच फुल पसरलेली आहेत? रक्त नाही?'' राणाजींनी विचारलं. ''नाही महाराज, फक्त फुलंच आहेत!'' दासीनं सांगितलं आणि राणाजींचा इशारा समजून मुजरा करून ती निघून गेली. आपण मारलेल्या खिळ्यांची फुलं कशी झाली, या प्रश्नाचं उत्तर राणाजी शोधत राहिले. सगळा साजशृंगार करून मंदिरात गेलेल्या मीरेला मात्र आज श्रीकृष्णाच्या मूर्तीवर गूढ हास्य का आहे, हे समजलं नाही.

मीराला विष दिलं, पण ती मेली नाही. पण श्रीकृष्णाची मूर्ती निळी झाली. तिला खिळ्यांच्या मंचकावर निजवलं, पण तिला जराही इजा झाली नाही. उलट त्या खिळ्यांची फुलं झाली. हे सगळं राणाजींना उलगडेना आणि पेलवेनासुद्धा. हे कसं घडतंय? का घडतंय, याचं उत्तरही त्यांना मिळेना. मीरा मात्र बिनधास्त होती, निवांत होती. शेवटी वैतागून राणाजी मीरेच्या महालात आले आणि तिला म्हणाले, ''बहू, राजघराण्याची मर्यादा तुम्ही सांभाळत नाही. यासाठी तुम्हाला मारण्याचे आम्ही खूप प्रयत्न केले. पण ते अयशस्वी ठरले. आता तुम्हाला आपल्या घराण्याच्या

अब्रूची चाड असेल तर तुम्हीच स्वतः तुमचं जीवन संपवा. नदीत उडी मारून आत्मघात करून घ्या. तुम्हाला तुमच्या कृष्णाची आण आहे! आपल्या किल्ल्यापलीकडं गंभीरी आणि बेलाच नद्यांचा संगम आहे. त्यात मगरीही आहेत. तुम्ही तिकडेच जा! पण बहू आता आणखी आमचा अंत बघू नका!'' हताश झालेल्या राणाजींचे ते बोल मीरेला ऐकवेनात. तिनं मनाशी निश्चय केला. मंदिरात जाऊन श्रीकृष्णाचं दर्शन घेतलं. त्याला आपला बेत सांगितला आणि ती तडक चितोडगढ किल्ल्यावर गेली.

किल्ल्याजवळूनच गंभीरी नदी वाहत होती तर लगेचच थोड्या अंतरावर तिला बेलोच नदी येऊन मिळत होती. पावसाळा नुकताच संपला होता. दोन्ही नद्या पात्रं भरून वाहत होत्या. मीरेनं एकवार त्या पाण्याला नमस्कार केला. एकदा श्रीकृष्णाचं स्मरण केलं. ''कृष्णा, येतेय रे तुझ्याकडे!'' असं सांगून डोळे मिटले आणि तिनं स्वतःला खाली झोकून दिलं. शिडशिडीत असलेल्या मीरेचं शरीर हवेच्या झोताबरोबर खाली खाली यायला लागलं. आता ती पडणार तोच दोन बलदंड बाहूंनी तिला झेललं. आपल्याला आता पाण्याचा स्पर्श होईल, या भावनेनं मीरेने डोळे गच्च मिटून घेतले होते. पण दोन बाहूंनी आपल्याला झेललंय, हे समजल्यावर तिनं डोळे उघडले. आणि ती नखशिखान्त शहारली. समोर साक्षात 'तो' होता. तिचा श्रीकृष्ण! ती त्याच्याच तर बाहूंत होती. पण तिच्या तनूवर उठलेल्या रोमांचांकडे जराही लक्ष न देता श्रीकृष्णाने तिला तशीच उचलून पुन्हा किल्ल्यावर आणून ठेवली. आणि अदृश्य होण्यापूर्वी तिला म्हणाला, ''मीरे, आत्मघात हे पाप आहे. आणि तुझी-माझी सायुज्यता व्हायला अजून अवधी आहे!'' असं म्हणून तो अदृश्यही झाला. मीरा भान हरवून तशीच कितीतरी वेळ उभी होती.

तिला बघायला पाठवलेल्या प्रतिहारीनं राणाजींना येऊन सांगितलं की, मीरानं उडी तर मारली होती. पण अचानक वारं उलटं फिरलं आणि मीरा पुन्हा किल्ल्यावर आली!'' हे ऐकून राणाजी स्तिमित झाले. दुसरं त्यांच्या हातात काहीच नव्हतं.

१५

राणाजी आपल्या महालात सुन्न होऊन बसले होते. त्यांना काहीच समजत नव्हतं. ही मीरा, आपली बहू नक्की आहे तरी कोण? कृष्णाची भक्त, चेटकीण की काळी जादू करणारी? आपण तिला दंश करण्यासाठी नाग सोडला, त्याचा फुलांचा हार झाला, तिला विष दिलं, त्यातूनही ती जिवंत राहिली आणि कृष्णमूर्ती निळी झाली. खिळ्यांच्या मंचकावर तिला निजवलं तर खिळ्यांची फुलं झाली. नदीत जीव द्यायला पाठवली, तिला वरचेवर कोणीतरी झेललं. या सगळ्या गोष्टींची सांगडच त्यांना घालता येत नव्हती. आपण केलं ते बरोबर की चूक, याचाही निर्णय त्यांना घेता येईना. परिवाराच्या कल्याणाच्या दृष्टीनं ते बरोबरच होतं, असं एक मन सांगत होतं. तर मीरेची ही कृष्णभक्ती अलौकिक आहे, असं दुसरं मन सांगत होतं. राणाजी या विचारांनी कितीही अस्वस्थ असले तरी मीरा मात्र बरीच निश्चिंत होती. मात्र एक गोष्ट तिला त्रास देत होती. आपण विष प्यायलो तरीही जिवंत राहिलो, याचं सुखदुःख तिला फारसं नव्हतं. पण विष आपण प्यायलो आणि कृष्णाची मूर्ती निळी झाली, याचा तिला त्रास होत होता. वारंवार तिचे डोळे भरून येत होते. ती पुन्हा पुन्हा त्या मूर्तीला स्नान घालत होती. दूध, दही, तूप, साखर, मध अशा पंचामृतानं पुन्हा पुन्हा धुवून काढत होती. वस्त्रानं पुसत होती पण त्या मूर्तीवर चढलेली निळाई कमी होत नव्हती. ती पुन्हा पुन्हा कृष्णाला आळवत होती. आत्तापर्यंत आपल्या बाबतीत जे जे घडलं ते सांगत होती, मीरा गात होती, नाचत होती.

पग घुंगरू बांध मीरा नाची रे॥
मैं अपने तो नारायण की। हो गयी आपही दासी रे॥
विष का प्याला राजाजी ने भेजा। पीवत मीरा हासी रे॥
लोग कहे मीरा भई रे बावरी। बाप कहे कुल नासी रे॥
मीरा के प्रभु गिरिधर नागर। हरि चरण की दासी रे॥

यातून पुन:पुन्हा त्या श्रीकृष्णाला आपण त्याचीच असल्याचा विश्वास देत होती, ग्वाही देत होती. आपल्याला आपल्या वडिलांनी रतनसिंहांनी कसा दोष दिला, हे ही श्रीकृष्णाला सांगत होती. हे सांगता सांगत मीरेला अचानक तो प्रसंग आठवला आणि डोळेही पुन्हा भरून आले.

मीरेचं श्रीकृष्ण वेड जसं जसं वाढलं आणि ती घरात कोणालाच त्या बाबत जुमानेनाशी झाली, तशी एक दिवस राणी माँनी मेडतियाला संदेश पाठवून मीराचे वडील रतनसिंहांना बोलावून घेतलं. रिवाजाप्रमाणं ते ढीगभर भेटवस्तू घेऊन आले, पण घरात गेले नाहीत. महालाच्या बाहेरच थांबले. राणाजी आणि राणी माँनी तिथं जाऊन त्यांचं स्वागत केलं खरं, पण मीराच्या वागणुकीबद्दल तक्रारही केली. रतनसिंह संतापले. मीरा जेव्हा त्यांना तिथं भेटायला आली, तेव्हा ते तिला बोलले. तिची समजूत घालायचाही प्रयत्न केला. इतर सगळ्या बाबतीत ऐकणारी मीरा कृष्णभक्तीच्या बाबतीत मात्र ठाम होती. तिचा हा हट्ट न सोडण्याचा निश्चय बघून रतनसिंहांना संताप अनावर झाला. त्यांचा रागावर ताबा राहिला नाही. ते मीराला वाट्टेल ते बोलले, तिला 'कुलकलंकिनी', 'कुलनाशी', 'कुलबुडवी' अशी विशेषणे लावली. आणि तिच्याशी, आपल्या लाडक्या लेकीशी मीराशी संबंध तोडून ते निघून गेले. मीराचा काळजावर एक ओरखडा उठला खरा, पण त्याचा परिणाम तिच्या कृष्णभक्तीवर जरासुद्धा झाला नाही. आणि आता तर हे सगळं श्रीकृष्णाला सांगून झाल्यावर मीराला बरं वाटलं तिच्या मनावरचं ओझं कमी झालं. बाकी कुणी नसलं तरी तिचा कृष्ण, तिचा गिरिधर गोपाल तिच्यासोबत होता. आणि एवढं मीरेला पुरेसं होतं.

मैं तो सांवरे के रंग राची।
साजि सिंगार बांधि पग घुंगरू।
लोक लाज तजि नाची॥
गे कुमती साधु की संगती।
भगत रूप भै सांची॥
गाय गाय हरि के गुण निसदिन।
काल ब्याल सूं बांची॥
उण बिन सब जग खारो लागत।
और बात सब कांची॥
मीरा के प्रभु गिरिधर लालसू।
भगति रसीली जांची॥

या घटनेला काही दिवस उलटले आणि एक दिवस एक विचित्र घटना घडली. बाबर सुलतान चितोडगढपर्यंत पोहोचू नये, म्हणून त्याला वाटेतच अडवायला सैन्यानिशी

गेलेले युवराज भोज बाबरसोबतच्या त्या युद्धात जबर जखमी झाले आणि वाटेतच त्यांना मृत्यू आला, अशी अशुभ वार्ता घेऊन सांडणीस्वार आला आणि राजमहालात एकच हलकल्लोळ माजला. राणा संगांना जबर धक्का बसला तर राणी माँ वार्ता ऐकताच बेशुद्ध पडल्या. सगळ्या चितोडगढावर दुःखाची छाया पसरली. तरुण वयाचा, उमद्या स्वभावाचा, पराक्रमी असणारा त्यांचा युवराज भोज युद्धात मृत्युमुखी पडला होता.

राजपरिवारावर तर दुःखाचा डोंगर कोसळला होताच, पण चितोडगढही हादरले होते. मीरेला जेव्हा ही वार्ता कळली तेव्हा तिलाही वाईट वाटलं. तिच्या दृष्टीनं जरी भोज तिचा पती नसला तरी तो एक उमद्या स्वभावाचा तरुण होता. तिला सन्मानानं वागवणारा, शांत स्वभावाचा. शिवाय तो चितोडगढचं भविष्य होता. तो असा, अकाली तरुण वयातच मृत्युमुखी पडला, ही फारच दुःखाची गोष्ट होती. मीरेला वाईट वाटलंच. ती श्रीकृष्णासमोरच बसली होती. का कोण जाणे, पण तिच्या डोळ्यांतून अश्रू ओघळले. ते भोजाच्या विरहाचे नव्हते तर त्याच्या अकाली मृत्यूचे होते. मीरेनं ते श्रीकृष्णाला बोलूनही दाखवलं. आपल्या मनातलं दुःख त्याच्याजवळ बोलल्यावर मीरेला बरं वाटलं. तिनं श्रीकृष्णाला विनवलं,

शरणागत की लाज। तुमकू शरणागत की लाज॥
नाना पातक चीर मेलाम। पांचाली को काज॥
प्रतिज्ञा छांडी भीष्म के। आगे चक्रधर यदुराज॥
मीरा के प्रभु गिरिधर नागर। दीन बंधू महाराज॥

चितोडगढमध्ये सगळा दुःखाचा माहौल होताच, पण मीराही दुःखी मनानं श्रीकृष्णासमोर बसली होती.

राणा संग फारच दुःखी झाले होते. एक तर हाताशी आलेला, चितोडगढचं भविष्य असलेला तरणाबांड युवराज मृत्युमुखी पडला होता. आपण श्रीकृष्णाची निस्सीम भक्त असलेल्या मीरेला जीवे मारण्याचा प्रयत्न केला, ते पाप उलटून आपल्या अंगाशी आलं आणि आपल्या मुलाचा मृत्यू घडवून आणून देवानं आपल्याला शिक्षा दिली, असं सारखं त्यांना वाटू लागलं. ते जास्तच खचले. त्यांनी स्वतःला महालात कोंडून घेतलं. जेवण घेईनात. त्यांची अन्नावरची वासनाच उडाली. जगण्याची इच्छाच संपली. आपल्या हातून घडलेला अपराध आणि युवराजांचं मृत्युमुखी पडणं यांची सांगड घालून राणाजी पुरते खचल्यासारखे झाले. युवराजांच्या मृत्यूनं राजमहाल आधीच दुःखात होता. राणाजींच्या अशा वागण्यानं तो आणखीच दुःखात बुडाला. सगळ्या चितोडगढावर जणू अवकळा पसरली.

एके दिवशी राजकन्या उदाबाई मीरेला भेटायला आली. मीरा मंदिरातच होती. सगळा साजशृंगार केलेल्या मीरेकडं रागानं बघत उदाबाई म्हणाली, ''भाभी, भय्यांचा मृत्यू झाला आहे. तुम्ही त्यांच्या विधवा पत्नी आहात. आणि तरीही तुम्ही सगळा साज-शृंगार करून बसला आहात? तुमची तुम्हाला स्वतःला लाज वाटत नसेल पण समाजाच्या रीती-रिवाजाचं तरी भान ठेवा! उतरवा तो साज-श्रृंगार!'' मीरेने तिचं सगळं बोलणं शांतपणानं ऐकून घेतलं. एक नजर गोपालकृष्णाकडं टाकत ती म्हणाली ''युवराज्ञी, तुमचं सांगणं अगदी रास्त आहे पण ते कोणाला? युवराजांच्या पत्नीला! मी युवराजांची पत्नी नाही आणि ते माझे पती नाहीत. माझा पती तर हा आहे माझा गिरिधर गोपाल! माझा श्रीकृष्ण! त्याच्याशी माझा विवाह झाला आहे युवराजांशी विवाह होण्याआधी, आणि हे राणी माँनाही माहीत होतं, तसंच युवराज भोजांनाही! त्यामुळं युवराजांच्या मृत्यूमुळं मी साज-शृंगार उतरवण्याची गरजच नाही.'' मीरेनं केलेलं स्पष्टीकरण न पटून उदाबाई तिथून निघून गेली. तिच्या येण्यानं मीराला पुन्हा सगळं आठवलं आणि ते तिनं श्रीकृष्णाला सांगितलं,

रंगेलो मोरे नटनागर सुन लो मोरी बात॥
बिख को प्यालो राणाजी ने भेजो कैं दीजे मीराबाई हात॥
कर चरणामृत पी गयी मीरा ठाकुर को प्रसाद॥
सापरो पेटारो राणाजी ने भेजो दासाजी ने हात॥
सापरो उपाडी गें गळामों डारयों हो गयो चंदनहार॥
मीरा कहे प्रभु गिरिधर नागर तू मारो भरतार॥

मनातलं गाऱ्हाणं श्रीकृष्णाला पुन्हा एकदा सांगितल्यावर मीराला हलकं हलकं वाटलं. मीरा तशीच श्रीकृष्णासमोर बसून राहिली. त्याला आळवत, गात, नाचत मात्र उदाबाईच्या तिथं येऊन जाण्यानं एक काम केलं. बोलता बोलता उदाबाई दासीजवळ बोलून गेली, ''मीरा भाभीला वेड लागलंय! भय्याच्या मृत्यूची खबर ऐकून मीराभाभी वेडी झालीय. ती आपला साजशृंगार उतरवायला तयार नाही!'' मीरेचं वर्तन कुणाला खटकू नये, कुणी नाव ठेवू नये म्हणून उदाबाईनं ही आवई उठवली. आणि त्यामुळं एक बरं झालं, मीरेला कुणीच बोलेना! आधीच तिच्या महाली फारशी वर्दळ नसायची. आता तर ती अगदीच कमी झाली. आणि तेही मीरेच्या पथ्यावर पडलं. श्रीकृष्णाशी बोलायला, गायला, नाचायला तिला आणखी निवांत असा एकांत मिळायला लागला. तसं तिचं श्रीकृष्णावरचं प्रेमही उफाळून आलं आणि प्रतिभाही.

सांवरो रंग मिनोरे। सांवरे रंग मिनोरे॥
चांदनी में उभा बिहारी महाराज॥
काथो, चुनो, लविंग, सोपारी। पान पे कछु दिनों॥
हमारो सुख अति दुख लागे। कुब्जा को सुख कीनो॥
मेरे अंगन रुख कदम को। त्यांतल उभो अति चिनो॥
मीरा कहे प्रभु गिरिधर नागर। नैन में कछू लीनो॥

आणि श्रीकृष्णाला आळवणारी त्याचं वर्णन करणारी, त्याच्या खोड्या सांगणारी, त्यांच्या तक्रारी यशोदा मैय्याला सांगणारी, अशी कृष्णजीवन रेखाटणारी भजनं मीरा लिहू लागली. तिच्या प्रतिभेला जणू बहर आला,

कान्हों काहे कू मारी मोकू कांकरी। कांकरी कांकरी कांकरी रे॥
गायो भैसो तेरे अदिवि होई है। आगे रही घर बाकरी रे॥
पाट पीतांबर काना अबही पेहरत है। आगे न रही कारी घाबरी रे॥
मेडी मेहलात तेरे अबी होई है। आगे न रही वर छापरी रे॥
मीरा कहे प्रभु गिरिधर नागर। शरण राखों तो करु चाकरी रे॥

श्रीकृष्णाच्या लीलांची वर्णन लिहिताना मीरा आपलं दुःख, आपल्या भावना त्यात ओतत असे,

कृष्ण मंदिरमों मिराबाई नाचे तो ताल मृदंग रंग चटकी॥
पावमों घुंगरु झुमझुम बाजे। तो ताल राखो घुंगट की॥
नाथ तुम जान है सब घटका। मीरा भक्ती करे पर घट की॥
ध्यान धरे मीरा फेर सरनकुं। सेवा करे झटपट की॥
साली ग्रामकूं तीलक बनायो। भाल तिलक बीज टब की॥
बीख कटोरा राजाजी ने भेजो। तो संटसंग मीरा हट की॥
ले चरणामृत पी गयी मीरा। जैसी शिशी अमृत की॥
घरमें से एक दारा चली शीरपर। घागर और मटकी॥
मीरा कहे प्रभू गिरिधर नागर। जैसी डेरी तटवटकी॥

मीरा अशी आपल्या कृष्णभक्तीत लीन होती, दंग होती, पण राणाजी मात्र अस्वस्थ होते. त्यांचा धीर खचला होता. तरणाताठा पुत्र युद्धात मारला गेला, यापेक्षा आपण कृष्णभक्त मीराला मारण्याचा प्रयत्न केला, म्हणून तो मारला गेला ही एक अपराधीपणाची भावना

त्यांचं मन खात होतं. त्यातच बाबरनं पुन्हा डोकं वर काढलं आणि तो चितोडगढावर स्वारी करण्याच्या बेतात आहे, अशी बातमी आली. आणि त्या खचलेल्या अवस्थेत राणाजी सैन्यासह बाबरला भिडायला गेले. मेडतियाहून त्यांनी रतनसिंहांना, मीरेच्या वडिलांनाही बोलावून घेतलं. तीन महिने घमासान युद्ध चाललं, पण बाबरच्या विशाल सैन्यापुढं पराक्रमी असूनही राणाजींचा निभाव लागला नाही. त्यात बाबरच्या रक्तात असलेली दगाबाजी. याच दगाबाजीनं बाबरनं सायंकाळनंतर विश्वासघातानं राणाजींच्या सैन्यावर हल्ला केला. बेसावध असलेलं राणाजींचं सैन्य त्यानं कापून काढलं आणि त्यात राणाजी आणि रतनसिंह दोघांचाही मृत्यू झाला. तर राणाजींचा दुसरा पुत्र उदयसिंह जखमी अवस्थेत बेपत्ता झाला. स्वारानं ही दुःखद वार्ता चितोडगढला येऊन सांगितली आणि अतीव दुःखानं घायाळ झालेल्या कर्णावती सती गेल्या. या घटनेनंतर चितोडगढावर राजा भोजांचा सावत्र भाऊ विक्रमादित्य गादीवर आला. आल्या आल्या त्यानं मीरेवर चौकी पहारे बसवले. आणि तिला तिच्या महालात कोंडून त्यानं महालाचे सगळे दरवाजे कड्या कुलूप लावून बंद केले. श्रीकृष्णाच्या दर्शनाशिवाय, त्याची भेट झाल्याविना घायाळ झालेली मीरा एखाद्या विद्ध हरिणीसारखी तडफडत राहिली. श्रीकृष्णाचा धावा करत राहिली. त्याला आळवत राहिली. विक्रमादित्यानं असा कडेकोट बंदोबस्त केला होता की, घायाळ मनानं तडफडण्याशिवाय मीरेच्या हातात काहीच नव्हतं.

> मोहन डार दीनों गले फांसी॥
> ऐसा जो होता मेरे नयन में। करवत ले जाऊं कासी॥
> आंबा के बन में कोयल बोलो। बोले बचन उदासी॥
> मीरा दासी प्रभु छवि निरखत। तू मेरा ठाकोर मैं हूँ तोरी दासी॥

कृष्णाचा सुंदर चेहरा आठवून मीरा कृष्णाला आळवत बसायची तर मग कधी,

> पतीया में कैशी लिखूं लिखये न जात रे॥
> कलम धरत मेरा कर कांपत। नयनों में रड छायो॥
> हमारी बीपत उद्धव देखी जात है। हरी सो कहूं वो जानत है॥
> मीरा कहे प्रभु गिरिधर नागर। चरण कमल रहो छाये॥

असं दुःख व्यक्त करत ती आपलं गाऱ्हाणं श्रीकृष्णाला सांगत असे. पण त्याच्या दर्शनाशिवाय तिची तळमळ वाढली. मग या बाबतीत ती कधी कधी श्रीकृष्णालाच दोष देऊ लागली.

कति गयो जादू करके जो पीया॥
नंदनंदन पीया कपट जो कीनो। निकल गयो छल कर के॥
मोर मुकुट पीतांबर शोभे। कबु ना मिले आंग भर के॥
मीरा दासी शरण जो आई। चरणकमल चित्त धर के॥

तर कधी श्रीकृष्णाचीच तक्रार ती त्याचाजवळच करीत असे,

हरी तुम कायकू प्रीत लगाई॥
प्रीत लगाई परम दुःख दीनो। कैसी लाज न आई॥
गोकुल छांड मथुरे कु जाये। वामें कौन बराई॥
मीरा कहे प्रभु गिरिधर नागर। तुमकू नंद दुवाई॥

कृष्णाच्या आठवणीत, त्याला आळवत, त्याचा धावा करत, त्याची भजनं गात मीरा त्या बंद महालात दिवस कंठत होती,

दरस बिनू दूखण लागे नैन।
जबसे तुम बिछडे प्रभु मोरे, कबहुं न पायो चैन॥
सबद सुनत मेरी छतियां कांपे, मीठे लागे बैन॥
बिरह कथा कासूं कह हूं सजनी, बह गयी करवत ऐन॥
कल न परत पल हरि मग जोवत, भई छमासी रैन॥
मीरा के प्रभु कब रे मिलोगे, दुख में रत सुखदैन॥

आता तिची दखल घेणारं तिची थोडीशी का होईना, पण काळजी करणारं तिथं कुणीच नव्हतं. तिच्या वडिलांचा रतनसिंहांचाही त्या युद्धात मृत्यू झाला आहे, ही वार्ताही तिला अशीच कोण्या दासीकडून समजली होती. आता चितोडगढहून तिचं मनही उडालं. अगदी श्रीकृष्णाचं मंदिर तिथं असलं तरी तिला आता तिथं राहावंसं वाटेना. चितोडगढहून बाहेर पडावं, असं तिला वाटू लागलं. पण सध्या तरी ते शक्य नव्हतं. कदाचित अशा कोंडलेल्या अवस्थेतच तिला मृत्यू आला असता. पण तसं व्हायचं नव्हतं.

पुन्हा श्रावण कृष्ण अष्टमी आली. श्रीकृष्णाचा जन्मोत्सव. गेल्या वर्षी मीरा गावातल्या मंदिरात गेली होती. या वर्षभरात काय काय घडलं होतं! पण गेल्या वर्षी किमान तिला जाता तरी आलं होतं. पण या वर्षी तेही शक्य दिसत नव्हतं. मीरा महालात कोंडली गेली होती. कृष्णजन्माच्या उत्सवाला सध्याचा राजपरिवार गावातल्या श्रीकृष्ण मंदिरात गेला होता. मीरा महालात बसून रडत होती. आता या क्षणी संपूर्ण महालात कुणीच नव्हतं. आपल्या मंचकावर पडून मीरा आक्रंदत होती. महालात सगळीकडं नीरव शांतता

होती. मीराला स्वतःच्या हुंदक्यांचाच तेवढा आवाज येत होता. बाकी सगळं शांत शांत होतं आणि अचानक त्या शांततेला छेदत एक हाक ऐकू आली, "मीराऽऽऽ! मीराऽऽऽ!" आणि पाठोपाठ ऐकू आले बासरीचे स्वर. मीरेला पहिल्यांदा वाटलं आपल्याला भास होतोय. पण पुन्हा हाकाही ऐकू आल्या आणि बासरीचे स्वरही! मग मात्र ती. मंचकावरून ताडकन उठली. दाराकडं धावली. "माझा गोपाल आला... माझा गिरिधर गोपाल आला..." म्हणत ती दाराजवळ आली. तिनं दाराला हात घातला तर दार उघड होतं ती दार उघडून बाहेर आली. धावत सुटली. महालाचे सगळे दरवाजे सताड उघडे होते. कड्याकुलपं निखळून पडली होती. मीरानं सगळे दरवाजे ओलांडले. ती महालाच्या बाहेर पडली. आता तिला दूर जायचं होतं. चितोडगढपासून दूर! तिला कोंडून घालणाऱ्या त्या चितोडगढपासून दूर! आता तिथं तिचं असं कोणीच नव्हतं. अगदी तिचा गिरिधर गोपालसुद्धा. कारण मीरेला महालात कोंडल्यावर विक्रमादित्यांनं तिच्या महालाशेजारच्या मंदिरातून ती गोपालकृष्णाची मूर्ती उचलली आणि आपल्या सेवकांकरवी ती मूर्ती पाठवून तिचं नर्मदा नदीत विसर्जनही केलं. त्या मंदिरात त्यानं कालभैरवाची मूर्ती बसवली. एका दासीकडून मीरेला हा वृतांत कळल्यावर तर चितोडगढहून तिचं मनच उडालं. म्हणून आज मीरा महालातून बाहेर पडली ती चितोडगढपासून दूरदूर जाण्यासाठी अगदी दूर.

• • •

चितोडगढातून मीरा बाहेर पडली. बरेच दिवस प्रवास केल्यावर ती मेडतियाला आली. मेडतियाला ती माहेरी आली. तिच्या पिताजींना त्या युद्धात वीरमरण आलं होतं. त्यामुळे मेडतियात आता तिचा काका वीरमदेव हा जहागिरीचा कारभार पाहत होता. मीरा परत आली ते वीरमदेवाला फारसं आवडलं नाही. तिचे आजोबा दूदाजी यांचंही निधन झालं होतं. त्यामुळं मेडातियावर वीरमदेवाचीच सत्ता होती. मीरा तिथं आल्यावर वीरमदेवानं तिचं थंडपणे स्वागत केलं आणि तिला स्पष्टपणे सुनावलं, "मीरा तू इथं परत आली आहेस तर काही दिवस रहा. पण तुझं पाठीमागचं वागणं माझ्या कानावर आलं आहे ते बघता तू फार दिवस इथं राहू नयेस, असं मला वाटतं. तू आता अगदी अडचणीत आहेस, म्हणून तुला इथं थोडे दिवस राहायची परवानगी देतो आहे." आपलं मन मोठं असल्याचा अभिनिवेश आणत वीरमदेव म्हणाला. मीरा काहीच बोलली नाही. पण वेळ पडली तर ती सांगू शकली असती की, या मेडतियामध्ये तिचा हक्क आहे. पण सध्या तरी ती काहीच बोलली नाही. पण मेडतियाला मीरा राहायला लागली. ती दूदाजींच्या महालात राहू लागली. दूदाजींच्या महालात श्रीकृष्णाची मूर्ती होतीच. मेवाड सोडल्यापासून, चितोडगढहून बाहेर पडल्यापासून मीरेला कृष्णमूर्तीचं दर्शन झालंच नव्हतं. म्हणून मेडतियाला आल्यावर शूचिर्भूत होऊन ती दूदाजींच्या महाली गेली. आणि समोर देव्हाऱ्यात उभी असलेली

कृष्णमूर्ती बघून तिला भरून आलं. तिला हुंदका आवरेना. डोळ्यांतून घळाघळा पाणी वाहू लागलं. इतकं की ते तिला आवरेना आणि तिला ते आवरायचंही नव्हतं इतके दिवसाचा झालेला शारीरिक आणि मानसिक छळ, जिवाचा झालेला कोंडमारा, भावनांची झालेली घुसमट, श्रीकृष्णाचा झालेला आणि सोसलेला विरह हे सगळं सगळं त्या अश्रूंतून वाहत होतं, वाहून जात होतं. त्या श्रीकृष्णमूर्तीच्या पायाला मिठी मारून मीरा मनसोक्त रडली. मधलं सगळं दुःख, विरह, व्यथा, घुसमट, विरह त्या अश्रूंतून बाहेर पडला. आणि मीरा मोकळी मोकळी झाली. जणू अंतर्बाह्य शूचिर्भूत झाली.

मनाने अशी ताजीतवानी झालेली मीरा प्रसन्न मनानं श्रीकृष्णाचं भजन रचण्यात आणि गाण्यात दंगून गेली.

''थोडेच दिवस राहा'' असं वीरमदेवानं मीरेला सांगितलं असलं तरी मीरेच्या तिथं येऊन राहाण्याचा त्याला उपयोगच झाला. त्याची पत्नी सलज्जाकुमारी अंथरुणाला खिळली होती. वीरमदेवाला जहागिरी तर सांभाळायची होती. त्यामुळं त्याला घरात वा पत्नीकडं लक्ष देता येत नव्हतं. मीरा मेडतियाला राहायला आली आणि हळूहळू तिनं घर सावरलं. दिवसरात्र श्रीकृष्णाच्या भक्तीत ती मग्न असली तरी महालात असलेल्या सेवकांवर तिचा धाक असायचा. मीरेनं दाखवला नाही तरी त्यांना वाटायचा. त्यामुळं महालातलं कामकाज केवळ मीरेच्या तिथं राहण्यानं मार्गी लागलं. सलज्जाकुमारीला ही वेळेवर औषधपाणी मिळायला लागलं. अगदी नाही म्हटलं तरी मीरा तिथं मेडतियाला, आपल्या माहेरी पाच वर्षं राहिली. मात्र श्रीकृष्णाची भक्ती आणि भजन रचून गाणं हे तिचं मुख्य ध्येय होतं. आणि अर्थात इथं त्याला प्रतिबंध करणारं कुणीच नव्हतं. तरीही एक दोन वेळा गोकुळाष्टमीच्या रात्री मीरा श्रीकृष्ण मंदिरात गेली, तिथं देहभान हरपून नाचली, गायली या बद्दल वीरमदेवानं नापसंती दर्शवली. पण ती तेवढ्यापुरती. अर्थात मीरा त्याला बधणार नव्हतीच. श्रीकृष्णाला प्रियतम मानून तिचं अभंग रचणं, हेच तर आता तिचं निधान होत.

झालं होतं असं की, मेडतियाला मीरा मुक्त होती. ती तिच्या माहेरी होती, हे एक कारण होतचं. पण त्यामुळं कसला जाच, कसलं बंधन नव्हतं. शिवाय वीरमदेव जहागिरीच्या कामात बुडलेला, तर त्याची पत्नी आजारी त्यामुळं कृष्णभक्तीसाठी मीराला टोचणारं, टोकणारं, कुणीच नव्हतं. तिच्या सासरी म्हणजे चितोडगढलाही म्हणावं तसं कुणीच उरलं नव्हतं. मीरा मुक्त होती, आणि फक्त श्रीकृष्णाची होती.

सुमन आयो बदरा। श्याम बिना सुमन आयो बदरा॥
सोबत सपनो में देखत शामकू। भरायो नयन निकल गयो कचरा॥
मथुरा नगर की चतुरा मालन। शामकू हार हमकू गजरा॥
मीरा कहे प्रभु गिरिधर नागर। समय गयो पीछे मिट गया झगरा॥

आणि अशी त्याची भजनं रचण्यात आणि गाण्यात ती दिवसेंदिवस दंग राहात होती.

मैयां मोकू खिजावत बलजोर। मैया मोकू खिजावत बलजोर॥
जशोदा माता मोल ली जाबे। लायो जमुना को तीर॥
जशोदा ही गोरी नंदी ही गोरा। तुम क्यों भयो शाम सरीर॥
मीरा कहे प्रभु गिरिधर नागर। नयन मों बरखत नीर॥

श्रीकृष्णाला अशी समर्पित झालेली मीरा कधीकधी समाजाभिमुखही होत असे. श्रीकृष्ण मंदिरात गेली की तिच्या भवती मंदिरात आलेले, स्त्री-पुरुष जमत असत. मीरा त्यांना श्रीकृष्णाच्या कथा सांगे. मीरेला राणाजींनी विष दिलं. ते मीरा प्याली पण श्रीकृष्ण कृपेनं त्याचं अमृत झालं, ही गोष्ट कर्णोपकर्णी मेडतियापर्यंत पोचली होती. तिथल्या लोकांना ती माहीत होती. मीरेच्या कृष्णभक्तीचा ते आदर करीत असत. मीरा तासन्‌ तास त्यांचात रमे. त्यांना श्रीकृष्णाच्या कथा सांगताना ती रंगून जाई. त्यांच्या सोबत त्यांची भजन गाताना ती दंग होत असे कधी कधी मीरा त्यांनाही उपदेश करी. मग कधी त्यात

रटतां क्यों नहीं रे हरिनाम। तेरे कोडी लगे नहीं दाम॥
नरदेहीं स्मरणकू दिनी। बिन सुमरे वे काम॥
बालपणे हंस खेल गुमायो। तरुण भये बस काम॥
पाव दिया तोये तिरथ करने। हाथ दिया करदान॥
नैन दिया तोये दरशन करने। श्रवण दिया सुन ज्ञान॥
दांत दिया तेरे मुखकी शोभा। जीभ दिई भज राम॥
मीरा कहे प्रभु गिरिधर नागर। है जीवन को काम॥

असा उपदेश असायचा तर कधी...

मनुवा बाबा रे सुमरले मन सिताराम॥
बड़े बड़े भूपति सुलतान उनके। डेरे भय मैदान॥
लंकाके रावण कालने खाया। तू क्या है कंगाल॥
मीरा कहे प्रभु गिरिधर लाल। भज गोपाल त्यज, जंजाल॥

असा इशाराही असायचा.

मेडतियाला येऊन मीरेला पाच वर्षं होत आली आणि एक दिवस मेडतिया सोडण्याची वेळ तिच्यावर आली. मालदेव, जो मेडातियाच्या शेजारच्या जहागिरीचा सुभेदार होता. त्यानं मेडतियावर स्वारी केली. वीरमदेव तसा पराक्रमी नव्हताच. मालदेवाला शरण जाऊन त्यानं मेडतिया त्याला दिलं आणि पत्नीला घेऊन तो तिथून बाहेर पडला. पण त्यानं एक मात्र केलं. आपण बाहेर पडण्याआधी त्यानं मीरेला तिथून बाहेर काढलं आणि तिला मेडतियाच्या सीमेबाहेर नेऊन सोडलं. आता मात्र मीरा निराधार, निराश्रित झाली होती. आता एकच आधार होता श्रीकृष्णाचा. एकच आसरा होता वृंदावन. एकच ठिकाण होतं वृंदावन.

पिया बिन सुनो छै जी म्हारो देस।
ऐसा है कोई पिवक मिलावै, तनमन करूं सब पेस।
मेरे कारण बन बन डोलूं, कर जोगण को भेस॥
अवधि बदिती अजहुं न आए, पंडर हो गया केस।
मीरा मे प्रभु कब रे मिलोगे, त्यज दिया नगर नरेस॥

श्रीकृष्णाला जणू सूचना करून मीरानं मेडतिया सोडलं आणि एका वेगळ्या ओढीनं, वेगळी आस घेऊन ती वृंदावनला जायला निघाली. श्रीकृष्णानं तिला अवघड प्रश्न घातला होता. त्याचं उत्तर शोधायला आणि ते श्रीकृष्णाला सांगायला मीरा वृंदावनाला निघाली!

१६

वीरमदेवानं मीरेला मेडतियाच्या वेशीवर नेऊन सोडलं. त्या आधी सेविका विमलनं मीरेची समजूत घातली. मीरा सगळा साजशृंगार तसाच ठेवून निघाली होती. आपल्या गिरिधर गोपालासाठी ती नेहमीच अशी साज-शृंगार करून राहायची. अगदी भोज मृत्यू पावला तरी मीरेनं साजशृंगार करणं सोडलं नव्हतं. पण आतापर्यंतची गोष्ट वेगळी होती. पण यानंतर वेगळी गोष्ट असणार होती. एकटीच जाणार होती. एकटीच राहाणार होती. एकटीच असणार होती. आणि प्रदेश तर सगळा अनोळखी असणार होता. लोकही अनोळखी असणार होते. अश‍ा परिस्थितीत अंगावर असे हिऱ्याचे, सोन्याचे, रत्नामाणकांचे दागिने घालून आणि भरजरी वस्त्रं घालून मीरा गेली तर बाहेर चोर-दरोडेखोरांची भीती होतीच, पण चोरीसोबत जीवही जाण्याची भीती होती.

विमलनं हा सगळा विचार केला आणि मीरेला साजशृंगार उतरवून, केसरिया वस्त्र घालून जायला सांगितलं. का कोण जाणे, पण मीरेलाही हे पटलं. नाहीतर भोज गेल्यावर उदाबाईंनं सांगूनसुद्धा मीरेनं साजशृंगार उतरवला नव्हता किंवा साजशृंगार करायचं थांबवलंही नव्हतं. पण आज मेडतियातून बाहेर पडताना का कोण जाणे, तिला विमलचं ऐकावंसं वाटलं. कदाचित तिची सगळ्यातलीच असोशी कमी झाली असावी. किंवा आता श्रीकृष्णाला त्याच्या घरी जाऊन पुन्हा भेटल्याशिवाय तिची उदासीनता कमी होणार नव्हती म्हणून असेल, पण तिनं विमलचं ऐकलं. आपला सगळा साजशृंगार, अंगावर घातलेले दाग-दागिने, नेसलेली भरजरी घागरा चुनरी हे सगळं बदलून तिनं एक केसरिया वस्त्रं नेसलं. मात्र त्याचा पल्लू डोईवरून घ्यायला ती विसरली नाही. सगळ्या सुखाचा, साजशृंगाराचा कायमचा त्याग करून मीरा जाण्यासाठी सिद्ध झाली. आपल्या केसरिया वस्त्राला साजेशी एकतारी, आणि चिपळ्या तिनं सोबत घेतल्या. मात्र विमललाच तिचं ते ओकंबोकं रूप बघवेना. अगदी लहानपणापासून अनेक तऱ्हेच्या साज-शृंगारानं नटलेली

मीरा बघायची विमलला सवय होती. तिला असं बघून विमलला भडभडून आलं. तिच्या डोळ्यांतून घळाघळा अश्रू वहायला लागले. क्षणभर तिनं विचार केला अन् ती धावत दूदाजींच्या महालात गेली. देव्हाऱ्यासमोर उभी राहिली. कृष्णमूर्तीला नमस्कार करून तिनं देव्हाऱ्याखाली असलेला खण उघडला. त्यात हात घालून तिनं त्यातल्या रुद्राक्षमाळा उचलल्या. तशीच धावत ती दिवाणखान्यात मीरा जिथं उभी होती तिथं आली. मीरेच्या गळ्यात तिनं एक रुद्राक्षमाळा घातली. आणिखी दोन माळा तिच्या दंडात बांधल्या. दोन मनगटात बांधल्या. आणि विमलच्या मनात आलं की आत्ता ही शोभते कृष्णाची जोगीण. डोळे पुसून तिनं मीरेचा हात धरला. आणि ती तिला घेऊन महालाबाहेर आली. महालाबाहेर पालखी घेऊन भोई उभे होते. विमलनं मीरेला पालखीत बसवली. आता ते भोई तिला पालखीतून मेडतियाच्या सीमेवर नेऊन सोडणार होते. तशी वीरमदेवाची आज्ञाच होती. भरल्या डोळ्यांनी विमलनं मीरेला निरोप दिला.

● ● ●

मेडतियाच्या सीमेवर मीरा उभी होती. तिच्या बाबूजींसोबत ती कितीदा तरी या सीमेपर्यंत आली होती. तेव्हा सोबत लवाजमा असायचा. पण आज मात्र ती एकटी उभी होती. अगदी एकटी. सोबत कुणीच नव्हतं. आता या क्षणी तिचा गिरिधर गोपालही तिच्यासोबत नव्हता. भोई निघून गेले. त्या तिढ्यावर ती उभी राहिली. चौफेर नजर फिरवली. उजाड, एकाकी माळ पुढं पसरला होता. एखादा चुकार घोडेस्वार इकडून तिकडं जाताना दिसत होता. तेवढीच काय ती त्या रणरणत्या वातावरणाला जाग येत होती. बाकी पुन्हा नीरव शांतता. अस्वस्थ मनानं तिथं उभं राहून मीरा गाऊ लागली,

बंसीवारा आज्यो म्हारे देस।
सावरी सूरत वारी बेसे॥।
ऊं ऊं कर गया जी, कर गया कौल अनेक
गिणता गिणता घस गई म्हारी आंगलिया री रेख॥
मैं बैरागण आदिकी जी थारे म्हारे कदको सनेस।
बिन पाणी बिन साबुन जी, होय गई धोय सफेद॥
जोगण होय जंगल सब हेरूं, छोड ना कुछ सैस।
तेरी सुरत के कारण जी म्हे, घुंघरवाला केस।
मीरा के प्रभु गिरिधर मिलियां दूनों बढ़े सनेस॥

मीरा श्रीकृष्णाला बोलवू लागली. पण तो तसा येणार नव्हता. मीरेलाच जावं लागणार होतं. त्याच्या गावी, त्याच्या घरी. वृंदावनला. आणि मीरा निघाली. वृंदावन कितीतरी

योजनं दूर होतं. पण तिचा गिरिधर गोपाल तिथं होता. मीराला त्याच्याकडं जायचंच होतं. आत्तापर्यंत पालखीतून फिरणारी, घोड्यावरून जाणारी, रथातून हिंडणारी ही राजस्नुषा मीरा प्रियतम कृष्णाच्या ओढीने तळपत्या उन्हांत, रणरणत्या हवेत, तापलेल्या जमिनीवरून, रसरसत्या वाळूतून अनवाणी पायांनं निघाली होती. आतापर्यंत ज्या पावलांना मखमली गालीच्यांशिवाय, फुलांच्या पायघड्यांशिवाय आणि मेहंदी, आलत्याशिवाय कशाचाही स्पर्श झाला नव्हता, ती पावलं आज खडकाळ जमिनीवरून, तापलेल्या वाळूतून, भाजणाऱ्या फुकाट्यातून, काट्याकुट्यातून, पत्थरातून, धुळीतून, कचऱ्यातून वाट तुडवत होती. ही त्या श्रीकृष्णाच्या प्रेमाची ओढ होती की मीरेचं प्राक्तन? हे प्रेमाचं सामर्थ्य होतं की नियतीचा खेळ? ही कृष्णभक्ती होती की नशिबाचा डाव? आणि काय होता याचा शेवट? प्रेमाची पूर्ती की मीरेचा अंत? यातल्या एकाही प्रश्नाचं उत्तर ना मीरेकडं होतं ना तिच्या भक्तीकडं ना प्रेमाकडं! श्रीकृष्णाला भेटून आपल्या आयुष्याचं सार्थक करण्यासाठी मीरा निघाली होती वृंदावनाला.

कधी चालत, कधी धावत, कधी बैलगाडीतून असा मीरेचा प्रवास चालला होता. मनस्विनी मीरा श्रीकृष्णाचं नाव घेत, त्याची भजन गात मार्गक्रमणा करत होती. केसरिया वस्त्र धारण करून जोगिणीचा वेश घेतला असला तरी देखणं रूप, तेजस्वी चेहरा लपत नव्हता. वागण्यातली अदब तिचं उच्च कुळ पदोपदी दाखवत होती. बघणाऱ्याला लगेच समजत होतं की, ही कोणीतरी मोठ्या कुळातली आहे.

मध्येच असं घडलं की, चितोडला राहणारा कोणीतरी वाटेत मीरेला भेटला. त्यानं मीरेला ओळखलं आणि 'बहुराणी' असं तिला संबोधलं. आश्चर्यानं तो तिच्या अवस्थेकडं बघू लागला. आणि ही राणा संग याची बहू मीरा आहे ही बातमी पसरायला वेळ लागला नाही. मग मात्र अनंत यातनांना मीरेला तोंड द्यावं लागलं. लोक तिला नाव ठेवू लागले. कुलकलंकिनी म्हणू लागले. हसू लागले. तिची चेष्टा करू लागले. कुणी कुणी तर तिला दगडही मारू लागले. कृष्णाला पती मानल्यापासून मागं लागलेलं तिचं दुर्दैव आत्ताही तिची पाठ सोडणार नव्हतं. सोडत नव्हतं. श्रीकृष्णाच्या प्रेमापायी मीरेला काय काय सोसावं लागणार होतं, ते एक तो श्रीकृष्णच जाणे! मीरा मात्र श्रीकृष्णाची भजनं गाण्यात दंग होती. लोक आपल्याला चिडवताहेत, नावं ठेवताहेत, दगड मारताहेत, यापैकी कोणतीही बाब तिच्या खिजगणतीत नव्हती. तिचं एकच ध्येय होतं - श्रीकृष्णाची भेट, तिचा एकच ध्यास होता - वृंदावन, तिचा एकच ठिकाणा होता - वृंदावन! तिला दुसरं काही दिसत नव्हतं, दुसरं काही सुचत नव्हतं, दुसरं काही ऐकायला येत नव्हतं. लोक बोलत होते. हसत होते, नावं ठेवत होते, कुचेष्टा करत होते, निंदा करत होते. तिचा, तिच्या कुलाचा, तिच्या संस्कारांचा उद्धार करत होते. पण मीराला यातलं काही ऐकायला येत नव्हतं. उलट ती श्रीकृष्णाला सांगत होती,

राणाजी मुझे यह बदनामी लगे मीठी।
कोई निंदो कोई बिंदो मैं तो चलूँगी चाल अनूठी॥
साँकडी गली में सत्गुरू मिलिया क्यू कर फिर अपूठी॥
सत्गुरू जी सूँ बातज करतां, दुरजन लोगां ने दीठी॥
मीरा के प्रभु गिरिधर नागर दुरजन जलो जा अंगिठी॥

आणि ते खरंच होतं. श्रीकृष्णावरून, त्याच्या भक्तीवरून, मीरेच्या त्याच्यावर असलेल्या प्रेमावरून, तिला लागलेल्या त्याच्या ओढीवरून लोक बोलत. कुचेष्टा करत. मीरेला बदनाम करीत. पण खरोखरच मीरेला त्यांचं ते चिडवणं, कुचेष्टा करणं, बदनामी करणं आवडायचं. तिला वाटायचं, लोक श्रीकृष्णावरून आपल्याला चिडवताहेत, आपली बदनामी करताहेत म्हणजे श्रीकृष्ण आपला आहे आणि आपण श्रीकृष्णाच्या आहोत, हे लोकांनी मान्य केलं आहे. म्हणून तर ती बदनामी तिला आवडायची. लोकांची अशी कुचेष्टा, बदनामी सोसत मीरा वृंदावनचा रस्ता चालत होती. अविरत, कुठेही न थांबता.

बघता बघता दोन महिने उलटले. आणि पावसाळा सुरू झाला. धो-धो पाऊस पडू लागला. पावसाला वाटलं असावं, आता तरी मीरा थांबेल. पण श्रीकृष्णाची ओढ एवढी तीव्र होती की, धुँवाधार पावसातही मीरा थांबायची नाही. चालत राहायची. अगदीच पावसानं समोरचं दिसेनासं झालं तरच ती काही वेळ थांबायची. कधी कधी मीरेला चांगली लोकंही भेटायची. तिच्या कृष्णभक्तीचं ती कौतुक करायची. तिचा आदर करायची, तिची विचारपूस करायची. तुफान पाऊस असेल तर तिला थांबायला सांगायची. सर्वस्वाचा त्याग करून श्रीकृष्णाच्या भेटीसाठी वेडी झालेली मीरा बघून त्यांनाही तिच्या त्यागाचं कौतुक वाटायचं. पाऊस पूर्ण थांबेपर्यंत ते तिला तिथंच थांबण्याची आग्रह करायचे. पण मीरा त्यांना उत्तर द्यायची,

चालाँ वाही देस प्रीतम पावाँ चालाँ वहीं देस।
कहो तो कुसुमल साडी रंगावाँ, कहो तो भगवा भेस॥
कहो तो मोतियन माँग भरावा, कहो छिरकवाँ केस॥
मीरा के प्रभु गिरिधर नागर, सुण गयो बिडद नरेस॥

तिचं हे उत्तर ऐकून मग लोक गप्प बसत. आपला आग्रह सोडत अशातच श्रावण महिना लागला ऊन पावसाचा खेळ सुरू झाला. कृष्णाष्टमी आली. त्या दिवशी मीरा चंदेरिया गावात होती. पावसानं सकाळपासनं ताल धरला होता. आज श्रीकृष्ण अष्टमीला तर मीरा अतिशय आनंदात होती. तिच्या श्रीकृष्णाचा जन्मदिवस होता आज! श्रीकृष्णाच्या भेटीची, त्याच्या दर्शनाची, त्याच्या आलिंगनाची एक वेगळीच ओढ मीरेच्या मनाला

लागून राहिली होती. चंदेरिया गावातल्या एका मंदिरात ती थांबली होती. असाच तर तिचा दिनक्रम होता. दिवसभर चालत राहायचं. ऊन, वारा, पाऊस कशाचीच तमा करायची नाही. कुणी वाटसरू समजून काही खायला दिलं तर खायचं, न पेक्षा नुसतं पाणी प्यायचं, दिवस मावळेपर्यंत, अंधार पडेपर्यंत चालायचं, अंधार पडला की एखादं छोटंसं असलं तरी गाव गाठायचं, तिथं एखाद्या मंदिरात किंवा कोणाच्या तरी अंगणात किंवा कोणाच्या तरी घराजवळच्या झाडाखाली मुक्काम करायचा. मंदिर असेल तर पहाटे उठून तिथली झाडलोट करायची, घर असेल तर पहाटे बागेला पाणी घालायचं. काही दोन घास मिळायचे ते खायचे. केवळ आणि केवळ श्रीकृष्णाची भेट होईपर्यंतहा देह टिकवायचा म्हणून खायचं. आणि दिवस उजाडता पुन्हा चालायला सुरुवात करायची. याच दिनक्रमानं तिनं दोन-तीन महिने मार्गक्रमण केलं होतं. आणि आता श्रावण लागला होता. मीरेचा आवडता महिना. कारण या महिन्यात श्रीकृष्ण जन्म होता.

पावसानं ताल धरला होता. मीरेलाही राहावलं नाही. ती धावतच पावसात गेली. श्रावणाच्या रिमझिम धारा अंगावर पडायला लागल्या. तिला वाटलं सशस्त्र हातानी श्रीकृष्ण आपल्याला आलिंगन देतो आहे. त्याच्या भेटीची आस, आणि त्याच्या विरहाची आग त्या शीतल धारांनी शांतवायला सुरुवात केली आणि त्या पावसाच्या धारात नाचत मीरा गाऊ लागली,

बरसे बदरिया सावन की।
सावन की मनभावन की॥
सावन में उमग्यों मेरो मनव।
भनक सुनी हरि आवन की॥
उमडु घुमडु चहुं दिसीसे आयो।
दामण दमके झर लावन की॥
नांन्ही नांन्ही बूँदन मेहा बरसै।
सीतल पवन सोहावन की॥
मीरा के प्रभु गिरिधर नागर।
आनंद मंगल गावन की॥

पुन्हा पुन्हा आळवून, मीरा गात होती आणि त्या पावसाच्या थेंबांच्या तालावर मोरासारखी नाचत होती. आपलं गाणं ऐकायला आणि नृत्य बघायला चंदेरिया आखखा गाव लोटला आहे याचंही तिला भान नव्हतं. जितका वेळ श्रावणधारा बरसत होत्या तितका वेळ मीरा त्या धारांत नाचत होती. कदाचित शेवटी पाऊसच दमला असावा. धारा पडायच्या थांबल्या आणि मीरेला कौतुकानं शाबासकी देण्यासाठी सूर्य स्वत:

ढगातून बाहेर आला. पाऊस थांबला तशी मीरा ही नाचायची थांबली. ती थांबली तशी जमलेले लोकही पांगले. पण मीरासोबतच ती गाताना आणि नाचताना बघून आपलंही भान हरपलं होतं हे गावकऱ्यांना घरी गेल्यावर समजलं. फुलाचा गंध मातीला लागतो म्हणतात. मीरेच्या या अनुपम कृष्णभक्तीचा गंध चंदेरिया गावातल्या लोकांना लागला होता, हे खरं!

मीराला आता मेडतियामधून बाहेर पडून सहा महिने झाले होते. आता पावसाळाही संपला होता. मीरा आता राजस्थान आणि उत्तर भारताच्या सीमेवर पोचली होती. ढोलपूर नावाचं गाव. तिथं एक छोटंसं श्रीकृष्णाचं मंदिर होतं. मीरा त्या मंदिरात पोचली तेव्हा संध्याकाळ सरली होती. मंदिराचे पुजारी केशवप्रसाद मंदिरात सांजदिवा लावत होते. त्या सांजदिव्याचा मंद प्रकाश मूर्तींच्या चेहऱ्यावर पडला होता. हातभर उंचीची ती बासरी हातात धरलेली श्रीकृष्णाची मूर्ती त्या सोनेरी प्रकाशात अतिशय सुंदर, देखणी दिसत होती. मूर्तीकडं बघता बघता मीरेला जाणवलं की, ती मूर्ती तिला काहीतरी सांगत होती. मीरेनं त्या मूर्तींच्या डोळ्यांत दिसलं आमंत्रण, प्रतीक्षा, उत्सुकता, आतुरता आणि आनंद. तो भाव समजला आणि मीरा आनंदली. त्या मूर्तीसमोर बसूनच ती गाऊ लागली.

मेरे तो गिरिधर गोपाल दूसरो न कोई॥
जाके सिर मोर मुकुट मेरो पति सोई॥
तात मात बंधु आपनो न कोई॥
छाँडि दी कुल की कानि कहा करिहै कोई॥
संतन ढिग बैठि बैठि लोक लाज खोई॥
चुनरी के किये टूक ओढ़ लीन्ही लोई॥
मोती मूँगे उतार बनमाला पोई॥
आसुंवन जल सींचि सींचि प्रेम बेलि बोई॥
अब तो बेल फैलग आणद फल होई॥
दूध की मथनियाँ बडे प्रेम से बिलोई॥
माखन जब काढि लियो छाछ पिये कोई॥
भगत देख राजी हुं जगत देखि रोई॥
दासी मीरा लाल गिरिधर तारो अब मोही॥

मीरानंही भजन गाऊन त्या मूर्तीला जणू आश्वस्त केलं. तिनं बांधलेले शब्द, त्यातली उत्कटता, त्यातली आश्वस्तता, त्यातली असोशी, उदाहरण देऊन प्रेमाचं केलेलं विश्लेषण हे सगळं केशवजींनी बघितलं आणि ही कोणी तरी श्रीकृष्णाची महान भक्त आहे हे त्यांच्या लगेच लक्षात आलं. त्यांनी सांजदिवा लावला. श्रीकृष्णाला दूध-

पोह्याचा भोग चढवला आणि काही क्षण ते श्रीकृष्णासमोर हात जोडून उभे राहिले. मीरा बाजूलाच डोळे मिटून बसली होती. केशवजी श्रीकृष्णाला म्हणाले, 'कन्हैया, ही कोणीतरी तुझी भक्त दिसतेय. पण चेहरा कसा फिकुटला आहे. किती दिवस पोटभर जेवली नसावी, असं वाटतंय. मी हे मूठभर पोहे आणि वाटीभर दूध आणलंय. तुला भोग चढवण्यासाठी. हे मी या देवीला देतो. पण कन्हैया हे एवढंसं खाऊन तिचं पोट भरेल काय? आता तूच काहीतरी कर!'

केशवप्रसादांनी श्रीकृष्णाला हात जोडले. डोळे मिटून त्याला मनोभावे साकडं घातलं. नंतर त्यांनी दूध-पोह्याचा तो वाडगा उचलला. मूठभर पोहे असलेला तो वाडगा आता चांगलाच जड लागत होता. केशवप्रसादांनी समईच्या उजेडाजवळ नेऊन त्या वाडग्यावर नजर टाकली. तो वाडगा दूध पोह्यांनी काठोकाठ भरला होता. त्यातून दूधही ओसंडून वहात होतं. ते बघितलं आणि केशवप्रसादांचे डोळे भरून आले. काय नव्हतं त्या वाहणाऱ्या अश्रूंत? श्रीकृष्णाच्या लीलेचं कौतुक, त्याच्या विषयीची कृतज्ञता, त्या भक्त स्त्रीचं आता पोट भरेल म्हणून झालेला आनंद, वाटलेलं समाधान, तिच्या भक्तीच्या श्रेष्ठत्वाबद्दल याचा झालेला आनंद! फक्त आपण अतिथीचा पाहुणचार करू शकलो याचा झालेला आनंद! फक्त एकच शंका त्यांच्या मनात सतत उद्भवत होती ती म्हणजे आपण घरातून पोहे आणले होते ते मूठभरच होते की वाडगाभर? आणि दूध आणलं होतं ते वाटीभर होतं की वाडगाभर? पण या शंका त्यांनी झटकून टाकल्या. श्रीकृष्णाला नमस्कार करून तो दूध पोह्यांनी भरलेला वाडगा त्यांनी मीरेसमोर ठेवला आणि प्रेमळ स्वरात म्हणाले, ''देवी, मी जाणत नाही आपण कोण आहात? पण हे पोहे म्हणजे श्रीकृष्णाला चढवलेला भोग आहे. त्याला चढवून झालाय. आता तो तुम्ही खा! आणि इथेच मंदिरात निर्धास्तपणे मुक्काम करा. सकाळी उठून पुढच्या रस्त्याला लागा! इथून पुढं थोडं जंगल आहे. तुम्ही चांगलं उजाडल्यावर बाहेर पडा. म्हणजे जंगलात काही धोका होणार नाही. जंगलात हिंस्र पशू आहेत. ते उजेडात बाहेर पडत नाहीत. धोलपूरचे काही गुराखी दिवसा तिथं आपलं गोधन चरायला घेऊन येतात. तेव्हा तुम्ही दिवसा निर्धास्तपणे जा. आपण कुठे जाणार आहात?''

श्रीकृष्णाचा चढवलेला भोग आपल्याला मिळतोय, या गोष्टीमुळं आनंदून मीरेनं तो वाडगा घेतला. केशव प्रसादांचे आभार मानत ती म्हणाली, ''आचार्य, धन्यवाद. हे मला माझ्या श्रीकृष्णानंच दिलंय. मी ते आनंदानं खाईन. आचार्यजी, मी मीरा. मी माझ्या गिरिधर गोपाललला भेटायला वृंदावनला जाते आहे, तो माझा पती आहे.'' मीरेचं हे बोलणं ऐकून केशवजी बुचकळ्यात पडले. 'ही बाई शहाणी आहे की वेडी? मगाशी हिनं उत्कट शब्दरचना करून अभंग गायला. आपली ओळख सांगितली. आणि आता म्हणतीय कृष्ण माझा पती आहे. आणि त्याला भेटायला ही वृंदावनला

चालली आहे?' मनात उद्भवलेल्या शंकेचं उत्तर केशवजींना मिळेना. त्यांनी मीरेकडं पाहिलं. ती पोहे खाण्यात दंग होती. एक नजर श्रीकृष्णाकडं टाकून त्याला नमस्कार करून ते मंदिराबाहेर पडले. घरी पोहोचेपर्यंत मीरा शहाणी की वेडी, या प्रश्नाचं उत्तर त्यांना मिळालं नव्हतं.

मीरा शिरस्त्याप्रमाणं पहाटे उठली. मंदिर पूर्ण झाडून स्वच्छ केलं. पाठीमागच्या विहिरीतलं पाणी शेंदून आणून सडा घातला. सुंदर रांगोळी रेखाटली. त्याच विहिरीवर स्नान केलं. तोवर पुरतं उजाडलं होतं. केशवजी काकड्याला आले तर मंदिराचं पालटलेलं रूप पाहून चकित झाले. मीरा काकडआरती झाल्यावर निघाली. तिला निरोप देताना का कोण जाणे, केशवजींना भरून आलं. त्यांचा निरोप घेऊन मीरा निघाली. ढोलपूर मागे पडलं. काही अंतर गेल्यावर जंगल सुरू झालं. घनदाट जंगल. दाट झाडी. जंगलाबाहेर छान ऊन होतं. पण जंगलात शिरल्यावर उन्हाचा मागमूसही नव्हता. सूर्याचे किरण त्या दाट झाडीतून खालीपर्यंत पोचतच नव्हते. मीरा चटचट पावलं टाकत पुढं जात होती. केशवजींनी सांगितलं होतं की जंगलात हिंस्र पशू आहेत. त्यांनी हेही सांगितलं होतं की ते उजेडात, दिवसा बाहेर येत नाहीत. पण जंगलात अजून उजेड कुठे होता? पण केशवजींनी सांगितलं होतं की काही गुराखी गोधन चरायला जंगलात येतात. त्याच दिलाशावर मीरा पुढं पुढं जात होती. पण ढोलपूरचं जंगलही तसं विस्तीर्ण होतं. मनातून श्रीकृष्णाचं नाव घेत मीरा पुढं पुढं चालली होती. अर्ध जंगल तरी ती ओलांडून आली होती. आता झाडी आणखीच दाट झाली. उजेड अजूनच कमी झाला. पायाखाली पडलेल्या वाळलेल्या पानांवर मीरेची पावलं पडत होती आणि त्याचा चर्रर्-चर्रर् असा आवाज येत होता. त्या घनदाट झाडीत, जंगलाच्या त्या नीरव शांततेत आपल्या पावलांखाली चुरगळल्या जाणाऱ्या वाळलेल्या पानांचा तो आवाजच जणू मीरेला सोबत करत होता. त्या आवाजानं का होईना पण मीरेला स्वत:च्या आणि भोवतालच्या अस्तित्वाची जाणीव तरी होत होती. मीरा पुढं पुढं चालत होती.

अचानक... अचानक कुठूनसं एक काळंकभिन्न अस्वल आलं आणि मीरेपुढे उभं राहिलं. मीरेला आधी ते दिसलंच नाही. पण त्यानं जबडा उघडला आणि तेव्हाच मीरेच्या लक्षात त्याचं अस्तित्व आलं. ती तिथल्या तिथं थबकली. तिला धड पुढं जाताच येईना. धड मागे पळण्यासाठी पाय उचलेनात. थंडी तर होतीच. पण भीतीनं जणू मीरा गोठली. श्वासही तिनं रोखून धरला. 'आता इथंच आपला शेवट होणार! वृंदावनात जाऊन श्रीकृष्णाला भेटण्याची इच्छा अधुरी राहणारव कृष्णा, कन्हैय्या, धाव आता. तूच मला वाचव!'

प्रभुजी मैं अरज करूं छूं। म्हारो बेडो लगा ज्यो पार॥
इण भव में मैं दुख बहु पायो। संसासोग-निवार॥
अष्ट करम की तलब लगी है। दूर करो दुख-भार॥
यो संसार सब बह्यो जात है। लख चौरासी धार।
मीराके प्रभु गिरिधर नागर। आवागमन निवार॥

मीरानं श्रीकृष्णाचा धावा केला. डोळे गच्च मिटून घेऊन ती निश्चल उभी राहिली. 'आता कुठल्याही क्षणी ते अस्वल आपल्यावर हल्ला करेल. कृष्णा, मग संपलं सगळं!' मीरेनं जणू श्रीकृष्णाला शेवटची हाक मारली. 'कृष्णाऽऽ कन्हैय्याऽऽ!' आणि अचानक… अचानक कुठुनसा पन्नास एक गाईंचा कळप जोरजोरात धावत तिथं आला. त्यांच्या धावत येण्यानं मोठा आवाज होत होता. धावत येण्याबरोबर त्या जोरजोरात हंबरतही होत्या. जणू त्या मीरेला सांगत होत्या, 'घाबरू नकोस, आम्ही आलोत!' त्या गायींच्या तशा धावत येण्यानं आणि त्या आवाजानं ते अस्वल घाबरलं आणि त्या गायी आपल्याकडंच येताहेत हे बघून मागच्या मागं धावत सुटलं आणि झाडीत दिसेनासं झालं. गायींच्या त्या आवाजानं मीरेनं डोळे उघडले. अस्वल झाडीत पळालेलं तिनं बघितलं. त्या धावत आलेल्या गायी मीरेला ओलांडून तशाच धावत पुढे गेल्या. त्यांच्यापाठोपाठ दोन गुराखीही काठी घेऊन धावत गेले. मीराकडं त्यांचं लक्षही गेलं नाही. त्या गायी, ते गुराखीही दूर गेले. मीरा मात्र काही क्षण तशीच उभी होती, आभार श्रीकृष्णाचे मानायचे की त्या गायींचे, असा विचार करत. काही वेळानं स्वतःला सावरून तिनं चालायला सुरुवात केली. आता वृंदावन जवळ आलं होतं.

१७

मीरा वृंदावनात पोचली, तेव्हा संध्याकाळ झाली होती. वृंदावनाच्या घराघरातून 'राधे कृष्ण, गोपाल कृष्णा'चे स्वर ऐकायला येत होते. त्या स्वरांनी वातावण भरलं होतं. भारलं होतं. वृंदावनात सगळीकडं एक पवित्र गंध दरवळत होता, श्रीकृष्णाच्या जपाचा, त्याच्या भक्तीचा, ते वातावरणच मीरेला मोहून गेलं. तिला रैदासांचे शब्द आठवले. तिनं रैदासांना गुरू मानलं होतं. रैदासही श्रेष्ठ कृष्णभक्त होते. मीरेची कृष्णभक्ती त्यांच्या कानावर आली. तेव्हा ते मेडतियाला मीरेला भेटायला आले होते. तेव्हा त्यांनी मीरेला सांगितलं होतं, 'खरी कृष्णभक्ती अनुभवायची असेल श्रीकृष्णाची, त्यांच्या अस्तित्वाची अनुभूती घ्यायची असेल तर एकतर वृंदावनाला जा किंवा द्वारकेला जा. तिथल्या मातीच्या कणाकणांत, हवेच्या कणाकणांत श्रीकृष्ण भरलेला आहे.' रैदासांनी सांगितलेला हा सल्ला मीरेने शिरोधार्य मानला. आणि मेडतिया सोडायची वेळ आल्यावर ती वृंदावनला आली. मात्र इथं आल्यावर रैदासांनी जे सांगितलं होतं त्याचं प्रत्यंतर तिला पावलोपावली येत होतं.

मीराही कृष्णमय झाली होती. आणि वृंदावनही कृष्णमयच होतं. आता मीरा इथं राहणार होती. आणि केवळ कृष्णभक्ती करणार होती. प्रेम करणार होती तिच्या श्रीकृष्णावर, भजनं लिहिणार होती तिच्या श्रीकृष्णाची, भजनं गाणार होती आणि नाचणारसुद्धा होती. आता तिला गाण्या-नाचण्यापासून कुणीच अडवू शकत नव्हतं, थांबवू शकत नव्हतं. कारण आताच वृंदावनातून हिंडता हिंडता तिनं बघितलं होतं, किती तरी साधू-साध्वी श्रीकृष्णाचं भजन गात नाचत रस्त्यावरून चालले होते. ते बघून मीरेला तर अत्यानंद झाला. आता ती मनसोक्त गाणार होती, नाचणार होती. श्रीकृष्णावर प्रेम करणार होती.

आज मोहे लागे वृन्दावन नीको॥

घर घर तुलसी, ठाकुर सेवा दरसन गोविन्द जीको

निरमल नीर बहत जमुना में भोजन दूध दही को,

रतन सिंहासण आप विराजै, मुकुट धरे तुलसी को,

कुंजन कुंजन फिरत राधिका, सबद सुणत मुरली को,

मीरा के प्रभु गिरिधर नागर, भजन बिना नर फीको,

हे सगळं न्याहाळत मीरा श्रीकृष्ण मंदिरात पोचली. श्रीकृष्ण मंदिरात रैदासांनी त्यांची भेट झाली, तेव्हा तिला सांगितलं होतं, 'तू कधी वृंदावनला गेलीस तर या कृष्णमंदिरात जा. तिथं तुझी राहण्याची सोय होईल. वृंदावनात खूपच कृष्ण मंदिरं आहेत. पण पंडित गोपालशास्त्री माझ्या परिचयाचे आहेत. मी त्यांना सांगून ठेवेन. तिथं जा. आणि मीरा पंडित गोपालशास्त्रीच्या कृष्ण मंदिरात आली.

गोपालशास्त्रींचं कृष्ण मंदिर! सुबक, लहानसं लाल दगडात बांधलेलं चार खणांचा सभामंडप, दोन खणाचा गाभारा. दोन खणांचा मंडप, पुढे अंगण, मागे अंगण.उरलेल्या दोन भागांत उंच उंच डेरेदार वृक्ष, त्या वृक्षाखाली बांधलेलं गोधन, गाभाऱ्यात श्रीकृष्णाची शुभ्र संगमरवरातली दोन हात उंचीची मूर्ती. मंदिराचा परिसर स्वच्छ, सुंदर, नीटनेटका. मीरा मंदिरात आली तेव्हा गोपालशास्त्री तिथं आले होते. मीरानं रैदासांचं नाव सांगितलं. तिनं रैदासांना गुरू मानलं, हे कळल्यावर त्यांना आनंद झाला. त्यांनी तिला तिथं राहायला आनंदानं अनुमती दिली आणि मीरेला परमावधीचा आनंद झाला. तिच्या श्रीकृष्णाच्या मंदिरातच आता ती राहणार होती. रात्रंदिवस त्याच्या सहवासात व्यतीत करणार होती. आता कुणी तिला तिशून घालवणारं नव्हतं. उठ म्हणणारं नव्हतं. ती राजस्नुषा असल्याच्या ओळखीचा गवगवा करणारं नव्हतं. आता इथं फक्त ती मीरा होती. श्रीकृष्णाची, तिच्या गिरिधर गोपालाची मीरा. फक्त मीरा. जशी रांझा फक्त हीरची होती तशी फक्त श्रीकृष्णाची मीरा!

मई जाउं रे जमुना पाणीया। एक पंथ दो काज सरे॥

जळ भरतु बीजु हरीने मलवू। दुनिया मोटी दंभोरे॥

अजाणपणमां कांहरे नव सुहलू। जशोदाजी आगळ राड करे॥

मोरली बजाडे बाळो मोह उपजावे। तलवल मारो जीन फफडे॥

वृंदावन में मारगें जाता। जन्म जन्मती प्रति मळे॥

मीरा कहे प्रभु गिरिधर नागर। भवसागर तो फेरो टळे॥

अशा उत्कट भावनेनं मीरा आता भजनं लिहीत होती. तितक्याच उत्कटतेनं ती भजन गात होती आणि तितक्याच उत्कटतेनं देहभान हरपून ती नाचत होती. अनिर्बंध, मुक्त, स्वैरपणे. मनस्वी मीरा.

मीरानं आता आपला दैनंदिन कार्यक्रम आखला. ती त्या मंदिरातल्या सभामंडपात गर्भगिराजवळ निजायची. निजतानाही तिची नजर श्रीकृष्णाच्या मूर्तीवर खिळलेली असायची. त्याची छबी डोळ्यात साठवतच ती निजायची. पहाटे लवकर उठायची. मंदिराच्या मागेच एक बावडी होती. तिचं पाणी शेंदून स्नान करायची. शूचिर्भूत होऊन मंदिराची झाडलोट करायची, मंदिर स्वच्छ पुसून काढायची. मग पुन्हा स्नान करून ती श्रीकृष्णाच्या पूजेची तयारी करायची. मंदिराच्या आवारात खूप फुलझाडं होती. कायम ती फुलांनी डवरलेली असायची. त्याची फुलं तोडून श्रीकृष्णासाठी सुंदर सुंदर हार बनवायची. मंदिराच्या आवारात तुळशीचंही बन होतं. तुलसीदल खुडून त्याचा सुंदर हार बनवायची. पूजेची सगळी तयारी करून ठेवायची. मग गोपालशास्त्री यायचे. मीरेचं काम बघून आनंदित व्हायचे. हे सगळं काम करत असताना मीरा श्रीकृष्णाची भजनं रचायची आणि गायची. तेही गोपालशास्त्रींच्या कानावर येई. मीरेची भजनं ऐकतच ते श्रीकृष्णाची पूजा बांधायचे, त्यांची पूजा करून झाल्यानंतर मीरा श्रीकृष्णाला सजवायची, नटवायची. त्याचे गुणगान करायची.

हारे जावो जावो रे जीवन जुठडां। हारे बात करता हमे दिठडां॥
सौ देखतां वालो आळ करे छे। मारे मन छो मीठ डारे॥
वृंदावननी कुंज गलीन में। कुब्जा संगे दीठ डारे॥
चंदन पुष्प ने माथे पटको। बली माथे घालात्या पछिडारे॥
मीरा कहे प्रभु गिरिधर नागर। मारे मनछो नीठडारे॥

कधी कधी ती श्रीकृष्णाशी अशी बोलायची की बघणाऱ्याला वाटावं की, श्रीकृष्णही तिच्याशी बोलतोय. तिचं तर असंच सांगणं होते, की तिचा कृष्ण तिच्याशी बोलतोय. मग ती

हारे मारे शाम काले मळजो। पेलां कहया बचन पाळजो॥
जमुना जळ पाणी जातां। मार्ग बच्चे वेहेला वळजो॥
बाळपजनी वाहिली दासी। प्रति करी परवर जो॥
वाटे आळन करिये वाहला। वचन कह्यु ते सुन जो॥
घणोज रहे थयाथी गिरिधर। लोकलज्जाथी बळ जो॥
मीरा कहे गिरिधर नागरा। प्रीत करी ते पाळ जो॥

असा त्याला प्रेमाच्या अधिकारात दम द्यायची, बजावून सांगायची.

रोज संध्याकाळी मंदिरात श्रीकृष्णाची आरती होई. खूप लोक आरतीसाठी जमत. आरती झाली की मीरा गायची, नाचायची. तिची भक्ती, तिची प्रीती, तिचं देहभान हरपून गाणं-नाचणं लोक विस्मयानं, कौतुकानं बघत राहत. काही स्त्री-पुरुष तिच्यासोबत गात नाचत. विशेष गोष्ट अशी की, कुणी तिला नावं ठेवत नव्हतं, निंदा करत नव्हतं, टोकत नव्हतं की रोखत नव्हतं. मीराच्या मनस्वी आनंदाला तिथं कुठलंच ग्रहण लागत नव्हतं आणि लागणारही नव्हतं. कारण इथं सगळेच कृष्णभक्त होते. कुणी कमी तर कुणी जास्त. त्यामुळे मीराची उत्कट भक्ती बघून सगळे लोकही भारावून जात असता.

> राधे देवो बांसरी मोरी। मुरली हमारी॥
> पान पान सब ब्रिंदावन धुंड्यो। कुंजगलीन में सब हेरी॥
> बांसरी बिन मोहे कलन परहे। पैंया लागत तोरी॥
> कारे सुं गावू आहेसूं बनाऊं। काहेसुं लाऊं गया घहेरी॥
> मीरा करे प्रभु गिरिधर नागर। चरण की मैं तो चित चोरी॥

असा कृष्णराधेचा संवाद भजनातून रचायची, गाऊन, नाचून साभिनय करून दाखवायची. तर कधी राधेचे गुणगान करताना तिच्या कृष्णप्रेमाबद्दल किंचित असूया प्रगट करायची,

> राधे तोरे नयनमों जदुबीर॥
> आदी आदी रातमों बाल चमके। झीरमीर बरसत नीर॥
> मोर मुकुट पीतांबर शोभे। कुंडल अलकत हीर॥
> मीरा कहे प्रभु गिरिधर नागर। चरण कमल शीर॥

असं राधेचं वर्णन करता करता श्रीकृष्णाचं वर्णन करायची. कधी बेभानपणे नाचताना,

> रंगेलो राणो कई पुरसो मारो राज्य।
> हुं तो छांडी छांडी कुलनी लाज॥
> पग बाधनों घुंगरा हात मों छीनी सतार।
> आपने ठाकुरजी के मंदिर नांचू वो हरी जागे दीनानाथ॥

असं आपलंही वर्णन करायची. एकंदरित वृंदावनमध्ये मीरा आनंदित होती. आनंदात होती. प्रसन्न होती. आणि ती प्रसन्न होती, म्हणून श्रीकृष्ण प्रसन्न होता.

मागत माखन रोटी। गोपाळ प्यारो मागत माखन रोटी॥
मेरे गोपालकू रोटी बना देऊंगी। एक छोटी एक मोटी॥
मेरे गोपालकू बीहा करुंगी। वृषभान की बेटी॥
मेरे गोपालकू झबला शिवाऊंगी। मोतन की लड छूटी॥
मीरा कहे प्रभु गिरिधर नागर। चरन कमलया लोटी॥

असे श्रीकृष्णाचे प्रसंग रंगवत त्यांत स्वतःला गोवत मीरा भजनं रचायची, गायची. नाचायची, कधी कधी

कोई देखो रे भैया। शाम सुंदर मुरलीवाला॥
जमुना के तीर धेनु चरावत। दधी घट चोर चुरैया॥
ब्रिंदावन के कुंजगलीन मों। हमकू देत झुकैय्या॥
ईत गोकुल उत मथुरा नगरी। पकरत मोरी भय्या॥
मीरा कहे प्रभु गिरिधर नागर। चरण कमल बनैया॥

असं इतरांना विचारत ती श्रीकृष्णाच्या खोड्या सांगायची. कधीकधी राधा-कृष्णाचा संवाद रचून गायची,

राधा पारी दे डारोनी बनसी हमारी॥
ये बनसी में मेरा प्रान बसत है वो बनसी गयी चोरी॥
ना सोने की ना रूपे की। हरहर बांस की पेरी॥
घडी एक मुख में घडी एक कर में। घडी एक अधर धरी॥
मीरा के प्रभु गिरिधर नागर। चरनकमल पर वारी॥

अशा सुंदर रचना करायची. त्या वृंदावनात मीरा अशी कृष्णमय झाली होती. तिला आता वृंदावनाला येऊन पाच वर्ष तरी झाली होती.

• • •

अशीच संध्याकाळची वेळ होती. मीरा फुलांच्या माळा करत बसली होती. अचानक गोपालशास्त्री आले. तिला म्हणाले, ''मीरा बेटी, तुला कुणीतरी भेटायला आलंय!''मीरेला नवल वाटलं. इथं मला भेटायला कोण येणार? ती उठणार एवढ्या 'घणी खम्मा ताई सा' असं म्हणत एक तरुण मुजरा करत तिच्या समोर उभा राहिला. अत्यंत देखणा,२४-२५ वर्षांचा तरणाबांड तो तरुण मीरेला 'ताईसा' म्हणत होता.

मीरा आश्चर्यांत पडली. 'हा तरुण कोण?' आणि आपल्याला हा 'ताईसा' म्हणतोय. म्हणजे हा आपल्या सासरच्या घरातला, राणाजींच्या कुळातला असावा. ते घर सोडून आपल्याला बरीच वर्षं झाली. मग हा तरुण कोण? मीरा विचार करत होती. पण तिला आठवेना. एवढ्यात तो तरुणच बोलला ''ताईसा, मी प्रताप! प्रतापसिंह! उदयसिंहांचा पुत्र! भोजजी माझे ताऊ. आणि तुम्ही ताईसा! मी तुमचा पुतण्या! प्रताप!'' त्या तरुणानं आपली ओळख सांगितली. आणि मीरेला आठवलं. ती चितोडगढला राहत होती तेव्हा राणाजींचे तिसरे पुत्र उदयसिंह तिथं कधीतरी असायचे. बहुधा ते कुठंना कुठं तरी युद्धात गुंतलेले असायचे. त्यांची पत्नी जयवंताबाई आणि प्रताप कधीतरी महालात दिसायचे. उदयसिंह आणि त्यांचा परिवार चितोडगढला दुसऱ्या महालात राहायचा. त्यामुळे मीरासोबत त्यांचा सहवास फारसा नसायचाच. अर्थात मीरा ही सासरच्या परिवारात कधीच फार रमली नाही. त्यामुळंच तिनं प्रतापला ओळखलं नाही. पण त्यानं आता आपलं नाव सांगितलं, आपली ओळख सांगितली आणि मीरेला सगळं आठवलं. का कोण जाणे त्या प्रतापबद्दल मीरेच्या नजरेत माया दाटून आली.

प्रताप तिच्या शेजारी अंतर ठेवून बसला. त्याचं वागणं अत्यंत अदबीचं होतं. फुलं गुंफता गुंफता मीरेनं विचारलं, 'राणाजी, इथं का आला आहात? मी माझं सासर-माहेर सगळं सोडून आले आहे. मी फक्त माझ्या श्रीकृष्णाची आहे. मी त्याचीच होते आणि त्याचीच असणार आहे.'' मीरेनं सांगितलं. प्रताप क्षणभर गप्प बसला. मग म्हणाला, ''ताईसा, मी जाणतो तुमची श्रीकृष्णावर किती भक्ती आहे ते! पण ताईसा, तुम्ही परत चितोडला चला! तिथं तुम्हाला हवी तशी, हवी तितकी श्रीकृष्णाची भक्ती करा. तुम्हाला कोणी अडवणार नाही. पण ताईसा चितोडगढ आता ओकाबोका झालाय. उजाड झालाय. दादीसा सती गेल्या. बुवासा सासरी गेल्या. माँ आजारी असतात. आम्हाला वाटलं होतं, भोज ताऊ गेल्यावर तुम्ही सती गेला असाल. पण...!'' ''पण मी सती गेले नाही प्रताप! युवराज, भोज लौकिक अर्थानं माझे पती होते. पण मी त्यांना पती कधीच मानलं नाही. मी लहानपणीच श्रीकृष्णाला पती मानलं होतं आणि आहे. मग युवराज भोजांच्या मृत्यूनंतर मी कोणत्या नात्यानं सती जायचं होतं? जगाला दाखवायला? नाही प्रताप! मला ते जमलं नसतं! मी माझा शृंगारही उतरवला नव्हता. कारण माझा पती श्रीकृष्ण आहे. प्रताप तुम्ही मला बोलवायला, न्यायला आला असलात तर तुम्ही परत जा. प्रताप, आता मी दुसऱ्या कोणाची नाही. आणि मला कोणी अडवूही शकत नाही. मी माझी आहे आणि मी त्या श्रीकृष्णाची आहे. त्याची भक्ती हेच माझं सर्वस्व आहे.'' मीरेनं प्रतापला मध्येच थांबवत सांगितलं.

प्रताप खाली मान घालून गप्प बसला होता. मान वर करून तो म्हणाला, ''ताईसा, मला माहीत आहे तुम्हाला या पायी खूप त्रास झाला आहे. खूप जाच झाला आहे.

तुमच्या बाबतीत घडलेली प्रत्येक गोष्ट मला माहीत आहे. मला ती रामदीन चाचांनी सांगितली आहे. रामदीन चाचा आता बूढे झाले आहेत. त्यांनीच मला सांगितलं की, तुम्ही सती गेला नाहीत आणि असलात तर कुठे तरी श्रीकृष्णाच्या मंदिरात असणार. म्हणून तुम्हाला शोधत इथे आलो. ताईसा, झालं गेलं सगळं विसरा आणि माझ्यासोबत चितोडला चला. अवघं चितोड तुमची प्रतीक्षा करत आहे. याल ना माझ्यासोबत?'' प्रतापनं विचारलं. त्याच्या स्वरात आर्जव भरलेलं होतं. मीरा क्षणभर काही बोलली नाही. फुलं गुंफत राहिली. मग मात्र

तेरो कोई नहीं रोकणहार मगन होई मीरा चली॥
लाज सरम कुल की मरजादा सिर सै दूर करी।
मान-अपमान दो धर पटके निकसी ग्यान गली॥
उंची अटरिया ताल किंवड़िया निरगुण सेज बिछी।
पंचरंगी झालर सुभ सोहै फूलन फूल कली॥
बाजूबंद कड़ूला सोहै सिंदूर मांग भरी।
सुमिरण थाल हाथ में लीन्हो सौभा अधिक खरी॥
सेज सुखमणा मीरा सौहे सुभ है आज घड़ी।
तुम जाओ राणा घर अपणे मेरी धांरी नांहि सरी॥

असं शब्दात गुंफून मीरानं सांगतलं. प्रतापला त्यातला निग्रह समजला. तो नाराज झाला. पण आता त्याला मीरेच्या मनाविरुद्ध काही करायचं नव्हतं. त्यानं परतण्याची तयारी केली. एकदा त्यानं मीरेच्या पायावर मस्तक टेकवून तिला वंदन केलं. ते वंदन ती त्याची ताईसा म्हणजे काकी होती म्हणून तर होतंच, पण त्यापेक्षा जास्त ते ती श्रेष्ठ कृष्णभक्त होती म्हणून होतं. मीरेनं त्याला आशिर्वाद दिला. म्हणाली, ''प्रताप, खूप मोठे व्हा! असा पराक्रम करा की, तुमच्या पूर्वजांपेक्षा तुमचं नाव अधिक गाजलं पाहिजे. हिंदुत्वाचं आणि आपल्या सनातन धर्माचं सदैव रक्षण करा. ते करताना जीवाची पर्वा करू नका. प्रताप असं शौर्य गाजवा की पुढच्या शंभर पिढ्यांनी तुमचं नाव काढलं पाहिजे. राणा प्रताप एक आदर्श ठरला पाहिजे. यशस्वी व्हा! खूप खूप मोठे व्हा! माझा श्रीकृष्ण आणि एकलिंगजी सदैव तुमच्या पाठीशी राहतील. त्यांचा आशिर्वाद सदैव तुमच्या सोबत राहील. प्रताप तुम्ही माझी आठवण ठेवून मला शोधत इथपर्यंत आलात. तुमच्या बरोबर मला येता येत नाही. मला माफ करा. मी माझ्या श्रीकृष्णाला सोडून आता कुठंच जाणार नाही.'' मीरेनं प्रतापला आशिर्वाद दिला. चार मायेचे शब्द सांगितले. जड मनानं मीरेचा निरोप घेऊन जसे आले तसे राणा प्रताप परत गेले.

राणा प्रताप परत गेले आणि मीरा पुन्हा आपल्या दैनंदिन कामात व्यस्त झाली. श्रीकृष्णाच्या पूजेत रंगून गेली. पण मीरेचं आयुष्य इतकं सरळ असतं तर कशाला हवं होतं? गोपालदास शास्त्री त्या कृष्णमंदिराचे मालक. रैदासांच्या सांगण्यावरून त्यांनी मीरेला तिथं आश्रय दिला. मीरेची भक्ती, तिचं कृष्णमयी असणं ती करत असलेली कृष्णसेवा, ती रचत असलेले अभंग, पदं हे सगळं बघून गोपालशास्त्री फार प्रभावित झाले. आणि हळूहळू ते मंदिराच्या बाबतीत मीरेवर अवलंबून राहू लागले. काही बाबतीत तिचा सल्ला घेऊ लागले. पण हे सगळं न बघवणारी एक व्यक्ती तिथं होती. गोपालशास्त्रींचा मुलगा हरदेव. मीरा येण्याआधी हरदेवच मंदिराची सगळी व्यवस्था बघत असे. ती बघत असताना श्रीकृष्णाला आलेली पक्वान्नं, तऱ्हतऱ्हेच्या मिठाया काजू, बदाम, पिस्ता असा सुकामेवा यावर त्याचाच हक्क असायचा. पण मीरा आली. गोपालशास्त्रीनी हळूहळू सगळी व्यवस्था तिच्याकडे सोपवली. आणि हरदेवाला राग येऊ लागला. आता त्याला श्रीकृष्णाला वाहिल्या जाणाऱ्या वस्तूंवर अधिकार गाजवता येईना. हरदेवाला मीरेचा राग येऊ लागला. त्याचा संताप होऊ लागला आणि मीरेला बदनाम करण्याची, तिला इथून पळवून लावायची तो संधी शोधू लागला.

मीरेची कृष्णभक्ती वृंदावनात सगळीजण जाणून होते. त्यामुळे त्याबाबत काही आक्षेप घेणं हरदेवाला शक्य नव्हतं. मग त्यानं इतर काही करता येतंय का, हे शोधायला सुरुवात केली. आणि त्यानं पाहिलं. एक देखणा, राजबिंडा तरुण मीरेला भेटायला आलाय. मीरा त्याच्याशी बराच वेळ बोलत बसली होती. आणि तो तिला आपल्यासोबतच येण्याचा आग्रह करत होता, हेही त्यानं ऐकलं. आणि त्याला कोलीत सापडलं. मीरेची बदनामी करायला त्याच्या हातात आता काहीतरी सापडलं होतं. त्यानं याचा फायदा घ्यायचा ठरवलं. आणि चार-चौघं आरतीच्या वेळी जमतील तेव्हा मीरेची यथास्थित बदनामी करायची आणि तिला इथून हाकलून लावायचं, असं त्यानं ठरवलं. आपण तिची एवढी आणि अशी बदनामी करू की ती ऐकल्यावर वृंदावनातील लोकच तिला हाकलून देतील, असा बेत त्यानं ठरवला. आणि तो आरतीच्या वेळी अमलात आणायचा, असंही ठरवलं. आणि तो दुसऱ्या दिवशीची वाट बघायला लागला.

दुसऱ्या दिवशी आरतीची वेळ झाली. मंदिरात लोकांची गर्दी झाली. मीरेनं आजही श्रीकृष्णाची अत्यंत सुंदर, सुबक आणि देखणी पूजा बांधली होती. लोक ती सुंदर पूजा बघून मीरेचं कौतुक करत होते. खरोखरच तिनं बांधलेली पूजा तिथं जमलेल्या लोकांचं लक्ष वेधून घेत होती. श्रीकृष्णाची मूर्तीसुद्धा आज अत्यंत देखणी दिसत होती. आणि श्रीकृष्णाच्या मूर्तीचा चेहराही आज मोठा प्रसन्न दिसत होता. आज श्रीकृष्णाला भोग चढवण्यासाठी भरपूर सुकामेवा आला होता. मिठाईचे पेटारे भरून आले होते. ती मूर्ख मीरा हे आलेलं सगळं लोकांना वाटून टाकत असे. याचाही हरदेवाला राग यायचा. तो

कधी कधी तिला याबद्दल टोकायचासुद्धा. पण मीरा त्या बाबतीत, त्याच बाबतीत नव्हे तर सगळ्याच बाबतीत निर्मोही होती. ती हरदेवाचं बोलणं कानाआड करायची. पण येणारा भोग प्रसाद म्हणून वाटायचा, आपला शिरस्ता तिने सोडला नव्हता. त्याचाही हरदेवाला संताप आला होता. 'ही काल आलेली कुणी तरी ऊपरी बाई. कानामागून आली आणि तिखट झाली. आली ते आली आणि सगळ्यावर कब्जा मिळवून बसली. मी इथं इतकी वर्ष काम करतोय, हे आमचं, म्हणजे माझ्या वडिलांच्या मालकीचं मंदिर असताना ही आत्ता आलेली बाई या सगळ्याचा ताबा घेऊन बसली आहे.' हरपाल जसजसा विचार करत होता तसतसा त्याचा संताप वाढत होता. 'आज मंदिरात आरतीसाठी गर्दी झाली आहे. आता या गर्दीचा फायदा घेऊन मीरेची यथेच्छ बदनामी करायची. काल तिला भेटायला आलेल्या तरुणावरून तिला कलंकिनी ठरवायचं, पापी ठरवायचं, व्यभिचारी ठरवायचं लोकांना सगळी हकीगत रंगवून सांगायची. आणि हिचं खरं रूप लोकांसमोर आणायचं. फार साध्वी असल्याचं, आणि कृष्णभक्त असल्याचं नाटक करते. लोकांना खरं समजलं म्हणजे लोक दगड मारतील, छी: थू करतील तेव्हा समजेल. मग पिताजींना आपल्याशिवाय मंदिराच्या व्यवस्थेसाठी कोणीच उरणार नाही. मग आपण सगळी व्यवस्था ताब्यात घेऊ. पिताजी ही आता वृद्ध झाले आहेत. त्यांनाही आता काम होत नाही. मग मंदिर आपल्याच ताब्यात! आपणच त्याचे मालक! सर्वेसर्वा!' हरदेव मनात मांडे खात होता.

बघता बघता मंदिरात गर्दी झाली. मंदिराचा सभामंडप माणसांनी भरून गेला. गोपालदासांनी आरतीला सुरुवात केली. शंभर ज्योती लावलेलं ते तबक गोपालदास श्रीकृष्णाच्या चेहऱ्याभोवती फिरवत होते. त्या ज्योतींचा सुवर्णप्रकाश मूर्तीच्या चेहऱ्यावर पडला होता. त्या सुवर्णतेजानं मूर्तीचा चेहरा आणखीच उजळला होता. त्या चेहऱ्यावर हास्य होतं, प्रसन्नता होती, आनंद होता. मीरा निरखून त्या चेहऱ्याकडे बघत होती. श्रीकृष्णाला चढवण्यासाठी आलेले ते छप्पन्न भोग ओळीनं मूर्तीसमोर मांडले होते. ते भोग चढवूनच गोपालदासांनी आरतीला सुरुवात केली होती. हरदेवाचं लक्ष राहून राहून त्या पक्वांन्नांकडं, सुक्या मेव्याकडं आणि त्या तऱ्हतऱ्हेच्या मिठायांकडं जात होतं. हरदेव त्या पक्वांन्नाकडं हावऱ्या नजरेनं बघत होता. आरती झाली. गोपालदासांनी आरतीचं तबक मीरेकडं दिलं, लोकांमधून फिरवण्यासाठी. मीरा तबक फिरवून लोकांना आरती देऊन आली. नंतर गोपालदासांनी तिला प्रसाद वाटायला सांगितलं. मीरा मिठाईचं ताट उचलणार तोच हरपाल म्हणाला, ''थांबावं पिताजी! या देवींनी प्रसाद वाटायचा नाही!'' ते ऐकून गोपालदास चकित झाले. लोकही आश्चर्यचकित झाले. ''रोज हाच तर शिरस्ता होता. मग आज काय झालं? आणि हरपालला असं एकदम संतापून बोलायला काय झालं?'' लोकांच्यात कुजबुज सुरू झाली.

आपल्या या आक्षेपाच्या एका वाक्यानं सगळ्यांचं लक्ष वेधून घेतलंय, हे लक्षात आल्यावर हरपालला आनंद झाला. मीरेची बदनामी करण्याकरता अपेक्षित पार्श्वभूमी तरी तयार झाली होती. आता तिला भेटायला आलेल्या त्या तरुणाबद्दल सांगून मीरेला बदनाम केलं की, काम होणार होतं. आपल्याकडं सगळ्यांचं लक्ष वेधलं गेलेलं बघून हरपाल पुढे झाला. कृष्णमूर्तींकडं पाठ करून लोकांना सामोरा झाला. आता हा काय बोलणार, या उत्सुकतेनं लोकही त्याच्याकडं बघू लागते. ते बघून हरपालला आनंदाच्या उकळ्या फुटल्या. आता मीरेला कलंकिनी ठरवून सगळ्यांना चकित करायचं असा विचार करून हरदेवानं बोलायला सुरुवात केली. ''लोक हो,'' तो एवढं बोलला आणि पुढं त्याचा आवाजच फुटेना. त्याच्या तोंडातून आवाजच येईना, शब्द बाहेर पडेनात. तो नुसतेच हातवारे करत होता. त्यात कधी तो त्या पक्वान्नांकडं बोट दाखवत होता, तर कधी कृष्णमूर्तींकडं. कधी त्याचा रोख मीरेकडं असायचा तर कधी तो गोपालदासांकडे बोट दाखवायचा. लोकांना कळेना हे काय चाललंय? याला काय बोलायचंय? पण त्याचे हातवारे बघून गोपालदासांच्या मात्र लक्षात आलं. ते हरदेवाला ते चांगलं ओळखून होते. मीरेबद्दल त्याच्या मनांत असूया आहे हेही ते जाणून होते. आत्ताही तो मीरेबद्दल काहीतर गरळ ओकणार होता हे ही त्यांच्या लक्षात आलं. पण मीरेबद्दल काही वाईटसाईट बोलण्याआधीच हरदेवाची वाचा गेली. ते बघून गोपालदास कडाडले, ''हरदेव, तू काहीतरी वेडवाकडं तेही मीरेबद्दल बोलणार होतास म्हणून तुझी वाचा गेली. गोपालकृष्णाला ते आवडणार नव्हतं. म्हणून ही शिक्षा झाली तुला. आता मीरेचे पाय धर व गोपालकृष्णाजवळ चूक कबूल कर. आणि वाचा आली की सगळ्या लोकांसमोर चूक कबूल कर.''

गोपालदासांनी हरदेवाला सुनावलं. आपली वाचा गेलेली बघून हरदेवालाही धक्का बसला. आपण केवढी मोठी चूक करत होतो हे त्याच्या लक्षात आलं. त्यानं धावत जाऊन मीरेचे पाय धरले. मीरेनं त्याला उठवला. त्याला घेऊन गोपालकृष्णासमोर उभी राहिली. मूर्तीला हात जोडले. 'जय श्रीकृष्ण' तिनं साद घातली. आणि पाठोपाठ हरदेवालाही उच्चारता आलं 'जय श्रीकृष्ण!' त्याची वाचा परत आली होती. त्यानं वाकून मीरेचे पाय धरले. मग उठून गोपालकृष्णासमोर आपल्या चुकीची कबुली दिली. मग लोकांकडे वळून म्हणाला, ''लोकहो, मला माफ करा. श्रीकृष्णाला चढवल्या जाणाऱ्या भोगांच्या मोहात पडून मी मीरादेवीना बदनाम करून इथून हाकलून द्यायचं ठरवलं होतं. पण ती माझी फार मोठी चूक होती. तुम्ही सर्वजण मला माफ करा. मीरादेवींची योग्यता मी ओळखू शकलो नाही. गोपालकृष्णा, तू ही मला क्षमा करा! पुन्हा असला अपराध माझ्याकडून होणार नाही.'' डोळ्यांत पाणी भरून स्फुंदत हरदेव म्हणाला. लोकही भारावले. मीरेची योग्यता, तिच्या भक्तीची प्रखरता त्यांना कळली होती. मीरा हात

जोडून डोळे मिटून मूर्तींसमोर बसली होती. कृष्णमूर्तींचा चेहरा आणखीच प्रसन्न दिसत होता. मीरा गाऊ लागली,

> हे री मैं तो प्रेम-दिवानी
> मेरो दरद न जाणे कोय।
> घायल की गति घायल जाणै
> जो कोई घायल होय॥
> जौहरी की गति जौहरी जाने,
> कि जिन जोहरी होय॥
> सूली ऊपर सेज हमारी
> सोवण किस बिध होय॥
> गगन मंडल पर सेज पिया की
> किस बिध मिलणा होय॥
> दरद की मारी बन बन डोलूं
> बैद मिल्य नहीं कोय॥
> मीरां की प्रभु पीर मिटेगी
> जद बैद सांवरिया होय॥

१८

त्या दिवशी गोपालकृष्ण मंदिरात घडलेला तो प्रसंग बाकी सगळी विसरली. पण मीरा मात्र तो प्रसंग विसरू शकली नाही. त्या एवढ्याशा सुक्यामेव्व्यासाठी आणि मिठाईसाठी हरदेवानं इतकं क्षुद्र मन करावं आणि आपल्याला इथून हाकलून देण्यासाठी असली अघोरी योजना आखावी आणि त्यात आपली बदनामी करण्याचा, आपलं चारित्र्यहनन करण्याचा कुटिल डाव आखाबा, ही गोष्ट तिच्या मनाला फार लागून राहिली. सगळी मानहानी, सगळी बदनामी, सगळा अपमान आपण आपल्या भूतकाळातील घटनांचा इथे मागमूसही नव्हता. ना तिच्या भूतकाळाबद्दल इथं कुणी विचारत होतं, ना तिच्या पूर्वायुष्याबद्दल कुणी विचारत होतं. इथं फक्त बघितली जात होती ती मीरेची कृष्णभक्ती. तिची कृष्णसेवा. तिचं कृष्णाविषयीचं प्रेम, तिचं अभंग रचणं, ते गाणं, त्या तालावर नाचणं! मीरेचं ते नाचणंही इथं कुणाला गैर वाटत नव्हतं. किंवा कुणी ती नाचली म्हणून तिला नावंही ठेवत नव्हतं. इथं तर कृष्णभक्तीत भान हरपून सगळीच नाचणारी होती. म्हणून तर मीरा इथं सुखी होती. आनंदी होती, प्रसन्न होती. तिच्या शब्दवैभवालाही इथं बहर आला होता. श्रीकृष्णाचा सतत मिळणारा सहवास, त्याचं निरंतर मिळणारं सान्निध्य मीरेची काव्यप्रतिभा खुलवत होतं, फुलवत होतं. मग कधी त्यात मीरा

प्रभु जी तुम दर्शन बिन मोय घड़ी चैन नहीं आवड़े।।
अन्न नहीं भावे नींद न आवे विरह सतावे मोय।
घायल ज्यूं घुमूं खड़ी रे म्हारो दर्द न जाने कोय।।
दिन तो खाय गमायो री, रैन गमाई सोय।
प्राण गंवाया झूरता रे, नैन गंवाया दोनु रोय।।

अशी कबुली द्यायची. आणि श्रीकृष्णानं आपलं ऐकावं म्हणून त्याला हे सगळं सुनवायची. तर कधी

असा त्याचा गौरव करून त्याला शाबासकी द्यायची. अशा प्रसन्न मन:स्थितीत वृंदावनात गेली पाच-सहा वर्षं राहणारी मीरा हरदेवाच्या प्रसंगानं नाराज झाली. दुखावली गेली. त्यात आणखी एक प्रसंग घडला.

वृंदावनात जसे सगळे कृष्णभक्त होते तसेच कृष्णाची भक्ती करणारे अनेक साधू, बैरागी, महंत तिथं राहत होते. त्यातच एक होते महंत जीव गोसाई. वृंदावनात त्यांचा खूप बोलबाला होता. त्यांचा स्वतःचा मठ होता. त्या मठात अनेक कृष्णभक्तांबरोबरच साधू, बैरागी यांना मुक्त आश्रय होता. जीव गोसाई फार मोठे कृष्णभक्त होते. त्यांचा शिष्यपरिवारही मोठा होता. मीरा बरेच दिवस त्यांचं नाव ऐकून होती. त्यांची भेट घ्यावी, असं अनेक वेळा तिच्या मनात येई. तिनं तसा प्रयत्नही केला. पण महंत जीव गोसाई सतत फिरतीवर असत. त्यामुळं मनांत असूनही मीरा त्यांची भेट घेऊ शकली नव्हती. ही गोष्ट गोपालदासांना माहीत होती. सध्या महंत जीव गोसाई यांचा मुक्काम वृंदावनातच आहे हे गोपालदासांना समजलं. तसं त्यांनी ती वार्ता मीरेला सांगितली. मीरेनं त्यांना भेटायला जायचं ठरवलं. मंदिराच्या एका सेवकासोबत मीरेनं त्यांना निरोप पाठवला की, 'मी कृष्णभक्त मीरा तुम्हाला भेटू इच्छिते! तर मी कधी येऊ शकेन?' तो सेवक मीरेचा निरोप घेऊन महंतांकडे गेला आणि त्यांनी दिलेला निरोप घेऊन उलटपावली परत आला. महंत जीव गोसाईंनी त्या सेवकासोबत निरोप पाठवला की, 'मी स्त्रियांना भेटत नाही. त्यामुळं मला भेटायला येण्याचं कारण नाही!'

हा निरोप ऐकून मीरा दुःखी तर झालीच. पण तिला थोडा रागही आला. तिनं एक पत्र तयार केलं आणि त्यात लिहिलं. 'जीव महंत नमस्कार, मी आपल्याला भेटण्याची इच्छा व्यक्त केली होती. पण मी स्त्री आहे असे सांगत आपण मला भेटण्यास नकार दिलात. क्षमा करा महंतजी. पण मी समजत होते की वृंदावनात एकच पुरुष आहे आणि तो म्हणजे श्रीकृष्ण. बाकी इथं असणारे सगळे भक्त गोपी बनून त्याची भक्ती करतात. पण आपल्या निरोपावरून समजले की, इथं आणखी एक पुरुष आहे आणि तो स्वतःला कृष्णभक्त म्हणवतो. क्षमा असावी.' असं पत्र लिहून मीरेनं त्या सेवकासोबत जीव गोसाईंकडे पाठवलं. जीव गोसाईंनी ते पत्र वाचलं आणि ते धावतच मीरेला भेटायला आले. मीरा कृष्णासमोर बसली होती. जीव गोसाई आले आणि त्यांनी मीरेचे पाय धरले. आणि म्हणाले, ''देवी, मला क्षमा कराव आपली भक्ती मी समजू शकलो नाही. नव्हे खरी भक्तीच मला समजली नाही. मला क्षमा करावी.'' मीरा हसली. म्हणाली, ''महंतजी, भक्ती करणं म्हणजे स्वतःला विसरणं. मग आपण स्त्री आहोत की पुरुष हा भेद लक्षांतच येत नाही!'' मीरेची पुन्हा एकदा क्षमा मागून महंत मठात परतले. त्यानंतर त्यांनी आपलं मत बदललं.

हा प्रसंग घडून गेला. पण त्याने मीरेच्या मनावर एक ओरखडा उमटवला. देवाची भक्ती हा एकच निकष का असू शकत नाही? त्यातही स्त्री आणि पुरुष हा असा भेद का? हे प्रश्न तिला राहून राहून सतावू लागले. आपण कृष्णभक्त आहोत एवढीच आपली ओळख असू शकत नाही का? की स्त्री म्हणून वेगळी भक्ती आणि पुरुष म्हणून वेगळी भक्ती असा प्रकार असतो? आपण गेली पाच-सहा वर्ष इथं राहतो आहोत. पण आपण कृष्णभक्त म्हणून ओळखले न जाता मीराबाई म्हणून ओळखला जात असू तर मग इथं राहण्यात काय रस राहिला? वृंदावनातच जर आपण भक्त म्हणून ओळखल्या जात नसू तर हे श्रीकृष्णाला जाऊन सांगितलं पाहिजे. मीरा कृष्णासमोर गेली. गाऊ लागली.

हरिनाम बिना नर ऐसा है।
दीपक बिन मंदिर जैसा है॥
जैसे बिना पुरुख की नारी है। जैसे पुत्र बिना मातारी है।
जलबिन सरोबर जैसा है। हरिनाम बिन नर ऐसा है॥
सशी बिन रजनी सोई है। जैसे बिना लोकनी रसोई है।
घरधनी बिन घर जैसा है। हरिनाम बिन नर ऐसा है॥
ठुठर बिना वृक्ष बनाया है। जैसा झुम संचरी नाया है।
गिनका घर पूतेर जैसा है। हरिनाम बिना नर ऐसा है॥
कहे हरि से मिलना। जहां जनममरण की नहीं कल्पना।
बिन गुरू का चेला जैसा है। हरिनाम बिना नर ऐसा है॥

मनांतली खदखद श्रीकृष्णाजवळ व्यक्त केल्यावर मीरेला जरा बरं वाटलं. पण का कोण जाणे, वृंदावनात घडलेल्या या दोन प्रसंगानं मीरेचं मन उदासलं. खिन्न झालं!

असं श्रीकृष्णाला विनवून मीरा आपली कामं करत राहिली. तिनं मनातली उदासीनता, खिन्नता, नाराजी सगळं बाजूला सारलं आणि रोजच्या मंदिरातल्या कामात स्वतःला गुंतवून घेतलं. हरदेवाची अचानक वाचा जाण्याच्या प्रसंगानं मीरेच्या कृष्णभक्तीचा अधिकार सगळ्यांना लक्षात आला होता. मीरेकडं ते विभूतिभावानं बघत होते. पण मीरेला तेही नको होतं. आपण कृष्णाची भक्त आहोत आणि तशीच राहणार आहोत, अशीच तिची भावना होती. पण वृंदावनात आता तिचं मन लागत नव्हतं हेही तितकंच खरं होतं.

अचानक एके दिवशी पहाटे तिला कुणीतरी हाक मारतंय, असं वाटलं. मीरा दचकून उठली. मंदिरात तर कुणीच नव्हतं. सभामंडपात ती आणि गर्भगारात तो, तो श्रीकृष्ण! 'तोच तर बोलला नसेल? त्यानंच तर हाक मारली नसेल? काय शब्द होते ते? 'मीरा, आता द्वारकेत ये ना! जिथं माझं राज्य आहे, ती जागा तुला बोलावते आहे, येशील ना?' हेच - हेच शब्द होते ते. हेच शब्द होते. तो मला द्वारकेत बोलावतोय. मला जायला पाहिजे. निघायला पाहिजे, लगेचच!' श्रीकृष्णाचा जणू आदेश आला आणि मीरा उठली.

अजून पहाटही पुरती झाली नव्हती.

पण मीरा उठली. मंदिराची स्वच्छता केली. विहिरीवर स्नान केलं. श्रीकृष्ण पूजेची तयारी केली. तोवर उजाडलं. गोपालशास्त्री आले. त्यांनी साग्रसंगीत पूजा केली. ते जायला निघाले, तशी मीरेनं त्यांना हाक मारली. आपल्याला पहाटे पडलेले स्वप्न सांगितलं आणि द्वारकेला जाण्याची अनुमती मागितली. मीरेविषयी गोपालशास्त्रींना प्रचंड आदर होता. तिची निरामय भक्ती ते जाणून होते. त्यांनी तिला तत्काळ जाण्याची अनुमती दिली. आणि द्वारकेत आचार्य ब्रिजकिशोरजी व्यास यांचं श्रीकृष्ण मंदिर आहे, तिथं तुझी निवासाची सोय होईल, असंही सांगितलं. आचार्यांना देण्यासाठी एक पत्रही दिलं. आणि भावपूर्ण अंतःकरणानं त्यांनी मीरेला निरोप दिला. त्या दरम्यान ज्यांना ज्यांना समजलं की, मीरा वृंदावन सोडून निघाली आहे, त्या सगळ्यांनी डोळ्यांत

पाणी आणून तिला निरोप दिला. आपल्या निरामय भक्तीनं, उत्कट रचनांनी, भावपूर्ण गाण्यांं, देहभान हरपून नाचण्यांं, सर्वांशी प्रेमानं मिसळण्यांं मीरानं वृंदावनवासीयांची मनं जिंकली होती. तिच्या जाण्यानं त्यांना अतीव दुःख झालं. पण तिची कृष्णभक्ती ते जाणून होते. तिला साक्षात श्रीकृष्णाचा आदेश आला आहे, हे समजल्यावर त्यांनी मीरेला भावपूर्ण निरोप दिला. आणि आपल्याही डोळ्यांत भरलेलं पाणी न पुसता मीरा निघाली.

• • •

मीरा निघाली द्वारकेच्या दिशेनं. तिला आता तिच्या श्रीकृष्णानं द्वारकेत बोलावलं होतं आणि ती निघाली. वृंदावनाच्या बाहेर पडली. साधूचा एक तांडा द्वारकेला निघाला होता. त्यात काही साध्वीही होत्या. ते सगळेच मीराला ओळखत होते. मीरा त्यांच्यात सामील झाली. आणि निघाली. तिच्या श्रीकृष्णाच्या द्वारकेला.

वृंदावनातून बाहेर पडून मीरा त्या साध्वींसोबत आधी मथुरेला आली. या आधीही ती वृंदावनहून मथुरेला बऱ्याचदा येऊन गेली होती. कृष्ण जन्मस्थान जेव्हा तिनं पहिल्यांदा पाहिलं, तेव्हा रोमांचित झाली होती. तिच्या लाडक्या श्रीकृष्णाचा जन्म तिथं झाला होता बंदिवासात. आताही तिनं त्या साध्वींसोबत त्या जन्मस्थानाचं दर्शन घेतलं आणि तो तांडा पुढे चालला. वृंदावन, मथुरा, गोकुळ ही तिन्ही ठिकाणं अगदी जवळ होती ती तिनं पाहिली होती. काही महिन्यांनंतर एका उतरत्या संध्याकाळी मीरा द्वारकेला पोचली. त्या सगळ्यांसोबत श्रीकृष्ण कथा सांगत, ऐकत, भजन गात, नाचत, तो रस्ता कधी कसा संपला ते कळलंच नाही, मात्र त्या साधू-साध्वींच्या सोबत रस्ता कापत असताना त्याच्या सोबतीवरही मीरेनं एक भजन रचलं, गायलं देखिल.

आज मारे साधु जननो संग राणा। मारा भाग्ये मळ्यो॥
साधुजन को संग जो करीये पियाजी चडे चोगणो रंग रे॥
सीकुटी जननो संगं न करीये पियानी पाडे भजनमां भंग रे॥
अडसट तीर्थ संतोंने चरणें पियाजी कोटी काशी ने कोटी गंग रे॥
निंदा कर से ते तो नर्क कुंडमा जासे पियाजी यसे आंधळा अपंग रे॥
मीरा कहे गीरिधर ना गुन गावे पियाजी संतोनी रजमां शीर संगरे॥

त्या दीर्घ प्रवासाचा असा आनंद घेत मीरा द्वारकेला पोचली. ती द्वारकेत पोचली, तेव्हा रात्र झाली होती. अशा वेळी जाऊन आचार्यांना त्रास द्यावा, असं तिला वाटलं नाही. त्या साध्वींसोबत तिनं एका धर्मशाळेतच रात्र काढली. गोमती नदीच्या काठावरच ती धर्मशाळा होती. साध्वींनी चार घरी भिक्षा मागून दगडाची चूल करून डाळ भाताची

खिचडी बनवली. मात्र ती खिचडी विलक्षण सुंदर झाली होती. गोमतीच्या पाण्याची चव होती की कृष्णभक्तीची या प्रश्नाचं उत्तर शोधतच मीराला झोप लागली. सकाळी लवकर उठून नदीतच शुचिर्भूत होऊन मीरा त्या तांड्यातून बाहेर पडली. त्या साध्वींचा निरोप घेताना तिला जड गेलं. मात्र तू जिथं राहशील, तिथं आम्ही तुला भेटायला येऊ असं आश्वासन त्या साध्वींनी दिल्यावर तिला बरं वाटलं. त्यांचा प्रेमानं निरोप घेऊन ती धर्मशाळेतून बाहेर पडली. विचारत विचारत ती थेट आचार्यांच्या मंदिरात पोचली. आणि थक्क झाली.

द्वारकेतले ते आचार्य ब्रिजकिशोर व्यासजींचं श्रीकृष्ण मंदिर हे भव्य होतं. पांढऱ्या संगमरवरात बांधलेलं. मंदिराचा परिसरच जवळजवळ एक एकराचा होता. मध्यभागी तीन गोपुरे असलेलं भव्य मंदिर उभं होते. भोवताली गर्द झाडी होती. कदंबाचं बनच होतं. आवारात पुष्कळ गोधन होतं. मोर होते, ससे होते, हरणं होती, त्या हिरव्यागार परिसरात ती सगळी मुक्तपणे हिंडत होती. सर्वांत मोठी गोष्ट म्हणजे मंदिराच्या बाजूनंच यमुना नदी वाहत होती.

मंदिरात श्रीकृष्णाचं सगळं बालपण चितारलेलं होतं. तीन गोपुरांखाली तीन गर्भागार होते. त्यात श्रीकृष्णांच्या तीन वेगवेगळ्या अवस्थांतील मूर्ती होत्या. पहिल्या गर्भागारात बालकृष्णाची माती खाऊन 'आ' केल्यावर यशोदेला ब्रह्मांड दर्शन झालं, ती मूर्ती होती. अत्यंत देखणी, सुबक, सजीव वाटावी अशी. मातीत बसलेला, मातीनं माखलेला, हाताला-तोंडाला माती लागलेला बालकृष्ण, तोंडाचा मोठा 'आ' केलेला, चेहऱ्यावरचे खोडकर पण रडण्याचं नाटक करणारे भाव, समोर हातात काठी घेऊन बसलेली यशोदा, 'आ' केलेल्या बालकृष्णाच्या तोंडात दिसणारे ब्रह्मांड दर्शन. आणि यशोदेच्या चेहऱ्यावरचे गोंधळाचे, आश्चर्याचे भाव. विशेष म्हणजे हे सगळं ज्या गर्भागारात केलं होतं, तिथं जमिनीवर खरीखुरी माती होती. आणि त्या खऱ्या खऱ्या मातीतच या मूर्ती बसवल्या होत्या. पुढच्या दुसऱ्या गोपुराखाली असणाऱ्या गर्भागारात कालियाच्या मस्तकावर नाचणारा किशोर श्रीकृष्ण ही मूर्ती होती. सभोवती गर्द झाडी असणारा यमुनेचा डोह, डोहात असलेला, डोळ्यातून अंगार ओकणारा, दुधारी जिव्हा आपल्या पाचही फण्यातून बाहेर काढलेला भयंकर कालिया आणि त्याच्या मस्तकावर नटराजाच्या आविर्भावात एक पाय वर उचलून नृत्य करणारा किशोर वयातला श्रीकृष्ण. या सगळ्या मूर्ती इतक्या सजीव होत्या की असं वाटत होतं की कोणत्याही क्षणी आपलं वर उचललेलं पाऊल श्रीकृष्ण खाली टेकवेल आणि नृत्याचा दुसरा तोडा करायला सुरवात करेल. याही मूर्तींच वैशिष्ट्य असं की, त्या बंदिस्त गर्भागारात पसरलेलं पाणी खरं होतं. यमुनेचं खरंखुरं पाणी होतं. तरंगही उमटत होते. आणि त्या तरंगांमुळे तो कालिया, तो नृत्य करणारा श्रीकृष्ण हलत असल्याचा भास होत होता. ते बघून मीरा इतकी वेडावली की, श्रीकृष्णाची नटराजाच्या

आकारातली आकृती बघून तिनं तिथल्या तिथं लगेचच तशाच पद्धतीनं सुरुवात करून एक तोडा केला सुद्धा. मंदिरात आलेले लोक आश्चर्यानं बघत राहिले.

मीरा तिसऱ्या गर्भगारासमोर गेली. ते गर्भगार बाकी दोन गर्भगारांपेक्षा थोडे मोठे होतं. ते लांबी-रुंदीतही मोठं होतं आणि त्याच्या छताची उंचीही जास्त होती. कारण या गर्भगारात पूर्ण पुरुषभर उंचीची श्रीकृष्णाची मूर्ती होती. पायाचा तिढा घालून ओठांवर बासरी टेकवून, दोन्ही हातांची बोटं बासरीच्या सुरावटीवर टेकवलेली. मूर्तीच्या पाठीमागं डेरेदार कदंब वृक्ष, त्यावर पक्षी बसलेले. श्रीकृष्णाच्या मस्तकावर मोरपीसांचा मुकुट, त्यात मोरपिसांसोबत हिरे माणके जडवलेली. मोतीया रंगाचं जरीकाठी पीतांबर आणि दोन्ही खांद्यावरून सोडलेला केसरीया रंगाचा रेशमी शेला. चेहऱ्यावर प्रसन्न, आश्वासक, मधुर हास्य आणि डोक्यात आर्जवी निमंत्रण. ती मूर्ती बघताना मीरेचं भान हरपलं. एकटक डोळ्यांची पापणीही न लववता ती श्रीकृष्णाकडं पाहत उभी राहिली. निश्चल, निःस्तब्ध, अचल, अविचल. श्रीकृष्णाच्या डोळ्यांतल्या आर्जवी निमंत्रणात गुंतून गेली ती. तिला आठवलं वृंदावनात त्यानं मारलेली ती हाक —

पुकारे तोरी सावरी सुरत नंदलालजी॥

जमुना कें नीर तीर धेनु चरावत। कारी कमली वालाजी॥

मोर मुगुट पीतांबर शोभे। कुंडल झळकल लालाजी॥

मीरा कहे प्रभु गिरिधर नागर। भक्तन के प्रतिपालाजी॥

श्रीकृष्णाच्या त्या नजरेच्या गारुडात गुंतलेली मीरा भानावर आली, ते कुणीतरी घंटा वाजवली त्या आवाजानं. का कोण जाणे तिला पुन्हा पहिल्या, बालकृष्णाची मूर्ती असणाऱ्या गर्भगृहाजवळ जावसं वाटलं आणि ती धावत तिकडं गेली. गर्भगारासमोर उभं राहून तिनं त्या बालकृष्णाच्या मूर्तीकडं रोखून पाहिलं. तिथंही तिला त्याच्या नजरेत ओळख तर दिसलीच पण आमंत्रणही दिसलं. आणि नंतर दिसली थोडीशी तक्रार. मीरेनं ती लगेच शब्दांत गुंफली...

जशोदा मैय्या मैं नहीं दधी खायो॥

प्रात समय गौबन के पांछे। मधुबन मोहे पठायो॥

सारे दिन बन्सी बन भटके। तोरे आगे आयो॥

ले ले अपनी लकुटी कमलिया। बहुत ही नाच नचायो॥

तुम तो छोटा पावन को छोटा। ये बीज कैसे पायो॥

वोल बाल सब द्वारे ठाडे है। माखन मुह लपटायो॥

मीरा कहे प्रभु गिरिधर नागर। जसोमती कंठ लगायो॥

बालकृष्णानं यशोदेजवळ केलेली तक्रार मीरा आळवून आळवून गात होती. तिचं भजन गाऊन झालं. आणि तिला खणखणीत असा टाळ्यांचा आवाज आला. दचकून तिनं मागं वळून बघितलं. तर तिच्या पाठीमागं सभामंडपात बरेच लोक उभे होते. आणि मीरेचं भजन गाऊन झाल्यावर त्यांनी टाळ्या वाजवल्या. मीरा संकोचून तशीच उभी राहिली डोईवरचा पदर सावरत! त्या गर्दीतच आचार्य होते. ते पुढं झाले, ''बेटा, कोण तू? कोठून आलीस? आणि आता गायलीस ती रचना कोणाची?'' त्यांनी प्रेमळ स्वरात विचारलं. ''मी मीरा! मी वृंदावनाहून आले. मी श्रीकृष्णाची भक्त आहे. मला पं. गोपाल शास्त्रीजींनी आचार्य ब्रजकिशोर व्यासजींना भेटायला सांगितलंय. म्हणून मी या मंदिरात आले. मला माझ्या श्रीकृष्णानं इथं बोलावलंय!'' एका दमात मीरेने सगळं सांगितलं. त्याच बरोबर तिनं आचार्यांना ते पत्रही दिलं जे तिला गोपालशास्त्रींनी दिलं होतं. आचार्यांनी ते पत्र घेतलं. उघडून वाचलं. मीरेला पुन्हा विचारलं, ''बेटा, ही रचना कोणी केलीय तू नाही सांगितलंस?'' मीरा संकोचली. हळूच म्हणाली, ''आचार्य, ती रचना मीच केली आहे! माझ्या गिरिधर गोपालासाठी!''

आचार्यांना अतिशय आनंद झाला. ''बेटा, खरोखरच श्रीकृष्णाने माझी चिंता मिटवली. मी आता तीर्थाटनाला जाणार आहे. मला परतायला २-३ वर्ष सहज लागतील. तोवर या मंदिराची व्यवस्था, स्वच्छता, पूजा हे सगळं कोण बघेल, अशी मला चिंता लागून राहिली होती. पण कन्हैयानं तुला बोलावून घेऊन माझी चिंता मिटवली. बेटा. गोपालशास्त्रीजींनी पत्रांत तुझ्याबद्दल खूप काही लिहिले आहे. ते तर मी वाचलंच, पण तुला प्रत्यक्ष भेटून मला अतिशय आनंद झाला आहे. मला मंदिराची चिंता लागून राहिली होती तर कन्हैयाला माझी. तू आलीस आणि माझी चिंता मिटली. मी आता या चार दिवसांतच प्रस्थानाचा मुहूर्त बघून तीर्थयात्रेला जाईन. तोवर तुला काही अडचण, काही शंका, काही प्रश्न असतील तर ते विचारून घे. आता या मंदिराची सगळी व्यवस्था तू बघायचीस आता हे मंदिर, आतल्या कृष्ण कन्हैयासकट तुझ्या ताब्यात!'' आचार्यांनी सांगितलं आणि मीरेला परमावधीचा आनंद झाला. द्वारकेत कुठं राहायचं! कसं राहायचं? काय करायचं? हे तिला सतावणारे प्रश्न संपले होते. तिच्या श्रीकृष्णानंच संपवले होते.

आचार्यांना प्रणाम करून मीरेनं मान डोलावली. मान वळवून श्रीकृष्णाकडं पाहिलं. 'आता चिंता मिटली ना?' असा भाव त्याच्या डोळ्यांत होता. त्याच्याकडे बघत मीरेनं मान डोलावली.

तुम कीं करो मा हुँ न्यानी॥
ब्रिंदाजी बन के कुंजगलिन में। गोधन चरैया हुं ज्यानी॥
मोर मुकुट पीतांबर शोभे। मुरली की बजैया हुं ज्यानी॥
मीरा कहे प्रभु गिरिधर नागर। दान दिन ले तब लै हुं ज्यानी॥

अशी रचना गाऊन त्या कृष्ण कन्हैयाला आपण चांगलं ओळखत असल्याचं मीरानं सांगितलं. तिनं तिथल्या तिथं केलेली ती उत्स्फूर्त रचना बघून आपण घेतलेल्या निर्णयावर समाधान पावत आचार्य तिथून बाहेर पडले.

त्याच दिवसापासून मीरानं मंदिराची संपूर्ण व्यवस्था हातात घेतली. मंदिरात आणखी चार सेवेकरी होते. आपल्या गोड बोलण्यानं मीरानं त्यांना आपलंसं केलं. आणि त्यांनाही आपल्यासोबत घेऊन कामकाज सुरू केलं. मंदिराची झाडलोट, छताची स्वच्छता, बगीचाची आणि झाडांची निगराणी, गोधनाची व्यवस्था, इतर पशूंची काळजी, पूजेची संपूर्ण तयारी, फुलं काढून माळा बनवणे, गर्भागारांची निगा, तीनही मूर्तींची साजशृंगारिक पूजा, सजावट, भोग, प्रसाद, प्रसाद वाटप, चार वेळा आरती... मीरा या कामात अगदी बुडून गेली. तीन दिवसांनी आचार्य तीर्थाटनाला गेले. जाताना मंदिरातल्या सर्व तिजोऱ्यांच्या चाव्या मीराकडे देऊन गेले. मंदिराकडे पैसा पुष्कळ होता. लोक दान-धर्महीं खूप करत. अनेक मौल्यवान वस्तू, सोन्या-चांदीचे हिरे-मोत्यांचे अलंकार श्रीकृष्णाला अर्पण करीत. दानपेटीत खूप रक्कम जमा होत असे. मीरा या सगळ्याचा चोख हिशोब ठेवी. ती मंदिराच्या सभा मंडपातच पथारी अंधरून निजत असे. श्रीकृष्णाची पूर्ण उंचीची मूर्ती डोळ्यात साठवत, त्याचावर डोळे खिळवून ठेवत मीरा झोपी जाई. मूर्ती डोळ्यात साठवता साठवता तिला कधी झोप लागे, तिलाच समजत नसे. पण गाभाऱ्यातल्या त्या श्रीकृष्णाला मात्र समजत असे. मीरा रात्री उशिरा निजे आणि भल्या पहाटे उठे. अजून उजाडलेलंही नसायचं तोवर तिचं कामकाज सुरू होई ते रात्री उशिरापर्यंत. निजण्याआधी श्रीकृष्णाला लोरी गाऊन ती निजवत असे तर सकाळी भूपाळी गाऊन उठवीत असे.

> जागो बंसीवारे जागो मेरे ललन मोरे।
> रजनी बीती भोर भयो है घरघर खुले किवारे॥
> गोपी दही मथत सुनियत है कंगना के झनकारे॥
> उठो लालजी भोर भयो है सुरनर ठाढ़े द्वारे॥
> ग्वाल बाल सब करत कुलाहल जय जय सबद उचारे॥

आणि कधी अशी प्रांजळ कबुलीही देत असे —

> मन माने जब तार प्रभुजी॥
> नदिया गहरी नाव पुराणी। कैसी उतरू पार॥
> पोथी पुरान सबकुच देखे। अंत न लागे पार॥
> मीरा कहे प्रभु गिरिधर नागर। नाम निरंतर सार॥

तर कधी कधी आपला सगळा भूतकाळ आठवून त्याच्याजवळ तक्रारही करत असे.

प्रभुजी थे कहां गया नेहड़ो लगाय।
छोड़ गया बिस्वास संगाती।
प्रेमकी बाती बलाय॥
बिरह समंद में छोड़ गया छो।
हकी नाव चलाय॥
मीरा के प्रभु कब रे मिलोगे।
तुम बिन रह्यो न जाय॥

कधी तरी कोणी नवीन भक्त आला की, तो मीरेला विचारी, ''मैय्या, तू सगळे सोडून श्रीकृष्णाच्या भजनी कशी लागलीस? का लागलीस?'' मग मीरा उत्तर देत असे...

आली रे मेरे नैना बाण पडी।
चित्त चढ़ो मेरे माधुरी मूरत उर बिच आन पडी॥
कब की ठाड़ी पंथ निहारूं अपने भवन खडी॥
कैसे प्राण पिया बिन राखूं जीवन मूल जड़ी॥
मीरा गिरधर हाथ बिकानी, लोग कहै बिगडी॥

हे ऐकलं की विचारणाऱ्याला जणू सगळ्या प्रश्नांची उत्तरं मिळत असतं. मीरा अशी तिथंही द्वारकेत कृष्णमयी होऊन राहिली.

द्वारकेलाही मीरा जवळपास पाच वर्षं राहिली. त्या मंदिराची व्यवस्था तर तिनं चोख ठेवलीच, पण भक्तांसाठीच्या सुविधाही वाढवल्या. एके दिवशी एक घोडेस्वार आचार्यांचा निरोप घेऊन आला. आचार्य दोन-तीन दिवसांत येतील. ते ऐकून मीराला बरं वाटलं. आताशा तिला एक वेगळीच हुरहूर लागत होती. कधी कधी वाटायचं, त्या श्रीकृष्णाच्या जवळ जावं, त्याच्या खांद्यावर डोके टेकवावं, त्याला म्हणावं, 'मला जवळ घे.' त्याच्या पावलांना मिठी मारावी आणि तिथेच आपला प्राण जावा. पण हे करायला तिच्यावर असलेली मंदिराची जबाबदारी तिला अनुमती देत नव्हती. म्हणून मीरा आचार्यांची वाट बघत होती. ते आले की ती जबाबदारीतून मुक्त होणार होती. आणि श्रीकृष्णाच्या पायांवर स्वतःला झोकून देणार होती. समर्पित करणार होती. तीन-चार दिवसांत येणार, असा आचार्यांचा निरोप आला. तो ऐकून मीराला बरं वाटलं. आणि खरोखरच तीन दिवसांनी आचार्य आले. मंदिराची व्यवस्था बघून खुश झाले. मीरेने त्यांच्याकडे सगळ्या किल्ल्या सोपवल्या. हिशोब दाखवला.

आचार्यांनी श्रीकृष्णासाठी पीतांबर आणलं होतं. गुलाबी रंगाचं ते रेशमी वस्त्र अतिशय तलम आणि उंची होतं. मीरेला ते अतिशय आवडलं. श्रीकृष्णाची पूजा अजून बांधायचीच होती. सेवकाची मदत घेऊन तिनं तो रेशमी कद श्रीकृष्णाच्या मूर्तीला नेसवला. त्याची अत्यंत देखणी पूजा बांधली. मीरेच्या सगळ्या कर्तृत्वानं प्रसन्न झालेल्या आचार्यांनी मीरेला विचारलं, ''मीरा बेटी, बोल तुला काय बक्षीस देऊ?'' मीरानं आधी 'काही नको' या अर्थानं मान हलवली. तोच सेवक जुनं पीतांबर घेऊन आला ''आचार्य, याचं काय करायचं?'' असं विचारू लागला. मीराचे डोळे चमकले. ''आचार्य, मला द्याल ते पीतांबर?'' मीरेनं विचारलं आणि आचार्यांनी तिच्यांकडं कौतुकानं बघत ते पीतांबर मीरेला दिलं. सगळ्या विश्वाची दौलत मिळावा असा आनंद मीरेच्या चेहऱ्यावर दिसला. ते पीतांबर, ते वस्त्र हृदयाशी कवटाळून ती तिथून निघून गेली. ती गेली त्या दिशेकडे कौतुकाच्या नजरेने आचार्य बघतच राहिले.

रात्र झाली. आता आचार्य आले होते. त्यामुळं मीरेला काही विशेष काम नव्हतं. तरी तिनं सकाळपासून खूप काही केलं. पण ते सगळं करत असताना ती अव्याहत श्रीकृष्णाशी काहीतरी बोलत होती. त्याला प्रश्न विचारत होती. स्वतःच उत्तरं सांगत होती. रात्रीसुद्धा जेवण झाल्यावर ती सभामंडपात आली आणि श्रीकृष्णाचं भजन गात तिनं नृत्य करायला सुरवात केली,

गोबिंद कबहुं मिलै पिया मेरा।
चरण कंवल को हंस-हंस देखूं राखूं नैणा नेरा॥
निरखणकू मोहि चाव घणेरो कब देखूं मुख तेरा॥
ब्याकुल प्राण धरे नहिं धीरज मिल तूं मीत सबेरा॥
मीरा के प्रभु गिरधर नागर ताप तपन बहुतेरा॥

भजन गाता गाता, नृत्य करता करता मीरेचं देहभान हरपलं. चंद्र माथ्यावर आला तरी मीरा नाचत होती. शेवटी थकली. गर्भागाराच्या दाराशी पसरलेल्या पथारीवर तिनं अंग टाकलं. मात्र आज तिनं ते श्रीकृष्णाचं वस्त्र पांघरून घेतलं होतं. ते वस्त्र अंगावर घेतलं आणि तिचा सगळा थकवा, सगळा शीण कुठल्या कुठं पळाला. आपल्या प्रियतम श्रीकृष्णाच्या कुशीत आपण आहोत, त्याच्या बाहूंचा विळखा आपल्याभोवती पडला आहे, त्यानं आपल्याला आलिंगन दिलं आहे, या विचारानं तिचा देह रोमांचित झाला. ते वस्त्र तसंच अंगाभोवती लपेटून घेऊन ती कुशीवर वळली. समोरच गर्भागारात 'तो' उभा होता. त्याचीही नजर जणू मीरेवर खिळली होती. तर मीरेची नजर त्याच्या नजरेत गुंतली होती. त्याच्या नजरेत आमंत्रण होतं, आवाहन होतं, आतुरता होती, अधीरता होती. जणू मीरेला कायमचं कुशीत घेण्यासाठी तोही आसुसला होता. ती असोशी

बघितली, डोळ्यांत भरून घेतली आणि मीरेनं डोळे मिटले. तिच्या मिटल्या नजरेसमोर श्रीकृष्ण बाहू पसरून उभा होता. मीरेनं त्याच्या पायाशी स्वतःला झोकून दिलं. इतकं आवेगानं की तिचा श्वास थांबला. हृदयाची धडधड थांबली. प्रियतम श्रीकृष्णाच्या पायाशी मीरा शांत झाली.

पहाटे मंदिरात आलेल्या आचार्यांना मीरा अजून उठलेली नाही हे बघून नवल वाटलं. मीरा तर पहाट होण्याआधीच उठायची. ते मीरेला उठवायला गेले. पण मीरा केव्हाच कृष्णरूप झाली होती. आचार्यांच्या काळजात चर्रर झालं. त्यांनी कृष्णमूर्तीकडं पाहिलं. मूर्तीच्या चेहऱ्यावर प्रचंड आनंद दिसत होता. आचार्यांची नजर मूर्तीच्या पायाशी गेली आणि ते चमकले. मीरेच्या चिपळ्या, एकतारी आणि तिच्या गळ्यातली रुद्राक्षाची माळ मूर्तीच्या पायाशी पडली होती. आचार्य समजले. मीरा कृष्णमूर्तीत विलीन झाली होती. समर्पित झाली होती. आचार्य उमजले, चमकले. त्यांनी दचकून श्रीकृष्णाच्या मूर्तीकडं पाहिलं. मूर्तीच्या चेहऱ्यावर आज एक आगळं समाधान होतं.

आचार्यांची नजर मीरेच्या चेहऱ्याकडं वळली. जे समाधान श्रीकृष्णाच्या चेहऱ्यावर होतं, तेच समाधान मीरेच्याही चेहऱ्यावर होतं. तिचं शरीर निष्प्राण झालं होतं. पण चेहरा विलक्षण समाधानानं चमकत होता. आत्तापर्यंत सोसलेले घाव, जाच, त्रास याचा कसलाही मागमूस तिच्या चेहऱ्यावर नव्हता. अत्यंत समाधानी दिसत होता तो. आचार्य उमजले. जिवाशिवाचं मीलन झालं होतं. आत्म्याची त्या परमात्म्याशी भेट झाली होती. अश्रुभरल्या डोळ्यांनं आणि हातानं आचार्यांनी हात जोडले. आधी श्रीकृष्णाला आणि मग मीरेलासुद्धा! कारण मीरा आता आता खरी 'कृष्णमयी मीरा' झाली होती. कृष्णमयी मीरा...!!!

लेखक परिचय

मंजुश्री नंदकुमार गोखले

एम.ए. (मराठी), बी.एड. (मराठी, हिंदी)

'मंजुश्री', प्लॉट नं. ५५, राजेंद्रनगर, कोल्हापूर - ४१६००४.

दूरभाष - ९८५००६०८३८, ८८०५३५५२००

अनुभव व छंद

- महाविद्यालयात अध्यापनाचा अनुभव
- पुणे, सांगली, कोल्हापूर आकाशवाणीवरून कविता व भाषणांचे प्रसारण

सूत्रसंचालन

- अरुण दाते (शुक्रतारा), शांताराम नांदगांवगर, श्रीधर फडके यांच्यासमवेत अनेक कार्यक्रमांचे सूत्रसंचालन

व्याख्याने

- पुणे विद्यापीठात संत साहित्यावर व्याख्याने, तसेच महाराष्ट्र, गुजरात, कर्नाटक, मध्यप्रदेश या राज्यातील अनेक शहरात संत साहित्यासह विविध विषयांवर व्याख्याने
- अनेक दर्जेदार वृत्तपत्रातून ज्वलंत विषयावर अभ्यासपूर्ण लेख व लेख मालिका
- एकांकिका व नाटकांचे लेखन, दिग्दर्शन. त्यात पुरस्कार
- राज्यस्तरीय नाट्यस्पर्धा व वक्तृत्व स्पर्धांचे परीक्षक म्हणून काम
- अखिल भारतीय मराठी साहित्य परिषद व अखिल भारतीय मराठी नाट्य परिषद आजीव सभासद
- शालेय व महाविद्यालयीन काळात राज्य पातळीवर खो-खो खेळासाठी निवड

एकूण ४५ पुस्तके प्रकाशित

- कादंबरी - एकूण १८ : संत चरित्रात्मक - ९ (आगामी २), रहस्यमय - ३ (आगामी २), सामाजिक - ६ (आगामी २), बालकादंबरी (आगामी १)
- कथासंग्रह - एकूण ४ : (सामाजिक २, विनोदी २)
- कविता संग्रह - एकूण ५
- बालसाहित्य - एकूण ९
- प्रवास वर्णन - १
- लेखसंग्रह - १

- अध्यात्मिक पारायणी पोथी - २ (आगामी २)
- नाटक - (आगामी १)
- अनुवाद १ - (आगामी १)
- संपादन - १
- रेसिपी बुक - १
- इंग्रजी अनुवाद - १

पुरस्कार

माजी राष्ट्रपती प्रतिभाताई पाटील पुरस्कारासह एकूण २१ पुरस्कार

9 788819 680040 6